வெற்றி தேடித்தரும்

ஆக்கச் சிந்தனை

எஸ்.பி.ஷர்மா

தமிழாக்கம் : மதுரை மணியம்

V&S PUBLISHERS

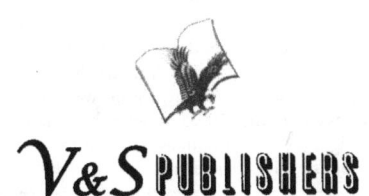

Published by:

F-2/16, Ansari road, Daryaganj, New Delhi-110002
☎ 23240026, 23240027 • *Fax:* 011-23240028
Email: info@vspublishers.com • *Website:* www.vspublishers.com

Regional Office : Hyderabad
5-1-707/1, Brij Bhawan (Beside Central Bank of India Lane)
Bank Street, Koti, Hyderabad - 500 095
☎ 040-24737290
E-mail: vspublishershyd@gmail.com

Branch Office : Mumbai
Jaywant Industrial Estate, 1st Floor–108, Tardeo Road
Opposite Sobo Central Mall, Mumbai – 400 034
☎ 022-23510736
E-mail: vspublishersmum@gmail.com

Follow us on:

© Copyright: V&S PUBLISHERS
ISBN 978-93-813841-3-8
Edition 2018

DISCLAIMER
While every attempt has been made to provide accurate and timely information in this book, neither the author nor the publisher assumes any responsibility for errors, unintended omissions or commissions detected therein. The author and publisher make no representation or warranty with respect to the comprehensiveness or completeness of the contents provided. All matters included have been simplified under professional guidance for general information only without any warranty for applicability on an individual. Any mention of an organization or a website in the book by way of citation or as a source of additional information doesn't imply the endorsement of the content either by the author or the publisher. It is possible that websites cited may have changed or removed between the time of editing and publishing the book. Results from using the expert opinion in this book will be totally dependent on individual circumstances and factors beyond the control of the author and the publisher. It makes sense to elicit advice from well informed sources before implementing the ideas given in the book. The reader assumes full responsibility for the consequences arising out from reading this book. For proper guidance, it is advisable to read the book under the watchful eyes of parents/guardian. The purchaser of this book assumes all responsibility for the use of given materials and information. The copyright of the entire content of this book rests with the author/publisher. Any infringement/transmission of the cover design, text or illustrations, in any form, by any means, by any entity will invite legal action and be responsible for consequences thereon.

Printed at Repro Knowledgecast Limited, Thane

வெற்றி தேடித்தரும் ஆக்கச் சிந்தனை

எஸ்.பி.ஷர்மா

தமிழாக்கம் : மதுரை மணியம்

"ஒரு மனிதனை தானே சிந்திக்கச் செய்வதுதான் புத்தகங்களின் உண்மையான பயன்பாடு. புத்தகம் ஒருவரை சிந்திக்கத் தூண்டாவிட்டால், அதை வைத்திருப்பதில் பிரயோசனமில்லை".

—'ஆட்டோபயோகிராபி வித் லெட்டர்ஸ்'
வில்லியம் லியோன் பிலிப்ஸ்.

"வெவ்வேறு மலர்களிலிருந்து தேனீ தேனைச் சேகரிப்பதைப் போல, புத்திசாலி மனிதன் வெவ்வேறு நூல்களிலிந்து அவசியமானதை எடுத்துக் கொண்டு, எல்லா மதங்களிலும் நல்லதை மட்டுமே காண்பான்".

— ஸ்ரீமத் பாகவதம்.

"விஞ்ஞானத்தில் ஒவ்வொரு புதுக் கண்டுபிடிப்பும், தனது பிரபஞ்சத்தில் கடவுள் கட்டிய முறைமையை மேற்கொண்டு வெளிப்படுத்துவதுதான் ".

— வாரன் வீவர்.

பொருளடக்கம்

முன்னுரை		7
1.	முரண்பாடான உலகம்	11
2.	சுய-உருவாக்க மகிழ்ச்சியின் இரகசியம்	17
3.	வேலை, விடுவிப்பாளன்-I	27
4.	வேலை, விடுவிப்பாளன்-II	33
5.	வேலை, விடுவிப்பாளன்-III	37
6.	குறுகிய மனப்பாங்கிற்கான அடையாளம்	44
7.	நவீன உலகில் தன்னடக்கத்திற்கு இடமில்லையா?	50
8.	தகுதி என்பதன் பொருள்	62
9.	இதை முதலில் நாடு.....	69
10.	தியானம் மற்றும் பிரார்த்தனை-I	78
11.	தியானம் மற்றும் பிரார்த்தனை -II	86
12.	நிலைபேற்றுத் தத்துவத்தின் மீது பிரதிபலிப்புகள்	90
13.	உங்கள் சூழ்நிலைமைகளை ஆள்பவராக எப்படி இருப்பது	96
14.	கடவுளின் உறைவிடம்	101
15.	குறைகூறல்கள் மற்றும் அவதூறுகளை எவ்வாறு எதிர்கொள்வது மற்றும் கையாளவது	104
16.	புனிதத் தன்மைக்கான பாதைகள்-I	109
17.	புனிதத் தன்மைக்கான பாதைகள்-II	114
18.	புதிய யோசனையா, பழையதா?	117
19.	ஆன்மீகத்தின் பாடல்	123
20.	நாம் எதற்காகக் காத்திருக்கிறோம்?	127
21.	இளமையில் கற்பித்தல்	133
22.	கடவுளை அணுகுவதற்கான வெவ்வேறு முறைகள்	138
23.	மூன்று கதைகள்	146
24.	இங்கும், இதன் பிறகும்	150
25.	எல்லோருக்கும் நம்பிக்கை	153
26.	உயிரின் பொருள் குறித்த தெளிவற்ற தன்மை	160
27.	புத்தகப் பட்டியல்	175

5

முன்னுரை

மனிதகுலம் ஒன்றே, அதை பிரிக்க இயலாது. ஒரு தனிமனிதனின் பிரச்சினைகளும், முரண்பாடுகளும், ஆதரிசனங்களும், விழைவுகளும் உலகின் எல்லா பகுதிகளிலும் ஒன்றாகவே இருக்கின்றன, தொடர்ந்தும் அவ்வாறே இருக்கும். வாட்டர்லூ போர், ஈடன் திடலில் வெற்றி கொள்ளப்பட்டிருந்தால்! பல பேரழிவு தரும் போர்களுக்கான விதைகள் நபர்களின் மனங்களில் விதைக்கப்பட்டு, அங்கு முளைவிட்டு, அழிவுக்கான விஷப் பழங்கள் உலகம் முழுவதும், நேரடியாகவோ, மறைமுகமாகவோ, பரப்பப்பட்டன. எந்தவொரு நிகழ்வையோ, விவகாரங்களையோ நாம் தனித்துக் காண முடியாது. நூறாண்டுக்கு முன்பு நினைத்துப் பார்க்க முடியாத அளவிற்கு, உலகம் அறிவியல் ரீதியாகவும், தொழில்நுட்ப ரீதியாகவும் முன்னேறியிருக்கிறது என்றால், மனிதனின் தார்மீக திறனும் பாதிக்கப்பட்டுள்ளது. அழிவு நோக்கங்களுக்காக அறிவியல் புதுமைகள் மற்றும் கண்டுபிடிப்புகளை பயன்படுத்துவதில் இருக்கும் பயங்கரமான வாய்ப்புகளின் சான்றுகள் மனிதனின் முன்னேற்றம் சமச்சீரற்ற நிலையில் இருப்பதை நமக்குச் சுட்டிக்காட்டும். மனிதனின் நேர்மையுணர்வு, மற்ற துறைகளில் ஏற்பட்டுள்ள அவனது சிறந்த முன்னேற்றங்களுக்கு ஏற்ப இல்லை. ஒரு மனிதன் தன்னுடைய தொலைநோக்கு இல்லாமைக்கு பலியாவதிலிருந்து பாதுகாக்க, உள்ளார்ந்த ஆய்வுக்கு நம்மை உட்படுத்திக் கொள்ள இதுவே தக்க தருணம். நாம் புதிதாக அமைக்க வேண்டும் என்றால், வரவிருக்கும் தலைமுறைகளுக்கு இந்த உலகை பாதுகாப்பானதாக ஆக்க வேண்டும் என்றால், தனிநபரின் தார்மீக தன்மையை வளர்க்க வேண்டியது அவசியம். நாம் அவனுக்கு உதவ வேண்டும், அறிவுறுத்த வேண்டும், வழிகாட்ட வேண்டும் மற்றும் மேம்படுத்த வேண்டும்.

---

*"அறிவியல் குறித்த நமது அறிவு அதைக் கட்டுப்படுத்தும் நமது திறனை வெகுவாக விஞ்சிவிட்டது. நம்மிடையே அறிவியலின் மனிதர்கள் அதிகமாக இருக்கின்றனர், அறிவுஜீவிகள் குறைவாக இருக்கின்றனர். விவேகமின்றி அறிவாற்றலையும், மனசாட்சியின்றி அதிகாரத்தையும் உலகம் பெற்றுவிட்டது. நமது நாட்டில் அணுசக்தி ஜாம்பவான்களும், தார்மீக குழந்தைகளும் இருக்கின்றனர். அமைதியை விட போர் பற்றி நமக்கு அதிகம் தெரியும், வாழ்வைவிட கொலையைப் பற்றி அதிகம் தெரியும். நமது தனித்துவதத்திற்கும், முன்னேற்றத்திற்கும் இந்த இருபதாம் நூற்றாண்டின் தேவை இவை."

—ஜெனரல் ஓமர் ப்ரேட்லி

இந்த பணியில், சரியற்ற நாகரீகத்தின் பாதிப்புகளிலிருந்து நாம் விலகியவர்கள், இந்த தார்மீக மதிப்பீடானது மற்றவர்களுக்கே அன்றி நமக்கல்ல என்று தவறாக நினைத்துக் கொள்வது பொதுவானதுதான். நாம் அனைவரும் கற்றுக் கொள்ள வேண்டும் மற்றும் யோசனைகளும், ஆதரிசனங்களும் பரிமாற்றத்திற்கானவை என்று அறிய வேண்டும். பரிமாற்றம் என்பது குறிப்பிடத்தக்கது. இந்த இடத்தில், டாக்டர் கென்னத் வாக்கரின் கருத்துக்களை நினைவுகூர்வது சாலச் சிறந்தது:

> *"....பண்டைய இந்திய பண்பாடிற்கான எனது ஆழ்ந்த ஈடுபாடு, என்னுடைய கருத்தில் மனித சிந்தனைகள் மற்றும் உணர்வுகள் முன்னெப்போதும் இல்லாத அளவிற்கு மிக உயரிய நிலையை எட்டிய பண்பாடாகும். சமயங்கள் மற்றும் தத்துவத்தில் இந்தியா கடந்த காலத்தில் அடைந்துள்ள மிக அருமையான முன்னேற்றங்கள், தற்கால உலக சிந்தனைகள் மற்றும் உலக அமைதிக்கான வளர்ச்சிக்கும் பெரும் பங்களிக்கும் என்று நம்புகிறேன்..... கிழக்கும் மேற்கும் ஒன்றுக்கொன்று அளித்துக் கொள்ள நிறைய வைத்திருக்கின்றன மற்றும் புதிய மற்றும் அறிவார்ந்த உலகை அமைக்கும் முயற்சியில் நாம் எவ்வளவு நெருக்கமாக கூட்டாளித்துவத்தை அமைக்கிறோமோ அவ்வளவிற்கு இது நம் அனைவருக்கும் சிறந்ததாகும்."*
>
> ***—"கிழக்கு மற்றும் மேற்கின் பெண் மகான்கள்"- அறிமுகவுரையில்***

தொழில்நுட்ப மற்றும் பொருளாதார சக்தி மட்டுமே எல்லாம் என்று கூறுவதும் சரியல்ல. அதிவிரைவான வாழ்வின் விளைவுகளை எல்லா இடத்திலும் மக்கள் பெற்று வருகின்றனர், பல்வேறு வகையான மன அழுத்தங்களுக்கு ஆளாகி வருகின்றனர். அறிவியல், தொழில்நுட்பம், தொழில் மற்றும் வாணிபத்தில் மனதைப் பறிகொடுத்திருப்பதால் சராசரி மனிதனுக்கு சிந்திக்க நேரம் கிடைப்பதில்லை. சராசரி மனிதன் அந்த தருணத்திற்காக செயல்படுகிறானே அன்றி அதற்கும் அப்பால் பார்ப்பதில்லை என்பதையும், அவன் இருப்பின் அவசியத்தைப் பற்றி எண்ணாமல், பிரதிபலிக்காமல், மேம்போக்காக வாழ்கின்றான் என்பதையும் உலகம் முழுவதும் குறிப்பீடுகள் காட்டுகின்றன. இந்த நேரமின்மை மற்றும் சிந்திக்க, பிரதிபலிக்க மறுப்பது அபாயகரமானதாகும். இது மனதில் குறுகிய போக்கை வளர்க்கிறது, இது நேர்மையின்மை, பாரபட்சம் மற்றும் சகிப்புத்தனிமை இல்லாதது ஆகியவற்றை உருவாக்குவதோடு, தனிமனிதனுக்கு வேதனைகளையும் கொண்டுவருகின்றன. தேசிய மற்றும் சர்வதேச நிலையில் இவை

எடுத்துச் செல்லும்போது உண்மையில் அழிவுதரும் விளைவுகளை ஏற்படுத்துகின்றன.

ஹிட்லரை எடுத்துக் கொள்வோம். அவருடைய தனிப்பட்ட வெறுப்புகளும், குறுகிய மனப்பான்மையும், தகுந்த சூழல் ஏற்பட்டபோது, இராணுவ ஆட்சியாக வெடித்து கொழுந்துவிட்டெரிந்து மனித மதிப்புகளை காட்டுமிராண்டித் தனமாக ஒதுக்கித் தள்ளி, பேரழிவிற்கு உலகை உட்படுத்தின. அமெரிக்காவில் கடந்த நூற்றாண்டில் நிகழ்வுகளின் திருப்பத்தை நாம் கண்டோம். 1861 முதல் 1868 வரை உலுக்கிய சிவில் போர், தங்களது சொந்த சகோதரர்களுடன் போரிடச் செய்த தரப்பிற்கு அமெரிக்க நாடு ஆதரவளித்ததைக் கண்டோம். அடிமைகள் தங்களது சொந்த விடுதலைக்காகப் போராடியதல்ல என்பதை நாம் மறக்கக்கூடாது. மொட்டாக மலர்ந்து வந்த நாடு மனிதனுக்கும் மனிதனுக்கும் இடையில் தொடர்ந்த சமமற்ற நிலையை உணரவில்லை.

இதுபோன்றதொரு தியாகம் தேவையற்றது என்று சுயநலவிரும்பிகள் நினைத்தபோது, சிவில் போர் வெடித்தது. விரிந்த தொலைநோக்கு கொண்டிருந்தவரான லிங்கனால், சரியான காரணம் வென்றது. சிவில் போரின் காயங்கள் மெதுவாக ஆறின, உலகின் மிகச் சிறந்த ஜனநாயக நாடாக தன்னிடத்தைப் பிடிக்க நாடு முன்னேறி நடைபோட்டது.

ஹிட்லர் மற்றும் லிங்கனின் உதாரணங்கள் இங்கு ஏன் காட்டப்பட்டிருக்கின்றன என்றால் தனிநபர்களின் முக்கியத்துவத்தை கோடிட்டுக்காட்டுவதற்காகத்தான். ஏனெனில், மக்கள் அல்லது நாடுகளின் தலைவர்கள், சரித்திரத்தின் அந்த குறிப்பிட்ட காலகட்டத்தில், அந்த நாட்டு மக்களின் மனப்போக்கை எடுத்துக்காட்டினர்.* ஒரு பிரசித்திபெற்ற ஆசிரியர் எச்சரித்தவாறு, *தனிநபர்* சக்தியை நாம் குறைத்து மதிப்பிட முடியாது.

தேசிய மற்றும் சர்வதேச நிலையில் தற்போதைய தேவை மட்டுமின்றி, மனிதன் தன்னுடைய துடிப்பான, இயல்பான வெளிப்புறத்தில், தார்மீகம் மற்றும் ஆன்மீக மறுவுருவாக்கம் மற்றும் சீரிய தன்மைக்கான பயணத்தில் தன்னை ஈடுபடுத்திக் கொள்ளும் விழைவின் கீழாக தம்மை மறைத்துக் கொள்கிறான் என்பதுதான் உண்மை. 'மனிதன் உணவால் மட்டும் வாழ முடியாது'. தனிநபரின் முன்னேற்றம் மெதுவானதுதான் என்பதில் சந்தேகமில்லை, ஆனால், உறுதியானது. மனிதனின் மிக முக்கியமான பயணம் குறித்து நமக்கு நாமே நினைவுறுத்திக் கொள்வோம், மைல்கல்கள் மற்றும் திசைகாட்டுக் கருவிகளை அளித்து அவனது

பாதைக்குத் தேவைப்படும் இயன்ற உதவியை அளிப்போம். அவன் திசைமாறிச் சென்றாலும், சரியானை பாதைக்கு அவனால் வர இயலும் மற்றும் அவனைக் கொண்டுவர வேண்டும். அவன் அமைதியற்றிருந்தால், பதற்றமுடனிருந்தால் மதத்தின், தார்மீகத்தின் மற்றும் ஆன்மீக ஆசுவாச இல்லத்தில் அவன் சிறிது ஓய்வெடுக்கட்டும். இதன்மூலம் அவன் எழுச்சிபெற்று, புத்துணர்வுடனும், ஊக்கமுடனும் முன்னெட்டிச் செல்லட்டும்!

1

முரண்பாடான உலகம்

"இந்த உலகின் விவேகத்திற்கு கடவுளுடன் முட்டாள்தனம்".

I கரிந்தியன்ஸ் 3 : 18.

"வெளிப்படையான கண்களுக்கேற்ப தீர்மானிக்காதீர்கள், மனிதனின் காதுகளில் கேட்டவாறு தண்டிக்காதீர்கள், இவை என்னவென்று அவற்றிற்கு தெரியாது; ஆனால் உண்மையான தீர்ப்பின் மூலம் கண்கூடான மற்றும் ஆன்மீக விஷயங்களைத் தீர்மானிக்க, எல்லாவற்றிற்கும் மேலாக, கடவுளின் நல்லிணக்கத்தையும், இன்பத்தையும் நாடுங்கள். "தீர்ப்பளிப்பதில் மனிதனின் உணர்வுகள் பெரும்பாலும் தவறானவை, அன்பான கண்கூடான விஷயங்களினால் மட்டுமே, உலகின் அன்பர்கள் ஏமாற்றப்படுகிறார்கள். "மனிதனைவிட மனிதன் எவ்வாறு உயர்ந்தவனாவான்?"

—கிறித்துவின் போலியுரு
(புத்தகம் III அத்தியாயம் 50).

வாழ்க்கை முறைகளை மாற்றுதல்

நம்மில் பலருக்கு, நமது வாழ்க்கை முறையை மாற்றுவதற்கு சிறந்த காரணங்கள் இல்லை. நம்மில் பெரும்பாலானோரின் வழியில் நாம் வாழ்கிறோம் என்று மனநிறைவு கொள்கிறோம். நாம் சுகாதாரம், செல்வம், செக்ஸ் மற்றும் அதிகாரத்தை நாடுகிறோம். நல்லகாலத்தில் சந்தோஷமாகவும், எதிர்மறையான காலத்தில் மனமுடைந்தும், வேதனையுடனும் இருக்கிறோம். துடுப்பற்ற தோணி போலச் செல்கிறோம். பிறப்பிலிருந்து நாம் தப்பமுடியாது, நாம் ஏன் பிறந்தோம் என்று நமக்குத் தெரியாது. வாழ்ந்து மடிவதைத் தவிர நமக்கு வேறு வழியில்லை. அவ்வப்போது நம்மிடையே மகான்கள் தோறும்போது,

அவர்களது நற்சிந்தனைகள் மூலம் இறைவனின் மேலோங்கியதன்மையை எடுத்துக் காட்டுகின்றனர், நாம் கைதட்டி ஆரவாரிக்கிறோம், போற்றுகிறோம், பெரும்பாலும் இது ஏனெனில், நாம் அவ்வாறு நினைப்பது ஏனெனில், அவர்களவு உயரத்தை நம்மால் எட்ட இயலாது என்பதாகும்.

வாழ்வில் நமக்கு மாபெரும் ஆசான் உண்டு. விசாரித்தல். எல்லா முன்னேற்றங்கள், எல்லா கற்றுக்கொள்தலும் விசாரிப்பதின் விளைவேயாகும். எவ்வளவு ஆத்மார்த்தமாக நாம் விசாரிக்கிறோம் என்பதைப் பொறுத்து ஆழ்ந்த உள்ளுணர்வை நாம் பெறுகிறோம். விஷயங்களை நாம் வெகுவாக ஆராயும்போது, நமது நம்பகங்கள் உறுதிப்படுகின்றன. ஆப்பிள் கீழே நிலத்தில் ஏன் விழுந்தது என்று நியூட்டன் விசாரித்துக் கொள்ளவில்லை என்றால், உலகம் எவ்வளவு ஏழையாக இருந்திருக்கும். வேறு ஏதாவது நியூட்டன் இதைக் கண்டுபிடித்திருப்பார் என்பதில் சந்தேகமில்லை ஆனால், அவரும் இதே கேள்வியைக் கேட்டிருக்க வேண்டும்தான்!

நடைமுறை அறிவியலின் அறிவுத்திறனில் மட்டும் விசாரித்தறிதல் அவசியம் மட்டுமல்ல, வாழ்வின் அறிவியலில் உள்ளாய்வை நாம் பெற அன்றாட வாழ்விலும் இது மிகவும் அவசியமாகும்.

உலகாய விஷயங்களின் மதிப்பை ஆராய நமது உணர்வுகள், மூளை மற்றும் அறிவுத் திறனை நாம் மிக அதிகமாக நம்புகிறோம் என்பது நமக்குத் தெரியுமா? பார்வை, தொடுதல் மற்றும் வாசனை போன்ற நமது உணர்வுகள் நாம் தவறாக நடந்து கொள்ள காரணமாக இருக்கலாம் என்பதைப் பற்றி ஓரளவு நமக்குத் தெரிந்திருந்தாலும், எந்தவொரு செயலைப் பற்றியும் முடிவுசெய்ய நாம் முற்றிலும் அவற்றால் தொடர்ந்து வழிகாட்டப்படுகிறோம். நாம் சுயேச்சையான தீர்மானத்தையும், எண்ணத்தையும் கொண்டிருக்க வேண்டும் என்றாலும், இரண்டாம் தரமான தகவல்கள் மற்றும் அறிவைப் பெறுவதில் நிம்மதியடைகிறோம். ஏன்? கூனெனெஇஒ;ல்ஏனெனில், நாம் நமது சிறு வாழ்க்கையை வாழ்வதில் நேரமின்றி இருக்கிறோம், விசாரித்தலுக்கும், காரணமறிவதற்கும் குறைவான இடமே உள்ளது.

உலகாய மதிப்புகள் மற்றும் விஷயங்கள்

மேலும், பிரபலமான கருத்துக்கள் மற்றும் தீர்மானங்களால் வாழ்வ்வின் ஒவ்வொரு தருணத்திலும் வழிநடத்தப்படுகிறோம். ‘காதல் என்பது அருமையான விஷயம்’ என்று நீங்கள் கருதினால், அதற்குக் காரணம் பல்லாண்டுகளாக நாம் அதைப்பற்றி சிறிது புரிந்து கொள்ள

முடியும், நாம் படிக்கும் புத்தகங்களால், நாம் காணும் திரைப்படங்களால் மற்றும் நமக்குக் கூறப்பட்ட கதைகளால் இந்த வகையில் சிந்திக்க வேண்டும் என்று உருவேற்றப்பட்டிருக்கிறோம். செல்வம் மாபெரும் ஆசி என்பதால் எல்லா வழிகளிலும் அதைச் சேகரிக்க வேண்டும், வறுமை ஒரு சாபம் அதை விட்டொழிக்க வேண்டும். கல்வி நமது மூளையை வளரச் செய்து, விரிவாக்குகிறது. நோய் என்பது விரும்பத்தகாதது அதை தடுத்து, குணப்படுத்த வேண்டும். இந்த எல்லா யோசனைகளும் அடிப்படைரீதியில் சரியானவை என்பதில் சந்தேகமில்லை. ஆனால், உண்மையைக் கூறப்போனால், நமது இந்த உலகம் முரண்பாடுகள் நிறைந்தது. ஒவ்வொரு தப்படியிலும் நாம் அவற்றை எதிர்கொள்கிறோம், இவை உலகாய மதிப்புகளையும், விஷயங்களையும் தகர்ப்பதைக் காண்கிறோம்.

முன்னொரு காலத்தில் அசிசியின் புனித பிரான்சிஸ் கூறினார்: "நாம் கொடுப்பதில்தான் பெறுகிறோம், மன்னிப்பதில்தான் மன்னிக்கப்படுகிறோம் மற்றும் *இறப்பதில்தான் நாம் நிலையான வாழ்விற்காகப் பிறக்கிறோம்* ". ஆனால், மதங்கள் மற்றும் மத போதகர்கள் ஒரு தனி மொழியில் பேசுவதாகத் தெரியும், இது அனுபவமிக்க ஆடவருக்கும், பெண்டிருக்கும் எப்போதும் விநோதமாகவும், புரியாத புதிராகவும் தென்படும்.

நம் அனைவருக்கும் இளமை என்பது வாழ்வின் வசந்த காலம், 'இளமையாக இருத்தல் சொர்க்கம்போன்றது' மற்றும் முதுமை வாழ்வின் சந்தியாகாலம், இருளான இரவின் முனையில் அதாவது மரணம். ஆனாலும் ராபர்ட் ப்ரவுனிங் எழுதினார்:

"என்னுடன் முதுமையடை!
சிறந்தது இனிதான் வர வேண்டும்,
வாழ்வின் கடைசிக்காக
முதலாவது உருவாக்கப்பட்டது."

மேலும் ஹார்வே ஆலன், "அந்தோணி அட்வர்ஸ்" என்பதில் கூறுகிறார்: "நீங்கள் முழுமையாக உண்மையில் வாழ்வது முப்பதிலிருந்து அறுபது வரைதான்"-அதவது, நீங்கள் இளமையை கடந்த பிறகு.

இரண்டு உலகப் போர்கள் சீரழித்த பின்னர், நீடித்த அமைதிக்கான வழிகளைக் கண்டறிய உலகத் தலைவர்கள் தங்கள் மூளையைக் கசக்கிக் கொண்டிருந்த போது, வால்டர் தமது 'கேண்டிடேட்'-ல் கூறுவதைப் படிப்போம் : "போரின் சீரழிவால் அவதியுறும் நகரங்களைவிட, அமைதியின் ஆசியை அனுபவிக்கும், கலைகள்

மலர்ந்து விரியும் நகரங்களில் மனிதர்கள் பொறாமை, கவலைகள் மற்றும் பதற்றங்களால் அவதியுறுகிறார்கள், ஏனெனில் பொதுமக்களின் இன்னல்களைவிட இரகசியமான வெறுப்புகள் மிகவும் கொடூரமானவை.'' போர்க்காலத்தில், ஒரு நாட்டின் மக்கள் தங்களது விருப்பு வெறுப்புகளை விட்டுவிட்டு, மற்றவர்களுக்காக தியாகங்களைச் செய்கின்றனர், துணிவு, சுயநலமின்மை மற்றும் வீரச் செயல்கள் காணக்கிடைக்கின்றன. வின்ஸ்டன் சர்ச்சில் இரண்டாம் உலகப் போரில் பங்காற்றியிருக்காவிட்டால், உலகின் மகாமனிதர்கள் பட்டியலில் அவர் இடம்பெற்றிருக்க முடியுமா?

கவிஞர்களும், நாவல் ஆசிரியர்களும் வேறொரு உலகில் வாழ்ந்து பேசுவதுபோல உங்களுக்குத் தோன்றினால் பிரசித்தி பெற்ற சாதாரண மனிதர்களில் சிலர் என்ன சொல்லியிருக்கிறார்கள் என்று பார்ப்போம்.

இப்போது கலோரிகள், சமச்சீரான உணவு மற்றும் ஊட்டச்சத்துக்கான காலம், ஆனால் மாவீரன் நெப்போலியன் கூறினானாம்.'ஒரு மனிதன் எவ்வளவு குறைவாக உண்டாலும், அவன் எப்போதும் அதிகமாகவே உண்கிறான். ஒருவன் அதிகமாக உண்பதால் நோயுறுகிறானே அன்றி, குறைவாக உண்பதால் ஒருபோதும் அல்ல.' வயது முதிர்ந்து இறந்த, பல மரியாதைகளைப் பெற்ற, வறுமையையும், செல்வத்தையும் தம் வாழ்நாளில் அனுபவித்த பென் பிராங்க்ளின் ஒரு படி முன்னால் சென்று, தமது சுயசரிதையில், தமது இளமைக்காலம் பற்றி எழுதுகிறார் : "ஒரு பிஸ்கட்டுக்கும், ஒரு ரொட்டித் துண்டு, பேஸ்ட்ரி மற்றும் ஒரு கிளாஸ் தண்ணீருக்கும் மிகைப்படாத உணவுகளில் உயிர்வாழும்போது, *மிகச் சிறந்த தெளிந்த மூளை, விரைவான புத்தியால் எனது படிப்பில் முன்னேறினேன், இது உண்பதாலும், குடிப்பதாலும் மழுங்கிப்போய்விடுகிறது*.''

மீண்டும் நெப்போலியனைப் பற்றிப் பேசும்போது, நூற்றுக்கணக்கான போர்களில் வெற்றி பெற்ற இந்த மாவீரன் வாளில் சூளுரைத்து (அந்த வாளாலேயே இறந்தான்!) கூறினான் : "வலிமை என்பது நிவாரணமல்ல, ஆன்மவுணர்வு வாளை விடச் சிறந்தது.'' அவன் கூறுகிறான், "உங்களுக்குத் தெரியுமா, எல்லாவற்றையும் விட என்னை ஆச்சரியத்தில் ஆழ்த்துவ எது? எதையும் ஏற்பாடு செய்வதற்கான வலிமையின் முக்கியத்துவம். உலகில் இரண்டு சக்திகள் மட்டுமே இருக்கின்றன: ஆன்மவுணர்வு மற்றும் வாள். நெடுநோக்கில் ஆன்மவுணர்வு வாளை வெற்றி கொள்கிறது.'' மீண்டும் அவரே, "போர் என்பது பழங்கதை; ஒரு காலத்தில் பீரங்கியின்றி, வாளின்றி வெற்றிகள் கைக்கொள்ளப்படும்.'' நெப்போலியனின் வார்த்தைகள் மெய்யென

நிரூபணமாயின :இந்தியா தனது சுதந்திரத்தை, மிகவும் சக்திவாய்ந்த பேரரசிடமிருந்து, மகாத்மா காந்தியின் அகிம்சை வழியில் பெற்றது. வன்முறையற்ற தடுப்பு மற்றும் ஆன்மீக சக்தி குறித்த புதுமை யோசனை அளித்தமைக்காக ஹென்றி டேவிட் தொரயூவிற்கு கடமைப்பட்டிருப்பதாக காந்தி கூறியிருப்பது குறிப்பிடத்தக்கது.

ஆனால் அதிநவீன காலத்திற்கு வருவோமேயானால், செல்வந்தராக இருப்பதற்கான கவர்ச்சிகளில் ஒன்று, நமது குழந்தைகள் மீது நாம் அதிகமாகக் காட்ட ஏதுவாகும் கூடுதல் கவனிப்பு, குழந்தை மருத்துவரான டாக்டர் ஜோசபைன் பேக்கர் கூறுகிறார்: " செல்வந்தப் பெற்றோரின் குழந்தைகள், அதிகமாக ஊட்டப்பட்டாலும், பெரும்பாலும் ஊட்டச்சத்து குறைவாகவே இருக்கின்றனர், மிகவும் செல்லம் கொடுத்து வளர்க்கப்பட்டால், நோய்தடுப்பு தன்மைக்கு எதிராகப் போராட முடியாமல் எல்லா கிருமிகளுக்கும் ஆளாகின்றனர். "

அதோடு, உடல்நலமின்மையும், நோயும் ஒருவருடைய உடலில் பலந்தரும் விளைவுகளை அளிக்கும் என்று யாராவது சிந்திக்க முடியுமா? ஆனால் ஆனால் டாக்டர் மார்ட்டி- கும்பெர்ட், எம்.டி., கூறுகிறார் 'நோய், உடல் தனது பாதுகாப்புகளை வலுப்படுத்த கட்டாயப்படுத்துகிறது, அதிகரித்த சக்திக்கு பங்களிக்கக்கூடும்.'

ஆளுமைக் குணாம்சங்கள் மற்றும் கல்வி

உயர் கல்வி நமது ஆளுமையை எவ்வளவு தூரம் வளர்க்கும்? பிரசித்தி பெற்ற அமெரிகிக உளவியல் மருத்துவர் டாக்டர் ஹென்றி சி. லிங்க், விரிவான ஆய்வுகளுக்குப் பிறகு, இந்த திடுக்கிடும் கண்டுபிடிப்புகளை வெளியிட்டார்: "அதாவது ஆளுமைக் குணாம்சங்களில், படிப்பறிவே இல்லாதவர்கள், கல்லூரி பட்டதாரிகளுக்கு சமமாக இருந்தனர்; மிக அதிக அறிவுத் திறன் கொண்டிருந்தவர்கள், மிகக் கீழானவர்களை விட மேம்பட்டவர்களல்ல; அறிவித்திறனில் மிகவும் கீழான நிலையில் இருப்பவர்கள் மிக அதிகமானவர்களாக மதிப்புப் பெறவில்லை; உயர்நிலைப் பள்ளி மற்றும் கல்லூரி நாட்களில் சில மாணவர்களின் ஆளுமை மேம்பட்டாலும்கூட, மற்றவர்களுடையது மோசமடைகிறது, எனவே ஒட்டுமொத்த பலன் பூஜ்யமாகும். வேறுவிதமாகக் கூறினால் *கல்வியின் காரணமாக ஆளுமையின் சராசரி மேம்பாடு ஏதும் இல்லை.*"

நீங்கள் ஒரு அறிவுஜீவியாக இல்லையே என்று எப்போதாவது வருத்தப்பட்டிருக்கிறீர்களா? டாக்டர் லிங்க்கின் கண்டுபிடிப்புகளின்படி

நீங்கள் அதிகம் இழக்கவில்லை : "மனிதன் எவ்வளவு அறிவு ஜீவியாக இருக்கிறானோ, அவனுடைய சிந்தனைகள் எவ்வளவு விரிவாக இருக்கிறதோ, நிரந்தர மதிப்புகளைவிட, தற்காலிக விருப்பங்களை கடவுளின் முன் வைக்கிறான் என்பதால் மிகவும் அபாயகரமானவன்."

பிரசித்தி பெற்ற இதே உளவியல் மருத்துவரின் மற்றொரு குறிப்பிடத்தக்க கண்டுபிடிப்பின்படி, அறிவியல் மற்றும் தொழில்நுட்ப அறிவை மட்டுமே பின்பற்றிக் கொண்டிருந்தால், அது நமது உடல்ரீதியான சொகுசை அதிகரிக்குமானால், நமது மன நிம்மதியற்ற நிலையைக் கண்டிப்பாகக் குறைத்திருக்காது. "மாபெரும் அறிவியல் அறிவை மேம்படுத்துவதால் மட்டும் வாழ்க்கையின் ஆழ்ந்த பிரச்சினைகளுக்கு எந்த தீர்வும் இருக்க முடியாது, மனிதனுக்கு அதிக மகிழ்ச்சி இருக்காது. அதிக அறிவியல் அதிக குழப்பத்தைத் தருகிறது. அறிவியல்கள் ஒருங்கிணைக்கப்பட்டு, அன்றாட வாழ்க்கையின் நிதரிசனங்களுக்கேற்ப மாற்றப்படாதவரை, அவற்றை உருவாக்கிய மூளைகளை விடுவிப்பதற்குப் பதிலாக அழித்துவிடும். இந்த ஒருங்கிணைப்பு அறிவியல்களிலிருந்து வரக்கூடாது, அவற்றினுள் அவை இல்லை மற்றும் இது அறிவியல் சான்றுக்கான விஷயமும் அல்ல. அடிப்படையான ஆனால் எந்தவித அறிவினாலும் இடமாற்ற முடியாத, நம்பிக்கையிலிருந்து வர வேண்டும், வாழ்க்கையின் சில மதிப்புகளில் கொள்ளப்படும் நம்பிக்கைகளிலிருந்து வரவேண்டும்."

ஆன்மீக விஷயங்களில் நாம் எந்த நிலையில் இருக்கிறோம் என்பதை பற்றி சரியாகத் தெரியவில்லை என்று நீங்கள் இப்போது நினைக்கிறீர்களா? இதுதான் மதிப்புகளின் அறிவார்ந்த உணர்வு நோக்கிய பயணத்தின் முதல் படி, இது மெதுவாக நம்மை கடவுளைப் பற்றி அறிய இட்டுச் செல்லும்.

❏❏

2

சுய- உருவாக்க மகிழ்ச்சியின் இரகசியம்

"தத்துவயியலின் சாராம்சம் என்னவெனில், ஒரு மனிதன் இயன்றவரை மிகக் குறைவாக வெளிப்புற விஷயங்களில் மகிழ்ச்சிக்காக சார்திருக்கும் விதத்தில் வாழ வேண்டும்."

—எபிக்டெடெஸ்.

"மகிழ்ச்சிகரமான வாழ்க்கை பெரிதும் அமைதியான வாழ்வாக இருக்க வேண்டும், ஏனெனில் அமைதிச் சூழலில்தான் உண்மையான மகிழ்ச்சி வாழமுடியும்."

—பெர்ட்ராண்ட் ரஸ்ஸல்.

சந்தோஷ உணர்வு

"ஓ, நான் சந்தோஷமா இருக்கேன்!", என்றாள் மேரி. "ஏன், என்ன நடந்தது?", எனக் கேட்டாள் அவள் தோழி. "நேத்து ராத்திரி", பதிலளிக்கிறாள் மேரி, "ஜான் எதிர்பாராத ஒன்றை செய்துவிட்டார்-அவர் என்னை தன் கைகளால் தூக்கி திருமணம் செய்து கொள்கிறாயா என்று கேட்டார்."

"உன்னுடன் சேர்ந்து சாப்பிட நீ அழைத்ததை ஏற்றுக் கொண்டதில் சந்தோஷமாக இருக்கிறேன்", என்கிறார் திரு. குர்மீத். "உணவு மிகவும் நன்றாக இருக்கிறது, என் பசிக்கும் குறைவில்லை. இதுபோன்ற உணவைச் சாப்பிட்டு ரொம்ப நாளாகிவிட்டது."

"கடவுளே ரொம்ப நன்றி, நான் இன்று நிம்மதியாகவும், மகிழ்ச்சியாகவும் இருக்கிறேன்," என்றாள் ஒரு தாய். "என் குழந்தை டாம் டிப்தீரியாவால் பாதிக்கப்பட்டு உயிருக்குப் போராடிக் கொண்டிருந்தான. எனக்கு நம்பிக்கை அற்றுப்போய்விட்டது. அப்போதுதான் விந்தை நிகழ்ந்தது. அவன் நோயிலிருந்து விடுபட்டு மெதுவாக ஆரோக்கியம் பெற்றான்."

"வெவ்வேறு விதமான சூழல்களில் மூன்று வெவ்வேறு நபர்கள் உணர்ந்த "மகிழ்ச்சியில்" ஏதேனும் பொதுவானதை உங்களால் காண முடிந்ததா? "மகிழ்ச்சி" என்பது பன்பயனுள்ள சொல். ஒரு விஷயத்தில் இது எதிர்கால மகிழ்ச்சியைக் குறிக்கிறது. மற்றொன்றில், இது வெறும் உணர்வு இன்பத்தை அல்லது மனத் திருப்தியைக் காட்ட வெளிப்படுத்தப்பட்டது. மூன்றாவதில், ஒரு அபாயம் நீங்கும்போது ஏற்படும் நிம்மதியைக் குறிக்கிறது. உலகாதய விஷயங்களில் முடிவில்லா போராட்டங்களில் குறைந்தது சிலவற்றைத் தீர்க்க மகிழ்ச்சியின் உண்மைத் தன்மை அத்தியாவசியமானதொரு நடவடிக்கையாக இருப்பதால், அதன் குணாம்சங்களைப் பரிசீலிக்க சிறிது நேரத்தை ஒதுக்குவது தவறல்ல.

பசி மற்றும் தாகம் போன்ற இயற்கைத் தேவைகளைத் திருப்திப்படுத்துவதும், மழை மற்றும் புயல் போன்ற இயற்கை சக்திகளிலிருந்து தம்மைப் பாதுகாத்துக் கொள்வதும் மனிதனுடைய தலையாய அக்கறையாக இருந்தாலும், வாழ்வின் இந்த அடிப்படைத் தேவைகளைப் பூர்த்தி செய்ய தனது சக்தியை பெரிதும் செலவழித்தாலும், மற்றொரு முக்கியமான மற்றும் மிகவும் செல்வாக்கு செலுத்தும் தேவை அவனுக்கு இருக்கிறது-அதுதான் மகிழ்ச்சியைத் தேடுவது.* உளவியலாளர் வில்லியம் ஜேம்ஸ் கூறுகிறார், "மகிழ்ச்சியை எவ்வாறு பெறுவது, எவ்வாறு காப்பது, எவ்வாறு மீட்பது என்பது உண்மையில் பெரும்பாலான மனிதர்களுக்கு அவர்கள் செய்யும் எல்லாவற்றின் இரகசிய நோக்கமாக இருக்கும்." துரதிர்ஷ்டவசமாக, இன்பத்தை மகிழ்ச்சி என்று தவறாகப் பொருள் கொள்கிறோம்.

இன்பத்தை நிவர்த்தி செய்தல்

இப்போது, இன்பம் என்றால் என்ன? இது மனிதன் தனது உடல் தேவைகளைப் பூர்த்தி செய்யவதற்கு மேற்கொள்ளும் முயற்சிக்கு இயற்கையளிக்கும் ஈடு. இது ஒரு தூண்டில் இரையாகவும் இருக்கலாம். விரும்புவதாக அவன் எப்போது உணர்ந்தாலும், மனிதன் முயற்சிக்க வேண்டும் மற்றும் திருப்தியடையும்போது, குறிப்பிட்ட சந்தோஷத்தைப் பெறுகிறான்-ஒப்புக்கொள்ளக்கூடிய உணர்வு-இதை இன்பம் என்று அழைக்கலாம். அவன் பசியுடன் இருக்கும்போது, அவன் உணவைத் தேடி, தயாரிக்க வேண்டும். அவன் சாப்பிடும்போது, அவனுடைய பசி ஆறுவதுடன், அவன் குறிப்பிட்ட இன்ப உணர்வையும் பெறுகிறான். எனவே ஒரு உடல்ரீதியான தேவையைப் பூர்த்தி செய்யும் செயல் மட்டுமே, இன்பம் அதிகரிக்க வகை செய்கிறது. ஆணையும் பெண்ணையும், தாய் தந்தையராக பொறுப்பை மேற்கொள்ளச்

செய்யவும், இனம் வளரச் செய்யவும், ஒரு தூண்டில் இரையாக பாலியல் இன்பத்தை இயற்கை உண்மையில் ஏற்படுத்தியிருக்கலாம்.

இயற்கைத் தேவைகள், அவற்றை பூர்த்தி செய்யத் தேவியான முயற்சி மற்றும் விருப்பத்திலிருந்து அவன் பெறக்கூடிய திருப்தியில் கிடைக்கும் இன்பம் ஆகியவற்றுக்கிடையான தொடர்பு அடிக்கடி காணாமல் போய்விடுகிறது. இதன் விளைவு இன்பத்திற்காகவே இன்பத்தைத் தேடுவதும், தேவைக்கும் அதன் திருப்திக்கும் இடையிலான துண்டிப்பும் ஆகும். உதாரணமாக, மனிதன் தனது பசியைப் போக்குவதற்காக உண்கிறோம் என்பதை அறியாமல், உணவைத் தேடுவது ஒரு சந்தோஷ நிகழ்வாகக் காண்கிறான். இதே அடிப்படையில், நவீன கருத்தடை சாதனங்கள், குழந்தைகளுக்காக அன்றி இன்பத்திற்காகவே பாலியலில் ஈடுபட வேண்டும் என்று, இயற்கையின் நோக்கத்தையே தோற்கடிக்கச் செய்துவிட்டான் என்பதை எடுத்துக் காட்டுகின்றன.

மனிதகுலம் கைக்கும் வாய்க்குமான நிலையில் வாழ்கிறது. தொடர்ந்த முயற்சி மட்டுமே உலகை மேற்கொண்டு செல்ல வைக்கும். கற்கால மனிதன் தான் தேடி எடுத்து வந்த உணவை அன்றே தீர்த்துவிட்டு தனது உணவுத் தேவைகளைப் பூர்த்தி செய்ய தினமும் வேட்டைக்குச் சென்றான். பின்னர், அவனுடைய புத்திசாலித்தனம், அடுத்த நாளுக்காக சிறிது சேமித்து வைக்க ஏதுவாக்கியது. பெரும்பாலும், கைக்கும் வாய்க்குமான நிலைமை தொடர்கிறது, ஆனால் இப்போது பெரும் வித்தியாசம் இருக்கிறது. வேலைப்பகிர்வு மற்றும் தொழில்துறை, வாணிபத்தின் வளர்ச்சி மற்றும் பணம் போன்ற பல அறிமுகப்படுத்தப்பட்டுள்ளதால், ஒவ்வொரு மனிதனும் தான் பயன்படுத்தும் பொருட்களை தானே உற்பத்தி செய்ய வேண்டிய தேவையில்லை. இதன் விளைவாக, அடிப்படைத் தேவைகள் பூர்த்தியடையும் விதமாக இப்போதும் அவன் பணம் ஈட்டுவதே அவனது தினசரி வேலைசெய்வதின் நோக்கம் என்றாலும், இன்பத்தை நாடிச் செல்வது இன்னும் ஆழமாகிவிட்டது. தேவை மற்றும் அதன் திருப்திக்கு இடையிலான விலகல் முழுமையடைந்து விட்டது மற்றும் இப்போது அநேகமாக இன்பத்தில் மட்டுமே கவனம் இருக்கிறது.

உணர்வுப் புலன்கள் அவற்றிற்கு ஏற்புடைய பொருட்களுடன் தொடர்பு கொள்ளும்போது பொதுவாக இன்பம் ஏற்படுவதாக ஆய்வுகள் காட்டுகின்றன. வாசனை, ருசி, கேட்டல், பார்த்தல் மற்றும் தொடுதல் போன்ற அவற்றிக்கு ஏற்புடைய பொருட்களுடன்-பெர்ஃப்யூம்கள், ருசியான உணவு, இசை போன்ற இனிய ஓசைகள், இனிமையான காட்சிகள் மற்றும் பல-அதற்கேயுரிய புலன்கள் உடனடி தொடர்பு கொண்டிருக்கும்வரை இன்பம் கிடைக்கிறது. குறிப்பிட்ட வகையான

இன்பம், உறுப்பு அல்லது புலன் தொடர்பை துண்டித்துக் கொள்ளும்போது நின்றுவிடுகிறது.

இங்கு நாம் சிறிது விலகிச் சிந்திக்க வேண்டும். இவை எல்லாவற்றிலும், மூளையின் பங்கை நாம் விட்டுவிட முடியாது. ஒரு புலனுறுப்பு ஏற்புடைய பொருளுடன் அல்லது அதற்கு இனியதுடன் தொடர்பு கொள்கிறது. ஆனால், மூளையானது ஒத்துழைக்க வேண்டும் மற்றும் அதை புரிந்து கொள்ள வேண்டும், இல்லையெனில் இன்பம் அல்லது அதற்கு எதிர்மறையான உணர்வு பதிவாகாது. நமது அன்றாட வாழ்வில் நாம் பார்த்தாலும் காணாததுபோல, சாப்பிட்டாலும் சுவை தெரியாததுபோல நிகழ்வது வழக்கத்திற்கு மாறானதல்ல. மூளை அலைபாயும்போது அல்லது வேறெதிலாவது ஈடுபட்டிருக்கும்போது இது ஏற்படுகிறது. இந்தக் கருத்தானது நமது வாழ்க்கையை வேண்டுமென்றே வடிவமைப்பதில் மிகவும் முக்கியத்துவம் கொண்டுள்ளது.

புலனுணர்வு இன்பத்தை நாடுவது அதன் வினோதமான பதிலளிப்பைத் தருகிறது : இது விருப்பு வெறுப்புகளுக்கு இடமளிக்கிறது - இனிமையானவற்றிற்கு விருப்பமும், எதிர்மறைக்கு விருப்பமின்மையும், அதாவது, இனிமையானது, குறைந்த இனிமையானது மற்றும் உண்மையில் இனிமையற்றது என விரிவாக வகைப்படுத்தலாம்.

மற்றொரு சங்கித் தொடர் பதிலளிப்பு இன்பத்திற்கான விழைவால் உருவாகிறது. அதற்கான ஆர்வம் பொறுமையின்மையை உருவாக்குகிறது, அதைப் பெறுவது தடைப்பட்டால் கோபமும், வெறுப்பும் ஏற்படுகின்றன, இன்ப உணர்வே, உணர்வற்ற நிலையையோ அல்லது சரியான விதத்தில் விஷயங்களைக் காணும் குறைபாட்டையோ உருவாக்குகிறது, இதை 'மருட்சி' என்று கூறலாம். மீண்டும், ஒன்றுக்கு மேற்பட்ட நபர்கள் தனியொரு பொருளை விரும்பும்போது போட்டியும், சண்டையும் ஏற்படுகிறது. இன்பமளிக்கும் பொருட்களை வைத்திருப்பது பெருமையையும், கஞ்சத்தனத்தையும் ஏற்படுத்துகிறது. சுயநலமே முக்கிய அம்சமாக இன்பம் என்பது சுய அனுபவமாக இருப்பது தெளிவாகிறது.

இதுமட்டுமல்ல, அந்தப் பொருள் அளிக்கக்கூடிய உணர்விலும் சிறிது நிலையற்றதன்மை இருக்கிறது. அதே பொருள் வெவ்வேறு சூழல்களில் இன்பத்தையோ, வேதனையையோ அளிக்கலாம். குளிர்காலக் காலையில் வெம்மை சொகுசாக இருக்கலாம், ஆனால் கோடை நாளில் சங்கடத்தை ஏற்படுத்தும்.

இன்பங்களைக் கையாள்தல்

இதுவரை புலனுணர்வு இன்பங்களை மட்டுமே கையாண்டு வந்திருக்கிறோம். இன்னொரு வகையும் இருக்கிறது அதாவது மன இன்பம் அல்லது உணர்ச்சிகளின் இன்பம். காதல், நகைச்சுவை போன்றவற்றை இனிமையான உணர்ச்சிகள் என்றும், வெறுப்பு, கோபம் மற்றும் பேராசை ஆகியவற்றை இனிமையற்ற உணர்ச்சிகள் என்றும் நாம் குறிப்பிடுகிறோம். மன இன்பம் என்பது மற்றவற்றை விட மேலானதாகும்.

நாம் ஒரு படி மேலே சென்று மூன்றாவது விதமான இன்பத்தை வரையறுப்போம்: அறிவுப்பூர்வ இன்பம் - உணர்ச்சிகளிலிருந்து பிரித்துணரப்படும் சில தீர்மானங்களால் எழக்கூடிய இன்பம். இதன் எதிர்ப்பதம்: அறிவுப்பூர்வ வேதனை. அறிவுப்பூர்வ இன்பத்திற்கான உதாரணம் ஒரு இனமாக மார்க்சிசம் அல்லது சோசியலிசத்தை அனுபவிக்கும் மார்க்சிஸ்டுகள் மற்றும் சோசியலிஸ்டுகள்.

மூன்று விதமான இன்பங்களின் பொதுவான குணாம்சங்களை நாம் இப்போது வரையறுப்போம்:

(1) ஒப்புக்கொள்ளக்கூடிய சிலவற்றுடன் தொடர்புகொள்ள அவை கொண்டுள்ள அவசியம் அதாவது வெளிப்புற பொருட்களைச் சார்திருத்தல்.
(2) பல்வேறு கட்டங்களில் அதற்கேயுரிய விதமாக இன்பத்தை நாடுவதில் பல்வேறு விரும்பத்தகாத விளைவுகள்.
(3) எல்லா நிலைமைகளிலும் ஒரே சீராக இன்பத்தை பொருட்கள் தர இயலாமை.
(4) இன்பம் சுயநலத்தை வளர்க்கிறது மற்றும் மறுசுழற்சியாக அதை உருவாக்குகிறது.

நாம் இப்போது கடையான ஆனால் மிகவும் முக்கியமானதற்கு வருவோம், இன்பத்தின் குணாம்சம். இன்பம் எப்போது உணரப்படுகிறது? இன்பத்திற்கான 'பசி' திருப்திப்-படுத்தப்படும்போது. இதை வேறு, தெளிவான வழியில் கூறவேண்டுமானால், ஒரு குறிப்பிட்ட பொருளை/விஷயத்தைப் பெற்றே ஆகவேண்டும் என்று ஒருவர் நினைக்கும்போது அவரது உள்ளச் சமநிலை முதலில் தொந்தரவு செய்யப்படுகிறது மற்றும் அந்த பசி திருப்தியுறும்போதுதான் அதை (உள்ளச் சமநிலையை) திரும்பப் பெற முடியும் என்று நினைக்கிறார். எனவே, அந்த உணர்வையோ, பொருளையோ பெற முயற்சிக்கிறான், அதைப் பெறும்போது, 'இன்பத்தை' உணர்கிறான். புகைப்பிடிக்கும் ஒருவர், புகைப்பிடிக்க வேண்டும் என்ற எண்ணம் மனதில் தோன்றியதும்

பதற்றமடைகிறார், ஒரு சிகரெட்டை புகைத்ததும்தான் தமது அமைதியை மீண்டும் பெறுகிறார். அந்த விழைவை அவர் திருப்திப்படுத்தியதால், இன்பத்தைப் பெறுகிறார்.

சாக்ரடீசுக்கும், சோபிஸ்டுக்கும் இடையிலான வாதங்களில் இந்த விஷயம் நன்றாகக் கூறப்பட்டுள்ளது. பாக்கியம் தான் உயரிய மகிழ்ச்சி என்று சாக்ரடீஸ் கூறினார்; விழைவதும், பெறுவதும்தான் என்றார் சோபிஸ்ட். சாக்ரடீசின் பாக்கியம் என்பது மரத்துண்டு போன்றது என்றார் சோபிஸ்ட்; சாக்ரடீஸ் கூறினார் தமது கருத்தை மறுதலிப்பவர்கள், அரிப்பெடுக்கும் மனிதர்கள், அவர்கள் சொறிந்து கொள்வதைத் தவிர வேறெதையும் செய்வதில்லை என்றார்!

எனவே இன்பத்தின் மற்றொரு அடிப்படை குணாம்சம் என்னவெனில், *ஒருவிதமான போதாமை உணர்விலிருந்து தோன்றுகிறது*. அட்லெரின் வார்த்தைகளில். "ஒவ்வொரு தன்னார்வ செயலும் போதாமை உணர்விலிருந்து தொடங்குகிறது, இவற்றின் தீர்மானம் திருப்தி நிலைமை, தளர்வு நிலைமை முழுமைத் தன்மை நோக்கிச் செல்கிறது." எனவே போதாமை என்பது, அதை நீக்கக்கூடிய இன்பத்தின் அடிப்பாகத்தில் இருக்கிறது. *இன்பம் தானாக தன் காலில் நிற்கமுடியாது என்பதை நாம் காணலாம்*. இது மற்றொரு முக்கியமான அம்சமாகும்.

இப்போது நாம், புரிந்துகொள்ள மிகவும் கடினமான *மகிழ்ச்சியின்* தன்மையை ஆய்வு செய்வோம். ஓரியண்டல் புனைக்கதைகளும், தத்துவஞானிகளும் இதற்கு நிறைய கவனம் செலுத்தியிருக்கிறார்கள் மற்றும் அதன் தன்மையை தீர்மானிக்க வாழ்க்கை எனும் பரிசோதனைக் கூடத்தில் விரிவான ஆராய்ச்சி செய்திருக்கிறார்கள். இதன் விளைவாக, மகிழ்ச்சி என்பது ஆன்மாவின் உண்மையான தன்மை என்று அவர்கள் முடிவு செய்தனர். (மகிழ்ச்சிக்கு மிகச்சிறந்த மற்றொரு வார்த்தையாக 'சந்தோஷம்' அல்லது 'பேரின்பம்' இருக்கலாம்) அதாவது, விருப்பத்தால் விளைந்த இடையூறுகள் உட்புகாதவரை இயற்கையாகவே மனிதன் மகிழ்ச்சியானவன், அவன் ஒரு இன்ப நிலையில் இருக்கிறான், அதற்கு *எந்த ஆதரவும் தேவையில்லை மற்றும் அதுவே அடித்தளமாகவும், அதன் மேலான கட்டிடமாகவும் இருக்கும்.*

இன்பந்தான் நமது உண்மையான, அசலான தன்மை என்ற அறிக்கையை நாம் ஒருவாறு திருப்திகரமாக தெளிவுபடுத்தலாம். *எப்படி? நான் விளக்குகிறேன். ஒரு நாள் காலையில் உங்கள் தோட்டத்தில் ஒரு நாற்காலியில் உட்கார்ந்து, குளிர்பானத்தை உறிஞ்சியவாறு, வெம்மையான காலைக் கதிரவனில் காய்ந்து கொண்டு, நீங்கள் ஓய்வெடுத்துக் கொண்டிருக்கிறீர்கள் என்று வைத்துக்

கொள்வோம். நீங்கள் மகிழ்ச்சியாகவோ, மகிழ்ச்சியில்லாமலோ இருக்க எந்தக் காரணமும் இல்லை. வேறு விதமாகக் கூறினால், நீங்கள் மகிழ்ச்சியுறவோ, மகிழ்ச்சியற்று இருக்கவோ தெளிவான வாய்ப்பு உங்களுக்கு இருக்கிறது. நீங்கள் ஓரளவு இயல்பான நபர் என்றால் நிங்கள் எதைத் தேர்நெடுப்பீர்கள்? எதிர்மாறாக, எதைப்பற்றியும் வேதனையடைத் தேவையற்ற நிலையில், உங்களுக்கு மகிழ்ச்சிகிட்டுவதை மறுத்துவிட்டு முட்டாளாக நீங்கள் இருப்பீர்களா?

சந்தோஷம்-விவரிக்க இயலாத அமைதி

இன்பத்திற்கு எதிர்மறையாக, சந்தோஷம் எந்தவொரு வெளிப்புற பொருட்கள் அல்லது உள்ளார்ந்த உணர்ச்சிகளற்ற சுயேச்சையானது. இது சமநிலையான தன்மை மட்டுமே. இது எதையும் விழைவதில்லை, வாழ்வில் முக்கியமான ஒன்றைமட்டுமே அது மனிதனுக்குக் கொடுக்கிறது: சந்தோஷத்தையே! நீங்கள் இந்த இரகசியத்தைத் தெரிந்துகொண்டுவிட்டால் எல்லையற்ற சந்தோஷம் உங்களுடையதே.

சந்தோஷம் குறித்த மனிதனின் விளக்கம் விவரிக்க இயலாத அமைதி-'புரிந்து கொள்ளலால் விளையும் அமைதி'. உடல், மனம், உணர்வுகள், புத்திசாலித்தனம் எல்லாமே அமைதியாக-உங்களைச் செயல்படத் தூண்டாத ஒரு இலகுத்தன்மை, ஒரு மிதக்கும்தன்மை. இதன்பிறகு உடல், மனம் மற்றும் புத்திசாலித்தனத்திற்கு மேம்பட்ட, அதிலிருந்து வித்தியாசமான ஆத்மாவின் இருப்பு தென்படுகிறது.

மகிழ்ச்சி, சந்தோஷம் பற்றிய இந்த விளக்கம், சாதாரண மனிதனின் அறிவெல்லைக்கு அப்பாற்பட்டதுபோலத் தோற்றமளிக்கலாம். அப்படி அவசியமில்லை, ஏனெனில் இன்பத்திலேயே மகிழ்ச்சி அல்லது சந்தோஷத்தின் தன்மை இருக்கிறது. இன்பத்தை, துண்டுதுண்டான மகிழ்ச்ச்சி எனக் கூறுவதுண்டு. நாம் மகிழ்ச்சியாக உணரும்போது (துண்டுதுண்டாக இருந்தாலும்) ஒரு ஒன்றிணைந்த, வலிமையான மகிழ்ச்சியின் தோற்றம் நமக்குத் தென்படுகிறது.

> *"முழுமையான பேரின்பத்தை நாம் ஒவ்வொரு*
> *தருணத்திலும் அனுபவிக்கிறோம், அது*
> *மறைந்திருந்தாலும், தவறாகப் புரிந்து*
> *கொள்ளப்பட்டிருந்தாலும், தெளிவற்றிருந்தாலும்.*
> *ஏதேனுமொரு ஆசி, பேரின்பம் அல்லது சந்தோஷம்*
> *இருக்குமிடத்தில், திருடன் திருடுவதில்*
> *சந்தோஷமடைந்தாலும், அந்த முழுமையான பேரின்பம்*
> *தான் வெளிப்படுகிறது; அது புரிந்து கொள்ள*

இயலாததாக, ஏறுமாறாக, எல்லாவிதமான நிலைமைகளிலும், தவறான புரிந்து கொள்ளலுடனும் மட்டுமே இருக்கிறது. "

—விவேகானந்தர்.

மற்றொரு மேற்கோளாக, நவீன கால கவிஞரான தாமஸ் மெர்ட்டன், சந்தோஷம் தனிப்பட இருப்பதையும், உயரிய நிலையில் இருப்பதையும், இன்பத்திலிருந்து மிகவும் வித்தியாசமானது என்பதையும் அழகாகக் கூறுகிறார்:

"எந்தவொரு இன்பத்திலும் ஓய்வை எதிர்பார்க்காதீர்கள் ஏனெனில் நீங்கள் சந்தோஷத்திற்காக உருவாக்கப்பட்டிருக்கிறீர்கள்; உங்களுக்கு இன்பத்திற்கும் சந்தோஷத்திற்கும் வித்தியாசம் தெரியவில்லை எனில், நீங்கள் இனிதான் வாழ ஆரம்பிக்க வேண்டும். "

முன்பே விளக்கியவாறு, உண்மையான மகிழ்ச்சி குறித்து நம்மில் பெரும்பாலோருக்கு தெரியவில்லை மற்றும் இன்பத்தை மகிழ்ச்சியாக எண்ணும் தவறு மற்றும் குழப்பத்தில் ஆழ்கிறோம். பேரின்பத்தை, எல்லையற்ற சந்தோஷத்தை உணர்ந்து அனுபவிக்க குறிப்பிடத்தக்க பயிற்சி தேவைப்படும். உண்மையில், மதம் மற்றும் குறிப்பாக தியானம் மற்றும் பிரார்த்தனை, மகிழ்ச்சியாக, சந்தோஷமாக இருக்கும் கலையைப் பயிற்சி செய்ய நம்மை இட்டுச் செல்வதற்கேயாகும். உணர்வு மற்றும் விருப்பத்திலிருந்து உருவாகும் இன்பத்தைத் தேடும் விழைவிலிருந்து நமது உடல், மனம் மற்றும் அறிவுத்திறனை அவற்றின் பிணைப்பிலிருந்து விலக்கி, அவற்றை நிலைப்படுத்தி, ஒருமனமாகக் குவிப்பதன் மூலம், நமது உண்மை நிலையை அதாவது சந்தோஷம், பேரின்பத்தின் உண்மை நிலையை நாம் கண்டறிய பயிற்சி செய்ய வேண்டும்.

இயற்கையாக அனுபவிக்கக்கூடியவற்றையும் மறுதளிக்கும் மதம் மற்றும் தத்துவம் பற்றிய பொதுவான கருத்துருவாக்கமும், மகிழ்ச்சியை, இன்பமாகக் கருதும் இந்த குழப்பத்திலிருந்து விளைவதுதான். மனிதகுலத்தின் வடித்தெடுக்கப்பட்ட விவேகம், அதாவது மதம் என்பதன் சாரம், குறுகிய, சின்னஞ்சிறு திருப்திகளிலிருந்து மனிதனை விலக்கிச் சென்று, சந்தோஷம், பேரின்பம், மகிழ்ச்சியின் நிலையான, சிறந்த மற்றும் கணிசமான அனுபவத்திற்கு இட்டுச் செல்வதுதான்.

மேலே குறிப்பிட்டுள்ள விளக்கம் மிகவும் இந்தியத் தன்மையுடையதாகத் தோன்றலாம். எனவே டாக்டர் எர்ல் எல். டுக்ளாசை இங்கு மேற்கோள் காட்டுவது பொருத்தமாக இருக்கும்:

"மகிழ்ச்சி இறைவனின் பரிசு. பலர் மகிழ்ச்சியைக் கண்டறிய இயலாமற் போவதற்கான காரணம் அதை எங்கு தேட வேண்டும் என்பதை அறியாததுதான். செல்வத்தில் அதைத் தேடலாம் என்று அவர்கள் நினைக்கிறார்கள்; ஆனால் பணம் மட்டுமே எவரையும் மகிழ்ச்சியுறச் செய்யாது. ஓய்வில் இதைக் கண்டறியலாம் என்று நினைக்கிறார்கள்; ஆனால் பொறுப்புணர்விலிருந்து விலகிச் செல்வது மகிழ்ச்சிக்குப் பதிலாக அடிக்கடி பதற்றத்தை உருவாக்குகிறது. சமூக அந்தஸ்து, இன்பத்தின் மயிர்கூச்செறியச் செய்யும் வகைகள், கௌரவத்தை நாடுகின்றனர்; அதீத சொகுசில் மகிழ்ச்சியைக் கண்டறிய முயற்சிக்கின்றனர்.

அவர்கள் தவறான சாலையில் இருக்கின்றனர். அவர்கள் உயிர்வாழும்வரை இந்த நெடுஞ்சாலை நெடுகிலும் மகிழ்ச்சியைக் கண்டறிய இயலாது; ஏனெனில் மகிழ்ச்சி நமது இதயங்களில் இருக்கிறது, வேறெங்கும் இல்லை என்பதுதான் காரணமாகும்.* இது உள்ளார்ந்த வாழ்வின் நிலையே அன்றி வெளியிலிருந்தானதல்ல. அதன் முக்கியமான குணாம்சம் அமைதி, உடைமையல்ல; மனநிறைவேயன்றி பேராசையல்ல; அன்பும், தியாகமுமேயன்றி, இன்பமும், சொகுசுமல்ல. மனிதன் பிரபஞ்சத்துடன் போராடுவதை கைவிட்டு, இந்த பிரபஞ்சத்தை உருவாக்கிய கடவுளின் கைகளில் தன்னை அர்பணித்துக் கொண்டு, அதைப் பெறுவதாகும்-உலகில் மகிழ்ச்சியைக் காண்பதை நிறுத்திவிட்டு, தனது சொந்த இதயத்தில் அதைக் காணும்பொழுது."

சுருக்கமாக, இந்த அத்தியாயத்தில் பெற்ற அறிவை நடைமுறைப் பயன்பாட்டிற்கு எவ்வாறு பயன்படுத்துவது என்பதை இங்கு நாம் காண்போம். மகிழ்ச்சியாகவோ, மகிழ்ச்சியற்றோ இருக்க குறிப்பிட்ட எந்தக் காரணமும் இல்லையெனில், நாம் நமது மனநிறைவு நிலையை வேண்டுமென்றே உயரிய நிலைக்கு உயர்த்துவோம், சந்தோஷத்தை பிரதிபலிப்போம்-சந்தோஷமாக சிந்தியுங்கள், செயல்படுங்கள் மற்றும் பேசுங்கள். சந்தோஷத்தை விழிப்புநிலையில் செயல்படுத்துவதால், மனமுடைந்தோ, கண்டுகொள்ளாமலோ இருப்பதற்குப் பதிலாக சந்தோஷமாக இருப்பது நமது இயல்பு நிலையாகிவிடுகிறது. எனவே மிகவும் மகிழ்ச்சியாக இருக்க உறுதியான காரணம் இருக்கும்போது, அது உங்களை உயரிய நிலைக்கு இட்டுச் செல்லும். இன்னல் காலங்களில் (நாம் கடவுளின் ஆட்சியில் உறுதியாக நம்மை இறுத்தி வைத்துக் கொண்டிருக்கும்வரை இதை நாம் தவிர்க்க முடியாது),

சந்தோஷமான மனப்போக்கை கடைப்பிடிப்பதால், அது நினைத்துக் கொண்ட ஒன்றாக இருந்தாலும், அது உங்களை பாதாளத்தில் தள்ளிவிடாது. நாம் நமக்கு ஒரு புதிய முழக்கத்தைக் கொடுத்துக் கொள்வோம்-"நாம் எப்போதும் சந்தோஷமாக இருப்போம்-இது நமது உண்மையான தன்மை என்பதைத் தவிர வேறு எந்த காரணத்திற்கும் அல்லாமல்-சந்தோஷம் என்பது நமது பிறப்புரிமை." இரண்டாவதாக,- இது மிகவும் முக்கியமானது-தியானம் மற்றும் பிரார்த்தனை செய்ய நாம் நமது அன்றாட ஓய்வு நேரத்தில் குறைந்தது அரைமணி நேரத்தை ஒதுக்கி வைப்போம்; இதுபற்றிய சில பயனுள்ள சில குறிப்புகளை நீங்கள் அடுத்துவரும் அத்தியாத்தில் காண்பீர்கள்.

❑❑

3

வேலை, விடுவிப்பாளன்—I

"ஒவ்வொரு செயலும் முதலில் நமது ஆன்மாவில் தன்னைத் தானே பாராட்டிக் கொள்கிறது, அதன் பிறகு சூழலில். மக்கள் இந்த சூழலை முறைமைக் கைம்மாறு என்கின்றனர்."

—எமர்சன்.

"என்னைத்தவிர வேறு எதுவும் எனக்கு சேதம் விளைவிக்க முடியாது; நான் படக்கூடிய தீங்கை நான் என்னுடன் எடுத்துச் செல்கிறேன், என்னுடைய சொந்தத் தவறைத் தவிர ஒருபோதும் நான் உண்மையான பாதிப்பாளனாக இருப்பதில்லை."

—செயின்ட் பெர்னார்ட்.

"செயல்பாடு மட்டுமே அறிவுத்திறனுக்கான பாதை."

—ஜி. பெர்னார்ட் ஷா.

"தனது பணியைக் கண்டறிந்தவன்
ஆசீர்வதிக்கப்பட்டவன்.
அவன் வேறு எந்த ஆசீர்வாதத்தையும் கேட்கவேண்டாம்."

—தாமஸ் கார்லைல்.

"வாழ்வில் மிகவும் நிலைத்து நிற்கக்கூடிய மனநிறைவுகளில் ஒன்று தனது பணியில் ஆழ்தல்.... ஆரோக்கியமற்ற அச்சங்களுக்கான நிச்சயக் குணமாதல்களில் ஒன்று செயல்."

— ஹேரி எமர்சன் போஸ்டிக்.

தவறான செயல்

ஒரு குழந்தைக்கு உடல்நிலை சரியில்லை-மிகவும் மோசமாக இருக்கிறது. அதன் பெற்றோர்கள் அருகிலிருக்கும் மருத்துவரிடம் எடுத்துச் செல்கின்றனர், குடும்ப மருத்துவர் வெளியூர் சென்றிருப்பதால் இவர் அந்நியர். அவரது மருத்துவ அறிவும், அனுபவமும் சொல்லிக் கொடுத்தவாறு குழந்தையின் உயிரைக் காப்பாற்ற அவர் செயல்படுகிறார். ஆனால் அடுத்த நாள் காலை குழந்தை இறந்துவிடுகிறது. தந்தை

வேதனையுறுகிறார். பல்வேறு சந்தேகங்களால் அவர் அலைக்கழிக்கப்படுகிறார்; தெரியாத மருத்துவரிடம் குழந்தையை எடுத்துச் சென்றது சரியா என்று அலைபாய்கிறார். இது நோய் பற்றிய தவறான கண்டுபிடிப்பின் விளைவாகவும், அதனால் அளிக்கப்பட்ட சரியற்ற சிகிச்சையாலும் நேரிட்டதா? சரியான கவனிப்பு அளிக்கப்பட்டிருக்கக்கூடிய மருத்துவமனைக்கு விரைந்து எடுத்துச் செல்லப்பட்டிருந்தால் ஒருவேளை குழந்தை உயிர் பிழைத்திருக்குமோ? முட்டாள்தனமான செயலினால் அவன் குற்றவாளியா? அதன் விளைவாக குழந்தை இறந்துபோயிருக்குமோ?

நாம் மற்றொரு சம்பவத்தைப் பார்ப்போம். நகரத்தில் வேலைபார்க்கும் என்னுடைய நண்பன் ஒருவன் இருந்தான். கிராமத்தில் வசிக்கும் அவனுடைய ஒன்றுவிட்ட சகோதரன் மாற்றம் வேண்டும் என்று நினைத்தான். என் நண்பன் அவனை நகரத்து அழைத்து வந்து ஒரு வொர்க்ஷாப்பில் வேலையி சேர்த்து விட்டான். ஒரு வாரத்திற்குப் பிறகு, ஒரு விபத்து நேரிட்டது. ஒரு இரும்பு பாளம் கீழே விழுந்து கடை தரையில் நொறுங்கியது. நேராக அதன் கீழாக வேலை செய்து கொண்டிருந்த என் நண்பனின் சகோதரன், அதே இடத்தில் பலியானான்! என்னுடைய நண்பனின் உணர்ச்சிகளை நீங்கள் நினைத்துப் பாருங்கள். அதே போல இறந்து போன மனிதனின் பெற்றோருடைய உணர்ச்சிகளையும். அவனை நகரத்திற்கு அழைத்து வந்திருக்காவிட்டால் அவன் கிராமத்தில் அமைதியாக வாழ்ந்து கொண்டிருப்பானல்லவா?

இப்போது, இதுபோன்ற துயரமான சூழல்களில், அறிவியலும், தொழில்நுட்பமும் என்ன ஆறுதலை அளிக்க முடியும்? ஒருவர் எப்படி, என்ன சிந்திக்கிறார் என்பதில்தான் ஆறுதல் இருக்கிறது. மிகவும் புத்திசாலித்தனமான மற்றும் நடைமுறை மனப்பாங்கு, இந்த விஷயம் முழுவதையும் இந்த விதத்தில் காண்பதுதான் என்பதை நீங்கள் ஒப்புக்கொள்வீர்கள்:" அப்போது எனக்கு சரியெனப்பட்டதைச் செய்தேன்-விளைவு என் கையில் இல்லை." உண்மையில், உடனடி முடிவை மேற்கொள்ள வேண்டிய பெரும் பொறுப்பின் பாரத்தை ஏற்றுக் கொண்ட ஆபிரகாம் லிங்கன், இதையேதான் செய்ததாகச் சொல்வார்கள். "என்னால் இயன்ற எல்லாவற்றையும் நான் செய்ததாக கடவுளிடம் கூறினேன், இப்போது பலன் அவன் கையில் இருக்கிறது; அதாவது இந்த நாடு காப்பாற்றப்பட வேண்டும் எனில் அவன் அவ்வாறு விரும்பினான் என்பதால்தான்! பாரம் எனது தோளிலிருந்து இறங்கிவிட்டது. எனது ஆழமான பதற்றம் நீங்கியது மற்றும் அதனிடத்தில் பெரும் நம்பிக்கை வந்துவிட்டது. " இவ்வாறு அவர் கூறினார்.

ஒரு தனிப்பட்ட சம்பவத்திற்கு அல்லது ஏதாவதொன்று நிகழ்ந்த பிறகு இதைப் போன்ற சிந்தனையை பயன்படுத்துவதற்குப் பதிலாக, ஒருவர் எப்போதுமே இந்த மனப்பாங்கைக் கொண்டிருப்பது நடைமுறைக்கு ஒவ்வாதது என்று நீங்கள் கருதுகிறீர்களா: ''என்னால் முடிந்தவரை மிகச் சிறப்பாக எல்லாவற்றையும் செய்வேன் - என்னுடைய திறமை மற்றும் அறிவின் சிறந்த தன்மையில். நான் எதிர்பார்த்த அதே பயன் கிடைக்காவிட்டால் நான் தேவையற்று கவலைப்பட மாட்டேன், எனது முயற்சிகளுக்கு அதிக வெற்றி கிடைத்தால் மிகவும் சந்தோஷப்படமாட்டேன்.''

துரதிர்ஷ்டவசமாக, நாம் செயலுக்கு முன்பாக பயனை எதிர்பார்க்கிறோம். ஆரம்பத்திலிருந்தே நாம் பயனில் நம்மை இணைத்துக் கொள்கிறோம். * தாக்குவதற்கு நம்முடைய எல்லா வளங்களையும் திரட்டுகிறோம். நாம் பதற்றமடைகிறோம். பயனுக்காக நாம் ஆர்வமுடன் பணியாற்றுகிறோம். வெற்றி குறித்து நமக்கு சரியாகத் தெரியாதபோது நாம் சந்தேகத்தில் மூழ்குகிறோம். எனவே தளர்வாக, அமைதியான முறையில் செய்யப்பட்ட வேலையில் பொதுவாக அனுபவிக்கப்படும் சந்தோஷங்கள் எல்லாம் இழக்கப்படுகின்றன. இறுதிவரை, எதிர்பார்த்த பயன் குறித்து பதற்றம் நிலவுகிறது. முடிவு வெற்றிகரமாக இல்லையெனில்-ஐய்யய்யோ!. நாம் நசுங்கிவிடுகிறோம். முயற்சிகள் சாதனையில் முடிந்தால்தான் எடுத்துக்கொண்ட எல்லா இன்னல்களும், பதற்றமும் நியாயப்படுவதாக நாம் நினைக்கிறோம். நம்முடைய அன்றாட வாழ்வில் நாம் வேலையை (முயற்சி, வினை என்பதற்கான மறு சொல்) மேற்கொள்ள வேண்டும். பல்வேறு வகைகளிலான வேலை-சில 'முக்கியமானவை', மற்றவை 'அவ்வளவு முக்கியமானவை அல்ல', சில குறுகிய காலத்திற்கானவை, சில நேரமெடுப்பவை. எல்லா நிலைகளிலும் எதிர்பார்த்த முடிவுகள் ஒரேயளவாக இருக்காது. ஆனாலும் நடைமுறை அதேதான். எனவே *எல்லா* வேலைகளுக்கும் நமது அணுகுமுறை அல்லது மனப்போக்கு சீராக இருக்க வேண்டும்.

நாம் கருத்தற்று இருக்கிறோம் என்று இதற்குப் பொருளல்ல. நாம் மனஅழுத்தத்தையும், பதற்றத்தையும் தவிர்க்கிறோம் அவ்வளவே. நாம் எப்போதுமே வெற்றியையும், அதனால் சந்தோஷத்தையும் பெறுவோம் என்று எதிர்பார்க்க முடியாது. இனிமையான பகுதியை மற்றும் அனுபவித்து, இனிமையற்றதை தவிர்க்க முடியும் என்று நாம் நம்ப முடியாது. ஒன்றோ அல்லது மற்றதோ எப்போதும் இருக்கத்தான் செய்யும். *இரண்டுக்கும்* தயாராக இருப்பது என்பதுதான் மனநிறைவைப் பராமரிப்பதற்கான புத்திசாலித்தனமான, அறிவார்ந்த வழியாகும். இது கருத்தற்ற நிலையா?

வினைவிதைத்தவன் வினையறுப்பான்

பலனையும் வழியையும் பற்றி நாம் நிறைய கேள்விப்பட்டிருக்கிறோம், சிலசமயங்களில் வழியை நியாயப்படுத்தும் பலன்கள். பயனைக் குறித்து நாம் நம்மை மிகவும் பிணைத்துக் கொள்ளாதபோது, விரும்பத்தகாத வழிகளுக்கு தயக்கமற்ற வகைமுறை இருக்காது என்று நாம் பாதுகாப்பாக அனுமானித்துக் கொள்ளலாம். இது பொது அறிவல்லவா?

நீங்கள் விதைத்ததைத்தான் அறுப்பீர்கள். அது மிகவும் தெளிவு. இருந்தாலும், விதைக்கப்பட்ட பயிர்களுக்கு ஏற்றபடி அறுவடை இல்லாதிருப்பதை நமது வாழ்வில் பல சந்தர்ப்பங்களில் கண்டிருக்கிறோம். சிறிய முயற்சிகள் சிலசமயங்களில் இயல்புக்கு மாறான வெற்றியைத் தரலாம். கடின உழைப்பும், நேர்மையான முயற்சிகளும் சிலசமயங்களில் பலனற்றுப் போகலாம். இது எதனால்? பொதுவாக நம்பப்படுவதற்கு எதிர்மாறாக, விளைவுகள் செயல்களுக்கு *நேரடியான* விகிதத்தில் இருப்பதில்லை. நேரடி விளைவை சமமாக்கும் பல்வேறு சக்திகள் இருக்கின்றன. ஒவ்வொரு செயலும் அதற்கேயுரிய பலனைக் கொண்டிருக்காது என்று கூற இயலாது.

முன்பே கூறியவாறு, நாம் விதைத்ததைத்தான் அறுக்கிறோம். இயற்கையாகவே! வேதாகமத்தின் வார்த்தைகளில் கூறினால், "மனிதர்கள் முட்களுள்ள திராட்சைகளைச் சேகரிக்கின்றனரா? அப்படியெனில், ஒவ்வொரு நல்ல மரமும் நல்ல பழத்தைத் தரும், ஆனால் கெட்டுப்போன மரம் தீய பழத்தைத் தரும்.'' ஒவ்வொரு செயலுக்கும் கண்டிப்பாக பலன் உண்டு. நல்ல செயல்கள் நல்ல பலன்களையும், கெட்ட செயல்கள் கெட்ட பலன்களையும் தரும் என்பதும்

---

* "ஒரு நாடாக நாம் ஒட்டுமொத்தமாக பயன்கள் பற்றி மிக அதிகமாகச் சிந்திக்கிறோம். எனக்கு நினைவிருக்கிறது, பல ஆண்டுகளுக்கு முன்பு, நான் வில்வித்தையில் மிகுந்த ஆர்வம் கொண்டிருந்தபோது, ஜப்பானிய வில்வித்தை பற்றிய புத்தகத்தைப் படித்தேன். அதை நான் யோகோஹாமாவில் கண்டெடுத்து, மொழிபெயர்க்கச் செய்தேன். ஜப்பானிய மதிப்பெண்ணளிக்கும் முறைப்படி, இலக்கின் மையத்தில் பதியும் ஒரு அம்புக்கு மதிப்பெண் பலகையில் 50 சதவீத மதிப்பெண் மட்டுமே வழங்கப்படும். வில்வித்தையாளர் விளையாட்டின் பாரம்பரிய முறைகளை எவ்வாறு பின்பற்றினார், அவர் அம்பை விடுவித்த முறை ஆகிய *விதத்திற்கு*, எஞ்சிய 50 சதவீதம் அளிக்கப்படும். "அமெரிக்க வில்வித்தையில், ஒருவர் மல்லாந்து படுத்துக் கொண்டு, தனது காலால் வில்லை இழுத்து, தமது பற்களால் அம்பை எய்யலாம், இலக்கின் மையத்தில் அம்பை நாட்டலாம், இருந்தாலும் அவருக்கு 100 சதவீத மதிப்பெண் வழங்கப்படும்.

"நாம் பயன்களை வழிபடுகிறோம்.''

—'த கோர்ட் ஆஃப் லாஸ்ட் ரிசார்ட்'-ல் எர்ல் ஸ்டேன்லி கார்டனர

தெளிவாகிறது. ஆனால் மீண்டும் இங்கு நல்லதும் கெட்டதும் தொடர்புடைய சொற்கள். ஏதேனும் கெட்டது, 'நல்ல' செயலிலிருந்து விளையும் என்று கூற முடியாது. விநோதமாக இருக்கிறதா? நீங்கள் கடன் கேட்ட உங்கள் நண்பருக்கு நூறு ரூபாய் கொடுத்து 'உதவிகிறீர்கள்' என்று வைத்துக் கொள்வோம். அதைக் கொண்டு அவர் போதைப் பொருள் வாங்குகிறார், போதைமருந்துக்கு அடிமையாகி விடுகிறார். உங்கள் 'நல்ல' செயலின், உங்கள் 'உதவியின்' விளைவு என்ன?

பிரச்சினைக்கு மற்றொரு அம்சமும் உள்ளது. எல்லா நிகழ்வுகளுக்கும் ஒரு காரண காரிய உறவு அவற்றில் உண்டு. ஒரு செயல் ஒருசமயம் காரண காரியமாக இருக்கும். மரம் விதையளித்தது, அதேபோல விதை மரத்தை அளிக்கப்போகிறது. எது முதலில், மரமா, விதையா?

நல்ல அல்லது கெட்ட முடிவுகளைத் தவிர்க்க, ஒருவர் எல்லா செயல்களிலிருந்தும் விலகியிருக்க வேண்டும் எனக் கூறலாம். இது இயலக்கூடியதா? வேலையிலிருந்து அனைவரும் விலகியிருந்தால் உலகம் நேரடியாக முடிவுக்கு வந்துவிடும்!

எனவே நாம் அனைவரும் வேலை செய்தாக வேண்டும். வேலை என்பது சாபமல்ல, சாபமாக இருக்கக்கூடாது, ஏனெனில் இது அவசியமானது.

> "தர்மம் என்ற வார்த்தைக்கு பலவகையான அர்த்தங்கள் இருக்கின்றன அவற்றில் ஒன்று "கடமை". இதைச் செய்தாக வேண்டும் ஆனால், பொதுவாகக் கூறினால், நாம் செய்ய விரும்புவதில்லை. இருந்தாலும், பௌத்தமதத்தின்படி இதைத்தான் அடுத்ததாகச் செய்ய வேண்டும், விருப்பு, வெறுப்பு என்ற அடைமொழிகள் பொருந்தாது. ஒருவர் அதைச் செய்ய வேண்டும் அவ்வளவே."
>
> —கிறிஸ்துமஸ் ஹம்ப்ரீஸ்.

நமக்கு ஒதுக்கப்பட்ட வேலையைச் செய்துதான் ஆகவேண்டும். இடையறாது வேலை செய்ய வேண்டும் என்ற அவசியம் நம்மை அடிமைப்படுத்தும். ஆனால் அது நம்மை அடிமைப்படுத்தாத வகையிலும், உண்மையில் நம்மை விடுவிப்பதாகவும் இருக்கும் விதத்தில் நாம் நம்மை வேலையில் ஆட்படுத்திக் கொள்ள வேண்டும்.

> தினசரி என் வேலையைச் செய்யவிடு,
> களத்திலோ, வனத்திலோ, மேசையிலோ, தறியிலோ,
> சந்தடிமிக்க சந்தையிலோ, அமைதியான அறையிலோ,

செய்யவிடு ஆனால் என் இதயத்தில் கண்டுபிடித்துச் சொல்,
வேண்டாத ஆசைகள் என்னை அழிக்க முற்படுகையில்,
வாழும் அனைவரிலும், எனக்கு மட்டுமே
"இது என் வேலை; என் ஆசீர், எனது விதியல்ல;
இந்த வேலையை சரியான விதத்தில் செய்ய இயலும்"
பின்னர் இதை நான் பெரிதாகவோ, சிறிதாகவோ காணேன்,
என் மனதிற்கேற்ற விதத்தில், என் சக்திகளை நிரூபிக்க;
பின்னர் வேலைசெய்யும் நேரங்களை மகிழ்வுடன் வரவேற்பேன்
மேலும் மகிழ்வு வர, நீண்ட நிழல்கள் விழும்போது
மாலை நேரத்தில், விளையாடவும், அன்பு செலுத்தவும், ஓய்வெடுக்கவும்
ஏனெனில், என் வேலைதான் மிகச்சிறந்ததென எனக்குத் தெரியும்.

—ஹென்றி வான் டைக்.

◻◻

---

* "ஒரு முட்டாள் அவன் வெட்கப்படும்படி எதையாவது செய்யும்போது, அதை தனது கடமை என்று அவன் எப்போதும் அறிவிப்பதுண்டு!"

—'சீசர் மற்றும் கிளியோபாட்ராவில் பெர்னார்ட் ஷா

4

வேலை, விடுவிப்பாளன்—II

"சரியானவிதத்தில் கைவிடப்பட்ட செயல் சுதந்திரம் தரும்:
சரியான விதத்தில் செய்த செயல் சுதந்திரம் தரும்
இரண்டும் நல்லதே
செயலைச் செய்யாமல் இருப்பதைவிட."

— பகவத் கீதை.

பலனை எதிர்பார்த்தல்

இந்தப் புத்தகத்தின் ஓரிடத்தில், இன்றைய உலகின் கருத்து பற்றி, நம்முடைய ஒவ்வொரு செயலும் வர்த்தக பரிமாற்றமாக- ஒரு விற்பனையாக நாம் பார்த்திருக்கிறோம். வேறுவிதமாகக் கூறினால், நாம் இலாபத்திற்காக பல்வேறு பொருட்களை விற்கக்கூடிய வர்த்தகர்கள் ஆவோம்! நினைவிருக்கட்டும், ஒரு பொருளைத் தயாரிக்க ஆன செலவை விட அதிக விலையில், அல்லது மறுவிற்பனைக்காக அவர் முதலில் வாங்கிய விலையை விட அதிக விலையில் ஒரு வியாபாரி விற்காவிட்டால் அவர் தொடர்ந்து தொழில் செய்ய முடியாது. நீங்கள் ஒரு நிலக்கரிச் சுரங்கத்தின் உரிமையாளர் என்றால், சுரங்கத்திலிருந்து நிலக்கரியைப் பெற உங்களுக்கு கண்டிப்பாக ஒரு தொகை செலவாகும். அந்த விலையிலோ, அதற்குக் குறைவான விலையிலோ நீங்கள் நிலக்கரியை விற்க முடியாது; நீங்கள் இலாபம் ஈட்டுவதற்காக நிலக்கரிச் சுரங்கத் தொழிலில் இறங்கியிருக்கிறீர்கள். இது சொல்லித் தெரிவதில்லை.

தெரிந்தோ தெரியாமலோ, அல்லது பழக்க தோஷத்தாலோ, இந்த வர்த்தக மனப்போக்கை நமது எல்லா செயல்பாடுகளுக்கும் நீட்டுவிக்கிறோம். என்ன நிகழ்ந்தது? நாம் செய்யும் எல்லாவற்றிற்கும் கைம்மாறை எதிர்பார்க்கிறோம். நாம் அன்பு செலுத்திலால், அன்பு செலுத்தப்பட வேண்டும் என்று எதிர்பார்க்கிறோம். நாம் உதவி செய்தால், நாம் உதவிய நபர், குறைந்தபட்சம் நன்றிக்கடனையாவது செலுத்த வேண்டும் என்று நினைக்கிறோம். நாம் கனவானாக, பணிவுடன் ஏன் நடந்து கொள்கிறோம் என்றால், அப்போதுதான் மற்றவர்களும் நம்மிடம் அவ்வாறு நடந்து கொள்வார்கள் என்று எதிர்பார்ப்பதற்கான ஒரே வழி.

இது விஷச் சுழல்-கைம்மாறை எதிர்பார்த்தல். கைம்மாறு இல்லாமல் எதையும் செய்ய இயலாததால் நாம் அடிமைகளாகி விடுகிறோம்.

இப்போது, இதிலிருந்து விடுபடுவது எப்படி? இந்த விஷச் சுழலை எப்படி உடைப்பது: ஒருவர் செய்யக்கூடிய அல்லது தரக்கூடிய எல்லாவற்றிற்கும் யாராவது இலாபத்தை எதிர்பார்க்கலாமா? கைம்மாறை எதிர்ப்பார்ப்பதை நாம் நிறுத்திக் கொண்டால் அது எளிதான தீர்வாக இருக்காதா? அப்படியெனில் அது ஒரு விநோதமான வர்தகமாக இருக்கும்! ஒரு வியாபாரி தனது பொருட்களை, இலாபத்தை விடுங்கள், எந்தவித விலையும் பெறாமல், அப்படியே தருகிறார்!! அதிசயம்: அவர் வியாபாரியாக இனி இருக்க மாட்டார்!!! உங்களுடைய தோட்டத்தில் மிக அதிகமாக ஆரஞ்சுகள் விளைகின்றன, உங்களுக்கும் உங்கள் குடும்பத்திற்கும் தேவைப்படுவதை விட மிக அதிகம் என்று வைத்துக் கொள்வோம். (நீங்கள் தொழில்முறைத்துவ ரீதியில் ஆரஞ்சு பயிரிடுபவர் என்றால் இது பொருந்தாது). உபரியாக இருப்பதை நீங்கள் அப்படியே மற்றவர்களுக்கு இலவசமாக விநியோகிப்பீர்கள். அதனால் நீங்கள் நஷ்டப்பட்டவர் என்று கூறமுடியுமா? பார்க்கப்போனால் ஆமாம், உண்மையில் அல்ல. ஒவ்வொருவரும் தங்களுக்குத் தேவையானதை மட்டுமே வைத்துக் கொண்டு உபரியாக் இருப்பதை மற்றவர்களுக்கு இலவசமாக விநியோகித்தால்? உலகில் அமளி துமளிதான் இருக்கும் என்பதை நீங்கள் கற்பனை செய்து பார்க்கலாம். இது ஏனெனில், ஒவ்வொருவரும் வியாபாரியாக இருக்கும் உலகில், இலவசமாகக் கொடுக்கும் எவரைப் பற்றியும் சிந்தித்துப் பார்க்க முடியாது. பாவம் இந்த உலகம்!

நாம் வசிக்கும் உலகம் சில பாரம்பரியங்களை அமைத்திருக்கிறது, நாம் அவற்றைக் கடைப்பிடிக்கவில்லை என்றால், நாம் பைத்தியக்காரர்களாகக் காணப்படுவோம், பட்டினியும் கிடக்க நேரிடலாம். அப்படியெனில், இந்த வர்த்தகத்தை மிகவும் குறைந்தபட்சமாகவாவது வைக்கக் கூடாதா? இதற்கு என்ன பொருள் என்று நீங்கள் கேட்பது நியாயம்தான். கூட்டுறவு இயக்கம் பற்றி நாம் அனைவரும் அறிவோம். கூட்டுறவு சங்கத்திலோ, கடைகளிலோ, யார் வாங்குகிறார்கள், யார் விற்கிறார்கள், யார் இலாபம் ஈட்டுகிறார்கள், எங்கிருந்து இலாபம் வருகிறது, யாருக்குப் போய்ச் சேருகிறது? இவை எல்லாவற்றையும் உறுப்பினர்கள் செய்கிறார்கள். நீங்களும் நானும் இந்த உறுப்பினர்களின் மனப்பாங்கை வளர்த்துக் கொள்ள வேண்டும். *நாம்* வாங்குகிறோம், *நாம்* நமக்கே விற்றுக் கொள்கிறோம், *நாம்* ஓரளவு இலாபத்தை ஈட்டுகிறோம், அதை இறுதியில் *நாமே* பகிர்ந்து கொள்கிறோம்.

பரிகாரம்

இதை முயற்சித்துப் பாருங்கள். நீங்கள் ஒருவரிடம் அன்பு செலுத்தும்போது கைம்மாறாக அன்பு செலுத்தப்பட வேண்டும் என்று எதிர்பார்க்காதீர்கள். (ஆனால் இதில் அழகு என்னவெனில் உங்களிடம் மற்றொருவர் அன்பு செலுத்துவதை நீங்கள் உண்மையில் தடுத்து நிறுத்த முடியாது, ஆனால் நீங்கள் அதை மறக்க வேண்டும்). கைம்மாறாக அன்பு இருக்கிறா இல்லையா என்று கவலைப்படாதீர்கள் அவ்வளவுதான். நீங்கள் வேலை செய்யும்போது, நீங்கள் உங்கள் சக மனிதர்களுக்காக ஏதாவது நல்ல காரியத்தை ஒரு சேவையாகச் செய்வதாக நினைத்துக் கொள்ளுங்கள், நீங்கள் சம்பளத்திற்காக வேலை செய்கிறீர்கள் என்பதை மறந்து விடுங்கள். நீங்கள் தொடர்ந்து செயல்பட கடவுள் உங்களுக்கு திறன் அளித்திருக்கிறார் என்று கொள்ளுங்கள். உங்களுடைய மனதில் உங்கள் வேலையையும், சம்பளத்தையும் பிரித்து விடுங்கள். இவையிரண்டையும் நீங்கள் இணைக்கும்போதுதான் நீங்கள் முதலில் உங்களுடன் வாதிட்டுக் கொள்ளத் தொடங்குகிறீர்கள், அதன் பிறகு உங்கள் எசமானருடன், நீங்கள் செய்யும் வேலைக்கு போதுமான சம்பளம் அளிக்கப்பட்டால். நீங்கள் வேலை செய்யாமலேயே உங்கள் எசமானரிடமிருந்து சம்பளம் பெறுகிறீர்கள் என்றால், நீங்கள் மனநிறைவு பெற மாட்டீர்கள், எனவே வேலையிலிருக்கும்போது நீங்கள் ஒன்றும் செய்யாமல் இருப்பதை நிறுத்தி விடுவீர்கள். ஒன்றும் செய்யாமல் இருப்பது, கைமாறாக வேலை செய்யாமல் ஒருவர் சம்பளம் பெற்று ஒருவரை ஏமாற்றும் விதமாகும்.

நாம் முன்பு பார்த்தவாறு, நாம் அனைவரும் வேலை செய்துதான் ஆகவேண்டும், இதிலிருந்து தப்பிக்க முடியாது. உயிர்வாழ, நாம் சுவாசித்தாக வேண்டும், உணவு உண்டு, உறங்கியாக வேண்டும். இந்த செயல்பாடுகளுக்காக யாரேனும் நமக்கு பணம் தருகிறார்களா? ஏன்? ஏனெனில் இவற்றை நாம் நமக்காகச் செய்கிறோம், அதனால் தானே தனக்கு பணம் கொடுத்துக் கொள்ள முடியாது! இங்குதான் கடமை என்ற கருத்து வருகிறது. ஒருவர் தமக்காக இவற்றை செய்துதான் ஆகவேண்டும், இதில் இனிமையானது, இனிமையற்றது என்று எதையும் இணைக்க முடியாது. அப்படியெனில் இதை சந்தோஷமாக, ஒருவாரல் இயன்ற சிறந்த வழியில் ஏன் செய்யக் கூடாது?

நாம் ஒவ்வொருவரும் இந்த உலகின் அங்கம் என்பதை நாம் நினைவில் கொள்ள வேண்டும். இந்த உலகு நம்மிடமிருந்து விலகிய ஒன்றல்ல. எந்தவித கைம்மாறும் இல்லாமல் நமது கடமையை செய்வோம் என்று நாமே சொல்வதற்குப் பதிலாக, நாம் எதைச் செய்தாலும், அதை நமக்காகத்தான் செய்கிறோம் என்பதை நினைவில் கொள்வது எளிதாக இருக்கும்.

உடலையும், உள்ளத்தையும் ஆரோக்கியமாக வைத்துக்கொள்ளும் ஒரு வழி, பயனுள்ள ஆக்கப்பூர்வ பணியில் தம்மை ஈடுபடுத்துக் கொள்வதுதான்.செயல்பாடு உடற்பயிற்சியைத் தருகிறது, உடலுக்கும், உள்ளத்திற்கும்.நாம் வேலையில் கவனம் செலுத்தினால், நம்மை மறந்து அதில் ஒன்றிப் போய்விடுகிறோம். கவலைப்படவோ, உள்மனதை அலசி ஆராயவோ நேரமிருக்காது. கைம்மாறைப் பற்றியே ஒருவர் எப்போதும் சிந்தித்துக் கொண்டிருந்தால், அவரது வேலையின் அளவும், தரமும் பாதிக்கப்படும். கவனக்குவிப்பு மட்டுமே அளவிலும், தரத்திலும் வேலையை திருப்திகரமாக்குகிறது. அவரது திறமை வளர்கிறது. சமூகத்திற்கான அவரது பயன்பாடு வளர்கிறது. எனவே,நமது வேலையை சமூகத்திற்கும், உலகிற்கும் ஒரு சேவையாகக் காண்பது எளிதாகிறது.

பிரதிபலன் அல்லது கைம்மாறை எதிர்பார்ப்பதிலிருந்து விலகியிருப்பதற்கு இதுதான் வித்தையாகும். இது ஒருவரை உடனே உலகிற்கு நன்மைபயக்கும் சுயநலமற்ற பணியாளரராக்குகிறது! இதனால் நீங்கள் எதையும் இழக்கப்போகிறீர்களா? மாறாக, நீங்கள் எல்லாவிதத்திலும் ஆதாயம் பெறப்போகிறீர்கள்-உடலளவில், மனதளவில், பொருளளவில்.

❑❑

5

வேலை, விடுவிப்பாளன்—III

இருவிதமான சக்திகள்

நாம் முன்பே பார்த்தவாறு, விதையினுள் மரம் மறைந்திருப்பதைப் போல, ஒரு செயலின் பயன் அல்லது விளைவு அதிலேயே மறைந்திருக்கிறது. நாம் செயல்படும்போது, பயன் அல்லது விளைவு கட்டங்கட்டமாக, சில சமயங்களில் ஒரே சமயத்தில், சில சமயங்களில் உடனடியாக, சில சமயங்களில் பிற்பாடு வெளிவிடப்படுகிறது. நீர் மின்பிரிப்பு செய்யப்பட்டால், ஹைட்ரஜனும், ஆக்சிஜனும் ஒரே சமயத்தில் வெளிவிடப்படுகிறது. நாம் உண்ணும்போது, போதுமான அளவு சாப்பிட்டவுடன் நமது பசி ஆறிவிடுகிறது. நாம் விதை விதைக்கும்போது, குறிப்பிட்ட சில நாட்களுக்குப் பிறகு முளைவிடுகிறது.

ஆனால் பயனானது எப்போதாவது குறைபாடுடனோ, ஒடுக்கப்பட்டோ இருக்கலாம். ஒரு செயலிலேயே பயன் அல்லது விளைவு மறைந்திருக்கிறது என்ற விதியை இது எந்தவிதத்திலும் மறுதலிக்கப்போவதில்லை. ஒரு விதை விதைக்கப்பட்டால், அது தானே முளைவிடாது. அந்த விதையில் மரம் மறைந்திருக்கவில்லை என்று இதற்குப் பொருளல்ல. முன்னதாக, அந்த 'விளைவை' நிறுத்த ஏதேனும் 'செயல்பட்டிருக்க' வேண்டும். இந்த விதை பழுத்த பழத்திலிருந்து எடுக்கப்படாமல் இருந்திருக்கலாம். விதை வளர்வதற்கு மண், காலநிலை அல்லது பிற நிலைமைகள் உகந்ததாக இல்லாதிருக்கலாம். ஆனால் இவை வெளியில் தெரியாது. எனவே நாம் அவற்றை கணிக்க முடியாது என்பதால், சில சமயங்களில் பயன்கள் ஏற்படாமல் போகலாம். ஒரே சமயத்தில் இரண்டு விதமான சக்திகள் செயல்படுகின்றன, ஒன்று சாதகமாகவும், மற்றொன்று பாதகமாகவும். இந்த இரண்டு சக்திகளில், இறுதியில் எது வெற்றிபெறும் என்பது நமக்குத் தெரியாததால், விளைவும் 'சொல்லமுடியாத' தாகும். இது பல தருணங்களில் நம்மை தவறான முடிவுகளை எடுக்க வைக்கலாம்.

ஒரு பிரபல சமஸ்கிருத ஸ்லோகம் சொல்கிறது: "மனிதன் ஒருவன் செய்த நல்ல செயல்களுக்காக கடவுள் அவனைப் பாராட்டுவதில்லை,

தவறு செய்பவர்களை அவர் தண்டிப்பதுமில்லை." இதன் கருத்து என்னவெனில், முன்பே விளக்கியவாறு, ஒவ்வொரு செயலும் அதனுடைய விளைவையோ, பயனையோ தருகிறது. ஒரு காரணம், காரியமாகவும் ஆவதை நாம் கண்டோம். எனவே, எந்தவொரு பயனையும் விளைவிக்க கடவுள் தலையிட அவசியமில்லை.

செயல்களின் பயன்களை விரிவாக இவ்வாறு வகைப்படுத்தலாம் (அ) இழப்பீடு (ஆ) வஞ்சத்தீர்வு, (இ) வெகுமானம் மற்றும் தண்டனை. இயற்கையின் திட்டத்தில், செய்யப்படும் ஒவ்வொரு தியாகத்திற்கும் ஒரு இழப்பீடு இருக்கும். ஒருவன் பிரம்மச்சாரியாகவே இருக்கிறான். மனைவி குழந்தைகளின் அன்பையும், பாசத்தையும் அவன் இழக்கலாம். ஆனால் இதில் இழப்பீடு என்னவெனில், ஒரு குடும்பத் தலைவனாக தலையில் விழும் பொறுப்புக்களிலிருந்து அவன் விடுதலை பெறுகிறான். அதேபோல, திருமணம் செய்து கொள்ளும் ஒருவன், தனது மனைவி குழந்தைகளுடன் தனது வளங்களைப் பகிர்ந்து கொள்வதால் செய்யும் தியாகத்திற்காக சிறந்த பராமரிப்பு மற்றும் சொகுசு என்ற வழியில் ஓரளவு ஈடுகட்டப்படுகிறது. *இழப்பீடை, இயற்கையின் அருளாட்சி* என்று நாம் கொள்ளலாம்.

ஒரு செயல், நல்லதோ, கெட்டதோ, செயலை உடனடியாகத் தொடராவிட்டால், காலப்போக்கில் மகிழ்ச்சியையோ, துக்கத்தையோ கொண்டுவரும் என்று நாம் வலுவாக நம்புகிறோம். நினைப்பது முற்றிலும் சரி, ஆனால் இதிலுள்ள ஒரேயொரு குறை என்னவெனில், நல்ல அல்லது கெட்ட செயல்கள் அல்லது விளைவுகள் என்ற முடிவுகள் பெரும்பாலும் சுயநலத்தால் விளைபவையாகும். நமக்கு விருப்பமில்லாத எதுவும் அல்லது நமக்கு உடனடியாக ஆர்வம் தராத எதுவும், தவறாக இருக்கும் என்று நாம் நம்புகிறோம். 'கவிதைத்தனமான நீதி' என்ற கருத்தும் இந்த வஞ்சத்தீர்வுக் கருத்தை அடிப்படையாகக் கொண்டதாகும். இந்த வெளிப்பாடு நல்ல அல்லது மிகச் சிறந்த செயலுக்கும் பொருந்தும் என்றாலும், கெட்ட அல்லது தீய செயல்களுக்கு மட்டுமே பொருந்தும் என்று பெரும்பாலும் நாம் பொருள் கொள்கிறோம். *வஞ்சத்தீர்வு என்பது நேரடியாக செயலுடன் தொடர்புடையதாகும்.*

பயன்களின் மதிப்பீடு

வெகுமானம் மற்றும் தண்டனை, குறிப்பிட்ட செயலின் பயன்களின் மதிப்பீட்டில் வெளிப்புற அமைப்பை அறிமுகப்படுத்துகிறது. எனவே ஒரு செயல் நல்லதா, கெட்டதா என்பதை முடிவுசெய்யும் அதிகாரமைப்பு, அந்த வெளிப்புற அமைப்பிடம் இருக்கிறது. இதுதான் நீதி மற்றும் சட்டத்தின் நியதியாகும். ஒவ்வொரு வயதும், ஒவ்வொரு நாடும்,

ஒவ்வொரு சமூகம், அல்லது சமுதாயமும் தனக்கேயுரிய சட்டங்களை, நீதிமுறைகளைக் கொண்டிருக்கின்றன. பழங்காலத்தில், திருச்சபைக்கு முரணானவர்கள் எரிக்கப்பட்டனர். நமது நடப்புக்கால உலகில் உள்ள போக்குவரத்துச் சட்டங்கள், பழங்காலத்தில் கேள்விப்படாதவை. பலதார மணத்தை இஸ்லாம் சகித்துக் கொள்கிறது, ஆனால் பெரும்பாலான பிற மதங்கள் ஒருதார மணத்தையே வலியுறுத்துகின்றன. ஆங்கிலேயர்கள் தங்களது ஆட்சியின்போது, இந்தியர்கள் பலரை சிறையிலிட்டனர் அல்லது தூக்கிலிட்டனர். ஆங்கிலேய ஆட்சியாளர்களுக்கு, இந்தியர்களின் செயல்கள், போராட்டமாகவும், தேசவிரோதமாகவும் அமைந்த அதே சமயம் இந்தியர்களுக்கு தேசபக்தி அல்லது வீரச் செயலாக இருந்தன.

நம்முடைய தவறுகளுக்கு மோசமான விளைவுகளை எல்லா தரப்பிலிருந்தும் நம்மை அச்சுறுத்துவதாகத் தோன்றும், நமது செயல்பாடுகள் குறித்து விழிப்புடன் இருக்க நம்மை வற்புறுத்தும் இந்த பல்வேறு அமைப்புகளைக் காண்கையில், தீர்மானத்துடன், சராசரி புத்திசாலித்தனம் உள்ள ஒரு சாதாரண மனிதனுக்கு, மேற்கூறிய சக்திகளின் சட்டங்களை மீறாமல் அமைதியான, மகிழ்ச்சியான வாழ்வை வாழ்வது மிகவும் எளிதாகும். உண்மையில், குற்றம்புரிபவனுக்கு போலீஸ்காரரின் பயம் இருக்கும், ஆனால் சட்டத்தை ஏற்று நடப்பவருக்கு அவர் நண்பனாக இருப்பார். நிர்ணயிக்கப்பட்ட விதிமுறைகளை அல்லது சட்டங்களை நமது செயல்கள் மீறும்போதுதான் மோசமான விளைவுகள் பற்றி நாம் கவலைப்பட வேண்டும்.

கண்டுபிடிக்கப்படாத பல குற்றங்கள் இருப்பதையும், இதைச் செய்தவர்கள், சட்டம் மற்றும் நீதியின் பிடியிலிருந்து தப்பித்துக் கொண்டிருப்பதையும் பற்றி ஒருவர் வியக்கலாம். இந்த வழக்குகளில் வஞ்சத்தீர்வு குறித்து நாம் ஏற்கெனவே பார்த்தோம். குற்றத்தை கண்டுபிடிக்காதது ஓட்டையைக் குறிக்கிறது என்பது உண்மைதான், ஆனால் கண்டுபிடிக்கப்பட்டால் தண்டனை கிடைக்கும் என்ற அச்சத்தினால் ஒரு சாதாரண மனிதன் சட்டங்களை மீறுவதிலிருந்து தன்னைக் கட்டுப்படுத்திக் கொள்வதில்லை. அவனுக்குள் இருக்கும் சில அமைப்பு முறை எது சரி எது தவறு என்று அவனுக்கு வழிகாட்டி வருகிறது. இதைத்தான் மனச்சாட்சி என்கிறோம், இதை ‘உட்குரல்’ என்றோ, ‘உள்ளிருக்கும் கடவுள்’ என்றோ பலவாறு அழைக்கிறோம். இங்கு மீண்டும், பொதுவாக அறியப்படுவதற்கு மாறாக, மனச்சாட்சி என்பது மிகத் துல்லியமான வழிகாட்டியல்ல, ஏனெனில் இது நமது கல்வி மற்றும் வளர்ந்த முறையினால் விளைவதாகும். இது நமது எண்ணங்கள் மற்றும் கொள்கைகளால், சமூக நியதிகள் மற்றும் தார்மீகத் தத்துவங்கள், மற்றும் ஒரு நபர் ஏற்றுக் கொள்ளும் சொந்த பகுத்தறிவின் தாக்கத்தால் புடம்போடப்படுகிறது. எனவே, ‘ஒருவரது மனச்சாட்சி கூறுவது’

சரியானது என்று பெரிதும் நம்புவது அபாயமாகும்.*

மனச்சாட்சி என்ற கருத்தைக் கையாள சிறிது விளக்க வேண்டியது அவசியமாகிறது. எனவே, நாம் ஒரு உதாரணத்தை எடுத்துக் கொள்வோம். மகாத்மா காந்தி (உலகின் மாமனிதராக 1922-ம் ஆண்டிலேயே அமெரிக்க கிறித்துவ பாதிரியாரான டாக்டர் ஹேய்னஸ் ஹோம்ஸ் அறிவித்தார்) 1948-ம் ஆண்டு ஜனவரி மாதம் சுட்டுக் கொல்லப்பட்டபோது மனிதகுலம் அதிர்ச்சியுற்றது. தனது மதத்திற்கு தொந்தரவாக இருக்கும் ஒருவரை 'அகற்ற' வேண்டும் என்று 'மனச்சாட்சி கூறியதாக' நேரமையாக நம்பிய இந்துமத இளைஞனால் சுட்டுக் கொல்லப்பட்டார். தனது மதத்திற்கும், நாட்டிற்கும் தனது கடமையைச் செய்வதாக *தனது* மனச்சாட்சிபடி அவன் நம்பியிருக்கலாம். மிகப் பழமையான தத்துவஞானிகளில் ஒருவரும், எல்லாக் காலத்திலும் அறிவாளியாகக் கருதப்படும் சாக்ரடீஸ், தமது கால இளைஞர்களுக்கு அபாகரமான யோசனைகளைக் கூறி கெடுக்கிறார் என்று நேர்மையாக நம்பியவர்களால் மரண தண்டனை விதிக்கப்பட்டார்! ஒருவருடைய மனச்சாட்சியின் சரியற்ற தன்மையை எடுத்துக்காட்டவே இவை குறிப்பிடப்பட்டுள்ளன.

பயன் தன்னிச்சையானது

நாம் 'விடுவிக்கப்பட்ட' ஆன்மா குறித்து நிறைய கேள்விப்பட்டிருக்கிறோம், இந்த வாழ்விலேயே 'மிகச் சிறந்தவராக' ஆனவர். இதுபோன்ற மனிதனில் அம்சங்கள் அல்லது குணங்களில் ஒன்று, தனது செயல்களை எடைபோடாது செய்பவர், அவர் எப்போதும் நல்லதை அல்லது பயன்தரும் விஷயங்களையே செய்வார். ஒரு மனிதன் எப்போதும் தனது செயல்களில் மிகச் சிறந்து விளங்க முடியும் என்பது நமக்குப் புதிராக இருக்கலாம். மீண்டும் இது ஏனெனில், நாம் பொதுவாக வாழ்வைப் பற்றி இதுபோன்ற கேளிக்கையான யோசனைகளைக் கொண்டிருக்கிறோம். எனவே, சரியான செயல் பற்றிய கருத்தைத் தெரிந்து கொள்ள உதாரணத்தை எடுத்துக் கொள்வோம்-அதாவது

---

* மனச்சாட்சி, மின்னணு கணினி போன்ற அதேவிதத்தில் செயல்படுகிறது. தீர்ப்பதற்காக கணக்குகளை அதனிடம் கொடுப்பதற்கு முன்பாக சரியான தகவல்களை அதில் சேமித்தால் மட்டுமே கணினி கொடுக்கும் விடைகளை நம்ப முடியும். அதேபோல, உங்களுடைய அடிப்படை நம்பிக்கைகள் வலுவாக இருந்தால், பொதுவாக எது சரி மற்றும் எது தவறு என்பதை முடிவு செய்வதில் மனச்சாட்சி மதிப்பார்ந்த வழிகாட்டியாக இருக்கும். ஆனால், உங்கள் அடிப்படை நம்பிக்கைகள் வலுவாக இல்லையென்றால், உங்கள் மனச்சாட்சி உங்களை தவறாக வழிநடத்தும்.

—மேக்ஸ்வெல் மால்ட்ஸ், எம். டி.
'உங்கள் உண்மை ஆளுமையை வெளிப்படுத்துங்கள்'
ரீடர்ஸ்
டைஜஸ்டில்.

மோட்டார் ஓட்டுபவர். வெற்றிகரமாக மோட்டார் ஓட்டுபவர் யார்? தனது தினசரி பயணத்திற்கு தனது வாகனத்தைப் பயன்படுத்துபவர், எந்தவித போக்குவரத்து விதிகளையும் மீறாமல், தன்னையோ, தனது காரையோ, மற்றவர்களையோ காயப்படுத்தாமல், பெரும்பாலான சமயங்களில் ஓரளவு நல்லபடியாக செப்பனிட்டு பராமரிப்பவர். இதைப்போன்ற மோட்டார் ஓட்டுபவர் விதிவிலக்கன்றி, விதியாக இருப்பவர் எனப்தை நீங்கள் ஒப்புக் கொள்வீர்கள். அவர் இதை எவ்வாறு பெற்றார்? விபத்துக்களில் ஈடுபடுபவது குறித்தோ, போக்குவரத்து விதிமுறைகளை மீறுவது குறித்தோ அவர் கவலைப்படத் தேவையில்லை. அவர் *ஒவ்வொரு தருணத்தையும்* தளர்வாகவும், தாம் ஓட்டுவது குறித்து நன்கு அறிந்தும், கட்டுப்பாட்டைக் கடைப்பிடிக்கிறார் அவ்வளவுதான், மற்ற பயன்கள் தாமாக ஏற்படுபவை.

அதேபோல, நாம் *இந்த தருணத்தின்* மீது கவனம் செலுத்தி, நாம் சரியான மற்றும் பயன்தரும் செயல்களில் ஈடுபட்டிருக்கிறோம் என்பதைக் கண்டால், வாழ்வில் போகப்போக, நமது எல்லா செயல்களும், மணிநேரங்களும், நாட்களும், ஆண்டுகளும் தாமாகவே கண்காணிக்கப்பட்டு, எந்தவித குறைபாடுகளுக்கும் எதிராக பாதுகாப்பளிக்கும். *இந்த தருணம்*-மதிப்புமிக்கது, புனிதமானது. இது நமது மீட்சி அல்லது நமது விதி. இங்கு கூறப்படுவதை, இனி வருங்காலத்தைக் காணத் தேவையில்லை என்று எடுத்துக் கொள்ளக்கூடாது. மாறாக, நமது எல்லா செயல்களும் நமது குறிக்கோளை எட்ட முற்பட்டவை, நமது கையிலிருக்கும் வேலையை நாம் கவனித்துக் கொண்டால் இதை எந்தவித பதற்றமோ, கவலையோ இன்றி செயல்படுத்தலாம். விடுதலைபெற்ற ஆன்மாவின் விடுதலைக்கான இரகசியம் இதோ: 'இந்த தருணத்தை' கவனமாகக் கண்காணித்த சில காலங்களுக்குப் பிறகு, சரியாகச் செய்வது பழக்கமாக, வலுவான அடித்தளமாகி விடுகிறது. பாவம் செய்வது விலகிச் செல்வதாகும்-வாழ்வின் பயணத்தில் போக்குவரத்து விபத்து போல. ஒரு நல்ல மோட்டார் ஓட்டுபவர் அரிதாக விபத்தில் ஈடுபடுகிறார், மோட்டார் ஓட்டுவது அபாயகரமான தொழிலல்ல. அதே போல, வாழ்வுக் காலத்தில் நாமும் விபத்தின்றி இருக்க முடியும், நோக்கத்தை, வாழ்வது குறித்த வகைமுறையை நாம் அறிந்திருந்தால், அந்தத் தருணத்தில், கையிலிருக்கும் வேலை குறித்து விழிப்புடனும், கவனம் சிதறாமலும் இருந்தால்.

அமெரிக்க உளவியலாளர் வில்லியம் ஜேம்சின் வார்த்தைகளில் :

> *"தமது கல்வியின் வெளிப்பாடு குறித்து எவரும் பதற்றப்பட வேண்டியதில்லை. வேலைசெய்யும் நாளின் ஒவ்வொரு மணி நேரமும் அவர் உண்மையாக சுறுசுறுப்புடன் இருந்தால்,*

இறுதிப் பயனை அதற்கே பாதுகாப்பாக அவர் விட்டுவிடலாம்."

எமர்சனும் இதேபோலத்தான் கூறினார்:

"வாழ்க்கையை சந்தேகங்களிலும், அச்சங்களிலும் வீணாக்காதீர்கள்; உங்கள் முன்னால் இருக்கும் வேலையில் கவனம் செலுத்துங்கள், இந்த மணி நேரத்தின் கடமைகளைச் சரியாகச் செய்வது, அதைத் தொடர்ந்து வரக்கூடிய மணிநேரங்கள் அல்லது காலங்களுக்காக சிறப்பாகத் தயாராகிறீர்கள் என்பதை உறுதி செய்யும்."

சுருக்கம்

கடந்த மூன்று அத்தியாயங்களில், நாம் நிறைய விஷயங்களைப் பார்த்தோம், நமது முடிவுகளை அல்லது குறிப்புகளை இங்கு சுருங்கக் காண்பது சிறந்தது:

1. கையிலிருக்கும் வேலையை நாம் செய்கிறோம். சில விநோதமான அருள்காட்சியால் (நீங்கள் ஆழமாகக் கண்டால், அது விநோதமாக இருக்காது!) நாம் செய்வதற்காக ஒரு குறிப்பிட்ட வேலை நம்மிடம் ஒப்படைக்கப்பட்டிருக்கிறது.
2. நமது திறமைக்கும், இயன்றவரை சிறந்த விதத்திலும் அதைச் செய்ய வேண்டும்.
3. நமது கடமையைச் செய்யும்போது, நாம் ஒருவருக்கு 'உதவுகிறோம்' என்ற உணர்வை தவிர்க்கவும். நாம் செய்யவேண்டியதைச் செய்கிறோம், இனிமையானது, இனிமையற்றது என்பதை இணைக்காமல்.
4. வெளிப்பாடு/பயன் குறித்து தேவையற்ற பிணைப்பை அல்லது வேண்டாத பதற்றத்தைத் தவிர்க்கவும்.
5. செயல், முறை அல்லது பயன் குறித்து கண்டுகொள்ளாமல் இருக்காதீர்கள்-வெற்றி குறித்த களிப்பையும், தோல்வி குறித்து மனமுடைந்து போவதையும் மட்டும் தவிர்க்கவும்.
6. வெற்றி அல்லது தோல்விக்கு பாராட்டையோ, குறைகூறலையோ எடுத்துக் கொள்ளாதீர்கள், இதுபோன்ற வெற்றி அல்லது தோல்விக்கு பல்வேறு அமைப்புகள் பங்களிக்கின்றன என்ற உண்மையை கருத்தில் கொள்ளுங்கள்.
7. பயன்தரும் மற்றும் அவசியமான வேலையில் தொடர்ந்து

ஈடுபடுவதன் மூலம், நாம் ஒன்றும் செய்யாமல் இருப்பது பற்றிய குறையைத் தவிர்ப்பதோடு மட்டுமல்லாமல், தானாகவே நமக்கு வரும் உயரிய வேலைகளை மேற்கொள்ள நம்மை வளர்த்துக் கொள்ளவும் செய்யலாம்.

8. சக்தியை, உடல் மற்றும் மனம் இரண்டின், சரியானபடி பயன்படுத்துவதன் மூலம், நாம் ஈட்டிய பணத்தை கவனமுடன் செலவு செய்தால் எப்படி நெடுங்காலத்திற்கு வருமோ அவ்வாறு, நெடுங்காலத்திற்கு அதைக் கொண்டுசெல்லலாம். பணத்தைப் போலவே சக்தியும், சேமிக்கவோ, செலவு செய்யவோ அல்ல. அதை சரியான நேரத்தில், சரியான அளவில் சரியான விஷயத்தின் மீது செலவழிக்க வேண்டும்.

9. இந்த கண்ணோட்டம், வாழ்வை அதன் எல்லா பிரகாசமான மற்றும் இருளான அம்சங்களுடன் ஏற்றுக் கொள்ள வைக்கிறது, *விட்டு விலகிச் செல்வதில் அல்ல*. ஏற்றுக் கொள்வது ஆக்கப்பூர்வமான அணுகுமுறை, அதேசமயம் விட்டு விலகிச் செல்வது எதிர்மறையானது. விட்டு விலகிச் செல்வதில் மனக்கசப்பு இருக்கிறது அதே சமயம் ஏற்றுக் கொள்தல் என்றால் அந்த தருணத்தில், ஒரு விஷயம் மனமகிழ்வைத் தருகிறது, தரவில்லை என்ற பாகுபாடின்றி அதை வரவேற்பதாகும்.

10. சுருக்கமாக, இந்த அத்தியாயங்களில் உள்ள யோசனைகள் அல்லது கருத்துக்கள் குறிப்பிடுவன

(அ) வேலையின் தத்துவம்
(ஆ) வேலையின் விதி மற்றும் பயனான செயல்
(இ) விடுதலை பெறுவதற்கான வழியாக வேலை செய்தல் அமைவது.

◻◻

6

குறுகிய மனப்பாங்கிற்கான அடையாளம்

"நமது சொந்த போதாமை என்னவெனில் நாம் நம்மில் ஒரு துளியாகத்தான் வாழ்கிறோம். குறுகிய நான், குறுகிய கண்ணோட்டத்தில், நேரத்தில், இந்த தருணத்தின் பொருள் உலகம் மட்டுமே எல்லாம் என்று வாழ்கிறோம். ஒருவரை சீராக்கிக் கொள்வது, ஐக்கியத்தை அடைவது, எதனுடன் தொடர்பு கொண்டுள்ளது எனில்..... நமது குறுகிய மனப்பான்மையை விஞ்சுவது-இதனால் எல்லா நிலைகளிலும் வாழ்க்கையை வாழ்வது பற்றி சிந்திப்பதை, 'நீங்கா வாழ்வு' நோக்கிய இயக்கத்தில், ஹெர்மெடிஸ்ட் ஏன் அறிவுறுத்துகிறார் என்று நாம் இப்போது நன்றாக புரிந்து கொள்ள முடியும். ஆனால் நேரம்-வாழ்வு என்பது விஷயங்களினுடைய முழுமையின் ஒருவழிப் பாதைதான்."

—மோரிஸ் நிகால்.

உண்மையான ஆசீர்வாதம் அரிதாகத்தான் வரும்

மாலை நேரம். ஒரு இளம் பெண்மணி பார்ட்டிக்குச் செல்லத் தயாராகிறாள். அவள் நிறைய பேரைச் சந்திக்க இருக்கிறாள். அவர்களில் சிலர் அவளை ஆராதிப்பவர்கள். இனிமையான மாலை பொழுதை எதிர்நோக்கி அவள் மகிழ்ச்சியுடன் இருக்கிறாள்: சாப்பிடவும், அருந்தவும், இசைக்கும், நடனத்திற்கும் நல்ல விஷயங்கள், தகுந்த கணவனைத் தேடும் அவளது முயற்சியில் சிறிது முன்னேற்றம். ஆனால் ஐயகோ! அடுத்த நிமிடமே அவள் மனவேதனையில் ஆழ்கிறாள்-வெறுப்புடன் கைகளைப் பிசைந்தவாறு, அவள் மனமுடைந்து, விசும்ப ஆரம்பிக்கிறாள். ஏன்? என்ன நடந்தது? வானத்தில் திடீரென மேக மூட்டம் கவிழ்ந்துவிட்டது, வெளியில் தூற ஆரம்பித்து விட்டது. மழை கொட்டத் தொடங்கிவிட்டது. அவளது அருமையான உடை நனைந்து போகலாம். மழையானது விருந்தைக் கெடுத்துவிட்டது. அது ரத்து

செய்யும் வாய்ப்பும் இருக்கிறது. அவள் எதிர்பாராத மழையை சபிக்கிறாள்.

இப்போது மழையை சபிக்கும் இந்தப் பெண், தனது விருந்தையும், தனது சொந்த இன்பத்தை மட்டுமே நினைத்துக் கொண்டிருக்கிறாள். எனவே இயற்கைக் கருத்து இப்போது வரவேற்கத்தகாத ஒன்றாகிவிட்டது. இது விவசாயிகளுக்கு வரவேற்கத்தக்க வரப்பிரசாதம் என்றும், இந்த பருவ காலத்தில் மழை பெய்வது இயற்கைக்கு மாறானதல்ல என்றும் அவள் புரிந்து கொண்டிருந்தால், அவள் விசும்புவாளா?

நாம் மற்றொரு உதாரணத்தை எடுத்துக் கொள்வோம். நீங்கள் மிகவும் கவனமுடன், தேடி அலைந்த பிறகு உங்களுக்காக அருமையான கைக்கடிகாரத்தை வாங்குகிறீர்கள். நீங்கள் அது குறித்து பெருமைப்படுகிறீர்கள். அதை உங்கள் கையில் கட்டிக் கொண்டு, பெருமையுடன் தலை நிமிர்ந்தவாறு, அடிக்கடி அதை பார்த்தவாறு, அருமையான கடிகாரத்திற்கு நீங்கள் சொந்தக்காரர் என்பதை மற்றவர்கள் கவனிக்கிறார்களா என்று எதிர்பார்த்தவாறு சுற்றி வருகிறீர்கள். உங்கள் நண்பர்கள் அதைக் கவனித்து விட்டனர், அதனுடைய விலை போன்றவற்றைப் பற்றி உங்களிடம் கேட்கிறார்கள். அப்போது முன்பின் தெரியாத ஒருவன் உங்களிடம் நேரம் என்ன என்று கேட்கிறான். மிகுந்த மனநிறைவுடன், நீங்கள் கடிகாரத்தைப் பார்த்து 'சரியான நேரத்தை' அவனுக்குச் சொல்கிறீர்கள். ஆனால் அந்த நபர் வார்த்தையால் சாடுகிறார்: 'இதை கடிகாரம் என்றா சொல்கிறீர்கள்? சரியான நேரத்திற்கு அருகில் கூட இது காட்டவில்லை, நீங்கள் இதை குப்பைத் தொட்டியில் தூக்கி எறிந்து விடலாம்!'. நீங்கள் எப்படி பதிலளிப்பீர்கள்? மன்னிக்க முடியாத அளவுக்கு அவன் உங்களை இழிவு படுத்திவிட்டானல்லவா? அந்த நபரை கிழித்துக் கூறுபோட வேண்டும் என்று நினைக்கவில்லையா? இருந்தாலும் அவர் உண்மையில் என்ன செய்தார் என்று பாருங்கள். அவர் உயிரற்ற இயந்திரச் செயல்பாடு குறித்து கருத்து தெரிவித்தர் அவ்வளவுதான். இந்த கைகடிகாரத்தை நீங்கள் வாங்குவதற்கு முன்பாக, கடிகாரக் கடையில் காட்சிக்கு வைத்திருக்கும்போது உங்கள் காதில் விழுமாறு இந்த கருத்து கூறப்பட்டிருந்தால்? நீங்கள் கவலைப்பட்டிருப்பீர்களா?

ஒருமுறை எனக்கு உடல்நிலை சரியில்லாமல் போய்விட்டது. இருபது வயதான நான் கடும்நோயுற்றவனானேன். தமது தொழிலில் நேர்மையும், திறமையும் உடைய ஒரு நல்ல மருத்துவரிடம் சென்றேன். அவர் என்னை பரிசோதித்தார். எனது நிலைமை குறித்து அவர் இரக்கப்படுவார் என்று நான் எதிர்பார்த்தபோது அவர் சிரித்துக் கொண்டே என்னிடம் கூறினார்:

"உனக்கு உடல்நிலை கெட்டுப்போனதற்கு கடவுளுக்கு நீ நன்றி கூற வேண்டும்!" எனக்குப் புரியவில்லை: என் உடல்நலம் கெட்டுப்போனதற்கு கடவுளுக்கு நன்றி கூறவா! நினைத்துப்பார்க்க முடியுமா? ஆனால் அவர் என்னை நன்றாகக் கவனித்துக் கொண்டார். விரைவிலேயே நிலைமை சீரடைந்தது. இவ்வாறு உடல்நலம் கெட்டுப்போனதற்குப் பிறகு, அடுத்த இருபது ஆண்டுகள் வரை எனக்கு பெரிதாக நோய்கள் எதுவும் வரவில்லை. மருத்துவர் அப்போது கூறியது விநோதமான இருந்ததாக நீங்கள் நினைக்கலாம். உண்மையில், சில ஆண்டுகளுக்குப் பிறகு நான் அவரிடம் கேட்டேன், ஆச்சரியப்படும் வகையில், அவர் தம்முடைய கருத்தை மறந்துவிடவில்லை. அவர் பதிலளித்தார் : "உண்மையான ஆசிகள் மாறுவேடமாக இல்லாமல், வெகு அரிதாகத்தான் வரும். நீ நீண்ட நாட்களுக்கு உன்னுடைய உடல்நலனைக் கவனிக்காமல் விட்டுவிட்டாய் என்று தோன்றுகிறது, அதற்குத் தேவையான கவனிப்பை நீ கட்டாயமாகத் தரவேண்டிய நிலைமையை எட்டிவிட்டாய்." இது நூற்றுக்கு நூறு உண்மை என்பதில் சந்தேகமில்லை.

எப்படி நமது ஆணவம் வெளிப்புற விஷயங்களுக்கு வர்ணம் பூசி, அவற்றின் உண்மை வடிவத்தைக் குலைத்து விடுகிறது என்பது அதிசயமாக இருக்கிறதல்லவா? மேலே கூறிய சம்பவங்களில், வேண்டாத மழை, உங்கள் கைக்கடிகாரத்தைப் பற்றிய கசப்பான கருத்து மற்றும் மருத்துவரின் கூற்று, இவையெல்லாம் ஒரு விஷயத்தால் ஏற்பட்டவை: விலகியிருக்க விரும்புதல். அல்லது வேறு விதமாகக் கூறினால், சரியான கண்ணோட்டம் இல்லாதது. இது பொதுவாக குற்றமனப்பான்மை கொள்ளும், மீண்டும் குறுகிய விதத்திலான சிந்தனை. சரியான கண்ணோட்டத்தைப் பெற, ஒருவர் எப்போதும் சிந்தித்து ஆராயவேண்டும். நாம் ஆழமாகக் காணவேண்டும். இது போன்ற சிந்தனைக்கு ஈடுபடவேண்டிய அல்லது பணிவாக இருக்க வேண்டிய அவசியமில்லை. பெரும்பாலும் சரியான கண்ணோட்டம், எளிதான, நேரடியான, குழந்தை போன்ற சிந்தனையால் விளைபவை. உண்மையில், ஒரு விவேகமான மனிதன், குழந்தையுடன், பைத்தியக்காரனுடன், குடிகாரனுடன் ஒப்பிடப்படுகிறான். வேதாகமம் என்ன சொல்கிறது என்று பாருங்கள்:

"நீங்கள் மாறாதவரை, சிறு குழந்தையாக ஆகாதவரை, நீங்கள் சொர்க்கத்திற்குள் புக முடியாது. எனவே யாராயிருந்தாலும் தம்மை சிறு குழந்தையாக பணித்துக் கொள்பவர் சொர்க்க சாம்ராஜ்யத்தில் பேறு பெறுவார்."

—மாத்.XVIII-3.

"கடவுளின் சாம்ராஜ்யத்தை சிறு குழந்தையாகப் பெறாத எவரும் அங்கு நுழைய விரும்புதற்காகாது."
—லூக் 18:17.

புத்திசாலி மனிதர்கள் எளிமையாகவும், சிந்திப்பதில் நேர்மையாகவும், வயது முதிர்ந்த, உலகளவில் வளர்ச்சியடைந்தவர்களைவிட மாறுபட்டு விஷயங்களைக் காண்பவர்களாகவும் இருப்பார்கள் என்பதுதான் இங்குள்ள கருத்தாகும்.

"கடவுளின் குழந்தைகளாக இருப்பவர்கள், தங்களுடைய வார்த்தைகள் எளிமையாக, தெளிவாக, மெய்யானதாக மற்றும் நேரடியானதாக இருக்க வேண்டும் என்பதை கவனித்தாக வேண்டும்."
—செயின்ட் பிரான்சிஸ் டி சேல்ஸ்.

"குதிரை வண்டியிலிருந்து கீழே விழும் ஒரு குடிகாரனுக்கு காயம்பட்டாலும், அவன் இறப்பதில்லை. அவனது எலும்புகள் மற்றவர்களைப் போன்றதுதான்; ஆனால் அவன் விபத்தை வேறு விதத்தில் சந்திக்கிறான். அவனுடைய ஆன்மா பாதுகாப்பான நிலையில் இருக்கிறது. வண்டியில் சென்ற நினைவு அவனுக்கு இல்லை; அதிலிருந்து கீழே விழுந்த நினைவும் அவனுக்கு இல்லை. வாழ்வு, மரணம், அச்சம் போன்றவை அவனது நெஞ்சை ஊடுருவவில்லை; அதனால் அவன் வெளிப்புற உயிர்வாழ்தலுடன் தொடர்பு கொண்டு வேதனையுறவில்லை. இது போன்ற பாதுகாப்பை அவன் மதுவிலிருந்து பெற்றான் என்றால், கடவுளிடமிருந்து இன்னும் எவ்வளவு பெற முடியும்?"
—சூவாங் சூ.

குழந்தைகளுக்கும் இது பொருந்துமல்லவா?

சாதாரண மனிதர்கள் குறுகிய மனப்பான்மை உடையவர்கள் என்று நாம் அடிக்கடி குறைகூறுகிறோம். இருந்தாலும், மெத்தப் படித்தவர்களும், பண்பாடுடையவர்களும் தங்களுடைய பல கருத்துக்களில் பலவீனத்தைக் காட்டுகின்றனர். வாழ்வின் சில அம்சங்களுக்கு நாம் தேவையற்ற முக்கியத்துவத்தை அளிக்கிறோம், அதையே மீண்டும் யோசித்துப் பார்த்தால் நம்மைக்கண்டே நாம் சிரித்துக் கொள்கிறோம். ஒரு குறிப்பிட்ட மங்கைக்காக தான் கொண்டுள்ள காதல் பற்றி ஒரு இளைஞன் பீற்றிக் கொள்ளும் போது, தொடர்பில்லாத ஒருவர் சிரித்துக் கொண்டே சொல்கிறார், பெர்னார்ட் ஷா கூறியதைப் போல:

"எதிர்மறை பாலின உறுப்பினரை ஒருவர் மற்றவரிடமிருந்து பிரித்து, இவ்வளவு மகிழ்ச்சியை பணயம் வைப்பது எவ்வளவு முட்டாள்தனம்!" சி.ஈ.எம். ஜோட் கேளிக்கையாக நமது இளைஞனை எச்சரிக்கை செய்கிறார்: "ஒரு பஸ்ஸுக்கும், பெண்ணுக்கும் பின்னால் ஓடாதே- மற்றொன்று ஐந்து நிமிடத்தில் வந்துவிடும்!" நாம் மற்றவர்களின் கருத்துக்களுக்கு எப்போதும் செவிசாய்க்கிறோம், அதன்படியே உடலானது உணர்ச்சிகளால் நிறைந்திருக்கிறது, உலகம் நமக்கு நிறைய செல்லம் கொடுக்கிறது. சொகுசு, வசதி, இன்பம் இவையெல்லாம் நமது குறிக்கோள்களாகும். நலவாழ்வு உணர்வைக் கொண்டுவர வெளிப்புற நிலைமைகளை நாம் மாற்றுவதற்கு அதிக கவனத்தையும், இன்னல்களையும் மேற்கொள்கிறோம், இதைத்தான் 'ஈபோரியா' என்றழைக்கிறார்கள். இருந்தாலும், நமது மனநிலையையும், பெரும்பாலும் நமது உடல் நலத்தையும் பாதிக்கக்கூடிய வெளிப்புற பொருட்கள் அல்லது நிலைமைகளை கேலி செய்யுமாறு நமது மனநிலையை சிறிது சரிசெய்து கொள்ளலாம்.

சமநிலையான கண்ணோட்டத்தைப் பராமரித்தல்

நம்மில் எத்தனைபேர் சமநிலையான கண்ணோட்டத்தை, நடுநிலைமையை பராமரிக்க உண்மையாக விரும்புகிறோம்? அடக்கம், சுயக் கட்டுப்பாடு போன்றவை நம்மில் பெரும்பாலோருக்கு விநோதமாக இருக்கலாம். சாப்பிடுதல், குடித்தல் போன்ற அவ்வளவாக முக்கியமற்ற விஷயங்களில் நாம் கட்டுப்பாட்டை எட்ட இயலலாம், ஆனால் சிந்தித்தல் என்று வரும்போது அடக்கம் என்பது நமது சிந்தனைகளிலிருந்து விலகிவிடுகிறது. இது அவசியம் என்று நாம் சிந்திப்பதோ, உணர்வதோ கிடையாது. இருந்தாலும் உலகமும், ஏன் பிரபஞ்சமும் சமநிலையைச் சார்ந்துள்ளது. அமெரிக்கா போன்ற செல்வந்த நாட்டில் கம்யூனிசம் என்ற வார்த்தை அச்சத்தை விளைவிப்பது விநோதமாக இல்லையா? கம்யூனிச நாடுகளில் 'முதலாளித்துவம்' என்ற எல்லாமே இதேபோன்ற அச்சத்தை ஏற்படுத்துகிறது.

விலகியதன்மைதான் நமக்குத் தேவை. உங்கள் சொந்த மனதின் முணுமுணுப்புகளுக்கும்கூட ஒரு கண்காணிப்பாளராக, ஒரு சாட்சியாக இருங்கள்.

தள்ளி நின்று உங்களைக் காணுங்கள்
'நான்' என்பதற்குப் பதிலாக 'அவன்' எனறு பாருங்கள்.

—ஸ்டிரிக்லேண்ட் கில்லியன், "நீங்கள் கடந்து செல்வதைக் கவனியுங்கள்."

மனதிற்கோ, உடம்பிற்கோ-அவசியமானவற்றிலிருந்து,

சிலசமயங்களில் சொகுசுகளிலிருந்து நாம் விலகியிருக்க வேண்டும் என்று எவரும் கூறவில்லை. சொகுசுகள் மற்றும் அவசியமானவற்றிற்கு இடையே பிரித்துப் பார்ப்பது கடினமானதுதான். ஆஸ்கர் வைல்டின் கூற்றில் உண்மை இருப்பதைக் காணலாம்: "சொகுசுகளைக் கொடுங்கள், நான் அவசியமானவற்றிலிருந்து விலகியிருகிறேன்!"

அடக்கத்திற்கான தேவை நமது எண்ணங்களுக்கு மிகவும் பொருந்தும். மனிதர்கள், விஷயங்கள் மீது கருத்தைக் கூறுவதை வேண்டுமென்றே நாம் மெத்தனப்படுத்துவோம். "நீதிமன்றம் எல்லா தீர்ப்புகளையும் நிறுத்தி வைக்கட்டும்". காலை விடியும்போதுதான் இரவின் இருள் அகலும், அதுபோல தொலைநோக்கின் விடியலில்தான் குறுகிய மனப்பான்மை மறையும்.

❑❑

7

நவீன உலகில் தன்னடக்கத்திற்கு இடமில்லையா?

> "களியாட்டத்திற்கும், சுயக்-கட்டுப்பாட்டிற்கும் இடையில், ஒழுக்கமில்லா வாழ்விற்கும், நாகரீகமான குடும்ப வாழ்க்கைக்கும் இடையில் பழமையான போராட்டத்தை நாம் எதிர்கொண்டுள்ளோம், நூற்றாண்டுகளாக மீண்டும் மீண்டும் செய்யப்பட்டு வரும் போராட்டம், இதன் முடிவில்தான் மனிதர்களாகிய நாம் உண்மையில் மனிதர்களாக இருக்கப்போகிறோமா அல்லது விலங்குகளாகவா என்பது சார்ந்திருக்கிறது".
>
> —ஹேரி எமர்சன் ஃபோஸ்டிக்.

உடல் - கடவுளின் கோயில்

"வெற்றி தேடித்தரும் ஆக்கச் சிந்தனை" என்ற புத்தகத்தில் இந்த விஷயத்தைப் பற்றி விவாதிப்பது பொருந்தாததுபோலத் தோன்றலாம். ஆனால், கடவுளின் கோயிலாக இருப்பதற்கான இந்த இயல் உடல், சட்டப்பூர்வ கவனத்தின் வரையறுக்கப்பட்ட அளவைக் கேட்கிறது மற்றும் தகுதியுடையது என்ற உண்மையை நாம் உணரும்போது இதன் பொருத்தம் நமக்குத் தெளிவாகும்.

> "கர்த்தர் உடலை ஆன்மாவின் கோயில் என்று அழைத்தார்; மிகச் சிறந்த ஆரோக்கியத்திற்கு உகந்த எளிமையான வாழ்வை அவர் வாழ்ந்ததாகத் தெரிகிறது. இருந்தாலும் திருமண விருந்தின் ஆடம்பரத்திற்கு அவர் பங்களித்தார். அவருடைய கட்டளை.... இயல்பான உடல் தேவைகளின் முக்கியத்துவத்தை அவர் குறைத்து மதிப்பிடவில்லை என்பதை இது காட்டுகிறது".
>
> —முரியல் ரின்ச்-"கீ டு லிவிங்".

கோயிலிலிருந்து அதிலிருப்பவர், அதாவது கடவுள், நோக்கி கவனம் திரும்பும்போது, நமது வாழ்க்கை சரியான இடத்தில் அமைகிறது.

ஒரு முனிவர் உடல் சதையின் இச்சைகளைப் பற்றிக் கவலைப்படத் தேவையில்லாத நிலையை அடைந்துவிடுகிறார். ஆனால் உலகில் இருப்பவர்கள், உயரிய வாழ்வு வாழ விரும்புபவர்கள், பல கவனச் சிதறல்களை எதிர்கொள்கின்றனர், இவற்றில் குறிப்பிடத்தக்கது பாலியல் தேவை, இது 'மனிதனுள் உள்ள மிருகம்', 'காமம்', போன்று பலவாறாக அழைக்கப்படுகிறது. மாமனிதரான காந்தியும், 'தன்னுள் இருக்கும் விலங்கை' கவனமாகக் கண்காணிக்க வேண்டி இருப்பதாக ஒருமுறை ஒப்புக் கொண்டார்!

எந்தவொரு பிரச்சினையையும் சமாளிக்க, உண்மையில் அது என்ன என்று நாம் முதலில் தெளிவாகப் புரிந்து கொள்ள வேண்டியது அவசியம். அறிவுத் திறன் மட்டுமே நம்மை நமது பாதியில் உள்ள பல்வேறு குண்டு குழிகளிலிருந்து நம்மைக் காக்க இயலும். எனவே, சாதாரண ஆடவர், மகளின் கண்ணோட்டத்தில் தன்னடக்கமுள்ள அல்லது தன்னடக்கமில்லாத வாழ்வை வாழ்வது பற்றி நாம் ஆராய்வோம்.

நல்ல பெண்மணியை யார் கண்டறியமுடியும்? அவளது விலை வைரவைடூரியத்தை விட அதிகம்.

—பழைய கட்டளை, பழமொழிகள் XXX, 10.

என்னுடைய தன்னடக்கம் என் இல்லத்தின் அணிகலன்,
பல முன்னோர்களால் வழிவழியாய் வழங்கப்பட்டது.

—ஷேக்ஸ்பியர், ஆல் ஈஸ் வெல்
தட் எண்ட்ஸ் வெல், IV, 2.

ஆண், பெண்ணின் வாழ்வில் முக்கியமான அங்கம்

மனிதனில் உள்ள பாலியல் இச்சை, பெரும்பாலும் நெருப்புடன் ஒப்பிடப்படுகிறது. நெருப்பு மனிதகுலத்திற்கு பலவழிகளில் பயன்படுகிறது மற்றும் இதை கட்டுப்பாட்டுடன் பயன்படுத்துவது எப்போதும் அவசியம் மற்றும் மனிதனின் அன்றாட வாழ்வில் இது பயனளிக்கக்கூடியது. இருந்தாலும், தீ விபத்துக்கள் மற்றும் தீப்பற்றியெறிதல் போன்றவை மரணங்கள் மற்றும் சொத்து சேதம் போன்ற சொல்ல இயலாத துயரங்களை ஏற்படுத்துவதை நாம் அன்றாடம் கேள்விப்படுகிறோம். அதேபோல செக்ஸ் என்பது மனிதனுக்குள் இருக்கும் முக்கியமான இச்சை, இனங்களின் பெருக்கத்திற்கு வழியாக இருக்கிறது. எனவே, இது ஆண், பெண் வாழ்வில் முக்கியமான அங்கமாக வகிப்பது உண்மைதான், ஆனால் கட்டுப்பாடற்ற உரிமம், நெருப்பை விட மிகவும் மோசமான விளைவுகளைத் தரும். பாலியல்

இச்சையானது அடிப்படையில் தாய்மை உணர்வுடன் தொடர்புடையதாகும். பெண்களில் இது மென்மை மற்றும் சுய-தியாகமாக உருவெடுக்கிறது; குழந்தைகளின் நலவாழ்விற்கு ஒரு தாய்க்கு தானே ஏற்படும் உணர்வாக இருக்கிறது, ஆண்களில் இது பலவீனமான, உதவிநாடுபவர்களுக்கு பாதுகாப்பளிக்கும் உணர்வாக இருக்கிறது.

எதிர் பாலினங்கள் நோக்கிய பரஸ்பர கவர்ச்சி, உயரிய நிலையில் கண்டோமானால், அன்பு என்றறியப்படும் உணர்வின் தூண்டுதல் என்பதை நாம் அறிவோம். மனிதனின் கண்டுபிடிப்பான குடும்பத்தை அமைப்பதில் ஆரம்பமாக இது இருக்கிறது. ஒரு பெரிய நாடாக, திறம்பட நிர்வகிப்பதற்காக மாவட்டங்கள் அல்லது மாநிலங்கள் என சிறிய பிரிவுகளாகப் பிரிக்கப்பட்டுள்ளன, மனிதகுலத்தின் நலவாழ்வுக்கு சிறிய, ஓரளவு தன்னாட்சியான பிரிவு, அதாவது குடும்பம் தேவைப்படுகிறது. மனிதன் ஒரு மனைவியுடன் குடும்பத்தை அமைக்கிறான், அவனும் அவனது மனைவியைப் போல, ஒரு பெரிய பிரிவின் பகுதியாக இருந்து, அது குறிப்பிட்ட அளவுக்கு பெரியதாக வளர்ந்தவுடன், துண்டுகளாகப் பிரிக்கப்பட வேண்டியதாகியது.

பாலின இச்சைகளை எவ்விதமாகக் கருதினாலும், குடும்பத்துடன் இதனுடைய தொடர்பானது எந்தவொரு நாகரீகத்திலும் மிகவும் முக்கியமானதாகும். இயற்கையின் நியதிகளின்படி, எல்லாமே ஒழுங்கமைக்கப்பட்டவை, மற்ற விஷயங்கள் தாய்மை என்ற மத்திய கருத்தின் துணைநிலையானதாக இருக்கிறது என்பது தெளிவு. இதை பறவை மற்றும் விலங்கினங்களிலும் காணலாம்.

உயரிய செயல்பாடு-பாலினங்களின் பரஸ்பர கவர்ச்சி

பெண்கள் குழந்தைகளைப் பெற்றெடுக்கும் விதத்தில் அமைந்திருப்பது நமக்குத் தெரிந்ததே. பாலினங்களின் பரஸ்பர கவர்ச்சியும், இனப்பெருக்கத்திற்காக அவர்களை ஒன்றுகூடச் செய்வதற்கானது. ஆனால், ஆணையும், பெண்ணையும் இணையச் செய்வது எப்போதும் இனப்பெருக்க இச்சை மட்டுமே அல்ல என்பதை மறுக்க முடியாது. உடலுறவின் பக்க விளைவாகவே பெண்கள் காணப்படுகின்றனர். இயற்கையின் நியதியில், ஒவ்வொரு முயற்சி அல்லது தியாகம் அதற்கேயுரிய இழப்பீட்டையும், இன்பத்தையும் கொண்டுள்ளது, இது தானாக நிகழ்வது, பெற்றோருக்கான பொறுப்புக்களை நிறைவேற்றுவதற்காக ஆடவருக்கும், பெண்டிருக்கும் அளிக்கப்படும் இழப்பீட்டின் வகையாகும் என்பதை நாம் ஏற்கெனவே கண்டோம்.

இதுமட்டுமின்றி, பெண்களின் அழகை கவிஞர்களும்,

கலைஞர்களும் வெகுவாக வர்ணித்திருக்கிறார்கள் என்பதை ஒப்புக்கொள்ளத்தான் வேண்டும். இயற்கையின் நோக்கமானது பின்னுக்குத் தள்ளப்பட்டு, பெண்மையின் கவர்ச்சி, ஆண்களின் உணர்வு இன்பத்திற்கான கருவியாக அல்லது பொருளாக மாறியிருக்கிறது என்பதில் சந்தேகமில்லை. உண்மையில், மனிதனின் கற்பனையில், பெண்கள் என்ற பாலினத்தின் ஆரம்பக் கவர்ச்சி அதன் மெய்த்தன்மையைவிட அதிக இடத்தை ஆக்கிரமித்து விட்டது, இது ஏனெனில், கவிஞர்களின் பெண்மை அழகு வர்ணனைகளுக்கு, காதல் கதைகளில் நாவலாசிரியர்களின் கருத்துக்களுக்கு, ஓவியன் நிர்வாணத்தை ஆராதித்ததற்கு, ஒரு பெண்ணின் நன்கு வளர்ந்த, அடர்ந்த கூந்தல், 'பள்ளிச் சிறுமி' போன்ற அழகுத் தோற்றம் என அழகு விளம்பரங்களுக்கு, பெண்ணின் இரண்டாம் தர பாலின குணாம்சங்களை 'திறம்பட' வெளிக்காட்டும் உடை தயாரிப்பாளரின் வலியுறுத்தலுக்கு, அவன் தெரிந்தோ, தெரியாமலோ பலியாகிவிட்டான். கற்கால சமுதாயத்தில், பெண்ணின் பாலின பங்குபணி தனிப்பட்ட விஷயமாக இருந்தது, ஆனால் தற்கால சமுதாயத்தில் அவளது 'ஆளுமை' அவளது உடல் அழகைச் சுற்றிலும் அமைந்திருப்பதைக் காண்கிறோம்.

கருத்தரித்தல், உடலுறவைத் தொடர்ந்து ஏற்பட வேண்டிய அவசியமில்லை என்ற கண்டுபிடிப்பானது பாலியல் தார்மீகத்தன்மை மீதான தீங்குதரும் தாக்கத்தை விட்டொழிக்கலாம் என்பதில் பெரும் முக்கியத்துவத்தை மனிதனுக்கு அளித்தது. தாய்மைச் செயலுக்கு இரண்டாம் பட்ச முக்கியத்துவம் அளிக்கப்பட்டு, இன்பத்திற்காக செக்ஸ் என்பது அதிர்ச்சிதரும் அவசரநிலையாக ஆட்டிப்படைப்பதாகிவிட்டது. நவீனகால கருத்தடை முறைகள், அணுசக்தி சேர்ப்பு போல, இரண்டு முற்றிலும் வெவ்வேறு அம்சங்களைக் கொண்டுள்ளன. ஒன்று பயன்தருவது மற்றும் ஆக்கப்பூர்வமானது, மற்றொன்று தீங்குதரக்கூடியது மற்றும் அழிவுப்பூர்வமானது. "அமைதிக்கு அணுசக்தி" என்ற முழக்கங்கள் இருந்தாலும், ஹிரோஷிமா மற்றும் நாகசாகியின் பயங்கரங்கள் நமது மனதிலிருந்து இன்னும் நீங்கிவிடவில்லை. அதேபோல, கருத்தடை என்பது ஒருபுறம் விபத்து என்ற வாய்பை அகற்றி தாய்க்கும், சேய்களுக்கும் ஆரோக்கியம் அளிக்கும் அதே சமயம், தேவையற்ற அல்லது வசதியற்ற கருத்தரித்தலைத் தடுக்கும் வாய்ப்பை திருமணம் என்ற பந்தத்திற்குள்ளும், அதற்கு வெளியேயும் அளிக்கும் பாலின உரிமத்தை வளர்ப்பதாக அமைகிறது.

உலகில் இப்போது மற்றொரு துயரமான வளர்ச்சி என்னவெனில், பெண்கள் கலை என்ற பெயரில் அரை மற்றும் முழு நிர்வாணத்தில் ஆராதிக்கக்கூடிய மற்றும் கருதக்கூடிய பொருளாகிவிட்டாள், அதோடு

செக்சி விளம்பரங்கள் மற்றும் நவீன திரைப்படத் தொழில்துறை மூலம் விற்பனையைத் தூண்டுதல் போன்ற பல நோக்கங்களுக்காக வர்த்தக ரீதியில் முழுவதுமாக பயன்படுத்தப்படுகிறாள். பாலியல்தன்மை என்பதும், பல்வேறு நோக்கங்களுக்காக கவர்ச்சியாகத் தெரிய வேண்டும் என்று ஒவ்வொரு பெண்ணும் ஏங்குவதுடன் தொடர்புபடுத்தப்படுகிறது; எல்லாவிதமான வேலைகளையும் பெற, குறிப்பாக மாடல்கள் மற்றும் நடிகைகள், மற்றும் எல்லாவற்றிற்கும் மேலாக, ஒரு கணவனைப் பெற.

எனவே, அவளது தீவிரமான பங்கேற்புடன், பெண்ணுக்கு பெரும் சுதந்திரம் அளித்துவிட்டதாகக் கூறிக் கொள்ளும் ஆண், அவளை விருப்பமுடைய அடிமையாக்கி, அவளை மாற்றி, அவளை விற்பனைப் பொருளாக்கிவிட்டான். "செக்ஸ் மற்றும் செக்ஸ் அப்பீல் என்பது விற்பனைக்கு" என்பது முழக்கமாகிவிட்டது!. இது அவளது நலத்திற்கானது என்று அவளை நம்பவைக்க அவளை வசியப்படுத்தி, அவளை பாலியல் ரீதியில் தவறாகப் பயன்படுத்திக் கொள்கிறான். ஒரு தலைமுறைக்கு முன்பு, பெண்கள் முற்றிலும் உடையணிந்திருந்தனர், அவர்களது சுதந்திரம் 'கட்டுப்பாட்டிலிருந்தது' மற்றும் ஆண்களிடையே அவர்களது சமூகத் தோற்றம் குறைந்தபட்சமாக இருந்தது. அப்போது அவள் அடிமைப்பட்டிருந்தாள்! ஆனால், உண்மை என்ன? பெண்கள் சுதந்திரம் பெற்றுவிட்டனரா? உண்மை, முன்பு அவளது சுதந்திரம் வேண்டுமென்றே தடைசெய்யப்பட்டது, ஆனால் அப்போது அவள் எல்லாராலும் தவறாகப் பயன்படுத்துவதற்கு வெளிப்படுத்தப்பட்டிருக்கவில்லை. இந்த கட்டுப்பாடு ஆண், பெண் இருபாலாரின் நலனுக்காகவும் ஒரு பாதுகாப்பு நடவடிக்கையாகக் கருதப்பட்டது.

ஆசையை முற்றிலும் விட்டொழிக்க முடியாத இடத்தில் அதைக் குறைக்கும் நோக்கத்துடன் எல்லா மத மற்றும் தார்மீக போதனைகள் இருந்தன. ஆசையை ஓங்கி நிற்க போதுமான சக்தி இருக்கும் என்று எதிர்ப்பார்ப்பதைவிட அதை நீக்குவது எப்போதும் சிறந்ததாக இருக்கும் என்பது பொது அறிவு. அல்டவுஸ் ஹக்ஸ்லேயின் கூற்றுப்படி: "எந்தவிதமான ஆசைக்கும், அடிக்கடி மீண்டும் மீண்டும் நேரிட்டால், முனிவர்கள் அல்லாத பெரும்பாலான மனிதர்கள் அதற்கு பலியாகின்றனர். அதனால்தான் ஆசைக்கு அடிமைப்படக்கூடாது என்று கர்த்தரும் தமது சீடர்களுக்கு அறிவுறுத்தினார். இது எல்லா சமூக சீர்திருத்தத்தின் வழிகாட்டு நெறிமுறையாக இருக்க வேண்டும்- மனிதர்களுக்கு இடையே பொருளாதார, அரசியல், மற்றும் சமூக உறவுகளை ஒழுங்கமைக்க, இது சமூகத்திற்குள் எந்தவொரு தனிநபர்

அல்லது குழுக்களுக்கு, அதிகாரத்திற்கான பேராசை, கர்வம், குரூரம் மற்றும் மோகத்திற்கான குறைந்தபட்ச ஆசைகளாக இருக்க வேண்டும். ஆண்களும், பெண்களும் எவ்வாறு இருந்தாலும், ஆசைகளின் எண்ணிக்கை மற்றும் தீவிரத்தைக் குறைப்பதால் மட்டுமே, மனித சமுதாயங்கள் தீயனவற்றிலிருந்து பெறுவதைக் குறைக்க முடியும்." தமது பழைய, புத்திசாலித்தனமான வழிகளில், நமது முன்னோர்கள், ஆண்களும், பெண்களும் ஒருவருக்கொருவர் வெகுவாக நெருங்கி வருவதை, குறிப்பாக தனிமையில், தடுத்து நிறுத்த பல்வேறு கட்டுப்பாடுகளை விதித்தனர்.

தன்னடக்கத்தை மேம்படுத்துதல்

இப்போது, நமது விஷயத்திற்கு நேரடியாக வருவோம், தன்னடக்கம். ஆண் மற்றும் பெண்ணாக இருப்பதில் கற்பில் சில இயற்கை மேம்பாடு இருக்கிறது. ஆண்களில் மிகவும் முற்போக்குடையவர்களும், கற்பிலா பெண்ணை மணம் செய்ய விரும்புவதில்லை. பெண்மை வடிவத்தின் செக்ஸ் அப்பீலை அதீதமாக்கும் அதே சமயம், கவிஞர்கள் ஒரு காலத்தில் கற்பை போற்றினர், கன்னிமையைச் சுற்றி தூய்மை, அறியாமை, அழகு மற்றும் பெருந்தன்மையை வளர்த்தனர். கற்பின் மகிமை இவ்வளவு சிறப்பாக இருந்தமையால்தான், ஏசுநாதரை கன்னி மேரி ஈன்றெடுத்ததான கருத்தின் அடிப்படையாக அது இருந்திருக்கலாம்.

மருத்துவ அறிவியலாளர்களும் வாழ்வில் கற்பின் சிறப்பை சரியான விதத்தில் அங்கீகரித்துள்ளனர். "குழந்தை பெற்றுக்கொள்ளும் அபாயத்தின் காரணமாகத்தான் நவீனகால பெண்கள் தூய்மையுடன் இருக்கின்றனர்*, இன்றைய தரம் தாழ்ந்துவிட்டது. இளம் பெண்களில் பெரும்பாலோர் உயர்ந்த மனப்போக்கு மற்றும் ஆதரிசனங்கள், அல்லது குடும்ப மற்றும் பொதுக் கருத்தின் கட்டாயத்தினால் திருமணக் காலம் வரை கற்புடையவர்களாக இருக்கின்றனர்." என்கிறார் டாக்டர் இசபெல் எம்ஸ்லீ ஹட்டன். ஒப்புக்கொள்ளப்பட்ட தார்மீகக் கோட்பாடுகளுக்கு முரணாகச் செய்யப்படும் எதுவும் குற்ற மனப்பான்மைக்கு இட்டுச் சென்று, அதன்பிறகு உளவியல் பிரச்சினைகளுக்கு வழிவகுக்கிறது. அதனால்தால் ஃபெடரிக் நீட்சே கூறுகிறார், 'நாம் வசிக்கும் சமூகத்தின் அங்கீகார முத்திரையின் பயன் இல்லாதவரை நாம் செய்யும் எதிலும் சந்தோஷம் கிடையாது.'

தன்னடக்கம் என்பது முக்கியமாக சுய-கட்டுப்பாட்டையும், சுய-

---

* இந்த வகையில் 'தூய்மைத்தன்மை' பற்றி ஒரு விஞ்ஞானி பேசுவதா! இது உள்ளுணர்வாக இருக்க வேண்டும் ஏனெனில் கற்பு என்பது *கேஸ்டஸ்* என்ற லத்தீன் வார்த்தையிலிருந்து பெறப்பட்டதாகும், இதன் பொருள் தூய்மை!

ஒழுக்கத்தையும் அடிப்படையாகக் கொண்டது. வேறு பல செயல்களைப் போலவே, இது உள்ளார்ந்த ஒழுக்கத்தின் வெளிப்படையான தோற்றமாகும். இந்தக் கருத்தை டாக்டர் கிளேடிஸ் எம். காக்ஸ் அழகாகச் சுருங்கக் கூறியிருக்கிறார்: "தனது இச்சைகளுக்கு விரும்பியோ, விரும்பாமலோ பலியாகும், மற்றும் ஒழுக்கத்தை பெரிதாகக் கருதாத பெண்ணைவிட, வாழ்வின் சாதாரண விஷயங்களில் சுய-ஒழுக்கத்தைக் கடைப்பிடிக்கும் பழக்கமுடைய ஒரு பெண் தன்னுடைய செக்ஸ் வாழ்க்கையை திருப்திகரமாகக் கட்டுப்படுத்துவாள்." 'தன்னடக்கம் என்பது எல்லா இனங்கள் மற்றும் மதங்களிலிருந்து விடுபட்ட பண்பாகும்... மனித அடிப்படையில் மட்டும், தன்னடக்கம் என்பது இன்னும் சிறந்த பண்பாக இருக்கிறது.' என்கிறார் ஹேவ்லாக் எல்லிஸ்.

தன்னடக்கம் என்பது இயற்கையாக, மற்றவர்களால் குறிப்பாக ஆண்களால் பெண் மீது வலுக்கட்டாயமாக திணிக்கப்படாதவாறு இருந்தால்தான் பண்பாக இருக்கும். மீண்டும் ஹேவ்லாக் எல்லிசை மேற்கோள் காட்டினால், "தன்னடக்கம் வெறும் கட்டாய ஒழுக்கத்தூய்மையாக மாறும்போது, அது இயற்கைத் தன்மையை அல்லது பண்பை அல்லது பயன் தருவதை விட்டொழிக்கிறது. அதனுடைய அத்தியாவசிய குணாம்சம் காணாமல் போய்விடுகிறது." ஒரு புறம் குறிப்பாக மதம் அல்லது சமுதாயத்தால் விதிக்கப்பட்ட அதீதமான கட்டுப்பாடும், மறுபுறம் அதீதமான பாலியல் உரிமம் பற்றிக் குறிப்பிடுகையில், அவர் கூறுகிறார்: "இந்த ஊஞ்சலாட்டங்கள் இன்னும் போற்றக்கூடிய பண்புகளின் துரதிர்ஷ்டவசமான மிகைப்படுத்துதல். இது மனித மரியாதையைக் காப்பாற்றுவதற்கு கோரப்படுவது மட்டுமன்று." அதற்கும் மேலாக, இது எந்தவொரு அன்பின் சிறந்த கலைக்கு அத்தியாவசியமானது.

மீண்டும் டாக்டர் கிளைடிஸ் எம். காக்ஸ் கூறியதைப் பார்ப்போம்: "இப்போதெல்லாம் உளவியல் காரணங்களில் சுய-ஒழுக்கம் இல்லாததை மன்னித்து, ஊக்கப்படுத்தும் மனப்போக்கு இருக்கிறது. நவீன உளவியல் அடிக்கடி தவறாகப் பிரதிநிதித்துவப்படுத்தப்படுகிறது-சில சமயங்களில் வேண்டுமென்றே நேர்மையற்ற விதத்தில்- விரும்பத்தகாத எல்லாவிதமான நடத்தைகளுக்கும் நியாயம் கற்பிக்கப்படுகிறது. இயற்கை இச்சையை அடக்குவது தீங்குதரும் என்று நாம் கேள்விப்படுகிறோம்; மற்றும் இது சக்திமிக்க பாலியல் இச்சைக்கு குறிப்பாகப் பொருந்தும். யோசனை கூறப்படுவது என்னவெனில், அடக்கும் அந்த செயலே காயப்படுத்துவதாகும்... நாம் அனைவரும் நமது அன்றாட வாழ்வில் எல்லாவிதமான தூண்டுதல்கள் மற்றும் இச்சைகளை அனுபவிக்கிறோம், இவற்றில் சில ஒன்றுக்கொன்று விரோதமானவை, மற்றும் இவற்றில் சில நமது சகாக்களுடன் கடுமையான விரோதத்திற்கு வழிவகுக்கும்; நாம் எவ்வளவு

விரும்பினாலும் இவர்கள் அனைவரையும் ஈடுபடுத்துவது இயலாததாகும்.. .. பாலியல் தன்னடக்கமின்மை நியாயப்படுத்தக்கூடியதா (திருமணத்திற்கு முன்பு) என்பதை நமது மனதில் தீர்மானித்துக் கொள்ள வேண்டியது மிகவும் முக்கியமானதாகும், வரம்புக்குட்பட்டிருக்க வேண்டும் என்ற நேர்மையான விருப்பம் முன்னாலுள்ள போராட்டத்திற்கு கணிசமாக உதவிடும்.''

பழைய தலைமுறையினர் தங்களது தவறுகளிலிருந்து கற்றுக்கொண்டனர் மற்றும் அவர்கள் அளித்த விலைகளிலிருந்து பெற்ற விவேகம் மற்றும் அனுபவத்தின் வெளிப்பாடுகளே பாரம்பரியமாகும்.

விசுவாசம் மற்றும் விசுவாசமின்மை

விவாகரத்து, தன்னடக்கம் மற்றும் ஒருதார மணத்தின் தரத்துடன் நெருங்கிய தொடர்பு கொண்டிருக்கிறது என்பதை மறுக்க முடியாது.* தன்னடக்கம் என்பது அத்தியாவசிய குணம் என்று தானாகவே ஒப்புக் கொள்ளப்பட்டால், விவாகரத்துகளின் எண்ணிக்கை வெகுவாகக் குறையும் என்பது உறுதி, ஏனெனில், விசுவாசமான மற்றும் குணவதியான மனைவி அவளுடைய கணவனல்லாத ஆடவனிடம் பழகமாட்டாள். தனது சட்டப்பூர்வ துணைவருக்கு விசுவாசமாக இருக்க வேண்டும் என்று ஒரு பெண் தீர்மானிதது விட்டால், அவளது மனப்போக்கு முழுவதும் அந்தக் கருத்திலேயே ஆழ்ந்திருக்கும், அவள் எல்லா நேரத்திலும் அதில் நேர்மையாக இருப்பாள் என்பது பொது அறிவாகும். மனவுறுதி இன்மையே நாம் நமக்கு அனுமதித்துக் கொள்ளும் சலுகைகளுக்குப் பொறுப்பாகும், இவை மெதுமெதுவாக, இரு துணைகளில் ஒருவரின் விசுவாசமின்மைக்கு இட்டுச் சென்று, அதன் விளைவாக விவாகரத்துக்கு வழிவகுக்கிறது. ஒரு பெண்ணின் மனம் ஊஞ்சலாடுவதால் அந்த நிலைமையை ஒரு ஆடவன் தனக்குச் சாதகமாக்கிக் கொள்ள தூண்டப்படுகிறான்.

பாலியல் உரிமம், பெரும்பாலும் பாலியல் சுதந்திரம் என்ற பெயரில் நடைபோடும் இது, பெண்களை மரியாதையுடைய மனிதர்களாக இல்லாமல் இன்பத்திற்கான கருவியாக மட்டுப்படுத்துகிறது. திருமண பந்தத்திற்கு வெளியே மேம்போக்கான பாலியல் தொடர்பு கொண்டிருப்பது பரஸ்பர மரியாதையின் விளைவாக இருக்காது. சைமன் டி பீவோயர் தமது 'தி செகண்ட் செக்ஸ்' என்ற புத்தகத்தில் ஆழமாக ஆராய்ந்து, இது ஆண்களுக்கு ஒருவிதமான வெற்றியாகவும்,

* "அனுபவத்திலிருந்து நான் கூறுவது என்னவெனில் கற்பும், ஒருதார மணமும் இரட்டையர்கள். இவை ஆண் மற்றும் பெண்ணின் மதிப்புக்கு இலக்கணமாக இருக்கின்றன."

—எர்னஸ்ட் கோர்டன்

பெண்களுக்கு தங்களது 'கவர்ச்சித்தன்மைக்கான' நிரூபணமாகவும் இருக்கிறது. பெண்களுக்கு சமூகத்தில் மரியாதைக்குரிய இடம் இருக்கிறது, வீட்டில் தாயாக, சகோதரியாக மற்றும் மகளாக மதிக்கப்படுகிறாள் என்பதை மறந்துவிடக்கூடாது. இந்த உறவுகளில் அவள் தகுந்த அங்கீர்காரம் பெற வேண்டுமெனில், அவள் தனது மதிப்பையும், தன்னடக்கத்தையும் பராமரிக்க வேண்டும் மற்றும் அவளது சுய மரியாதையும், அவளது தன்மானமும் கேள்விக்குறிய பண்புடைய வாழ்க்கையுடன் இணைந்து செல்ல முடியாது என்பதை புரிந்து கொள்வது கடினமல்ல. ஒரு பெண்ணின் தகப்பன், மகன் அல்லது சகோதரன் அல்லது தாய், மகள் அல்லது சகோதரி, பாலியல் விஷயங்களில் அவருடைய கற்பு அல்லது கடமைப்பாட்டிலிருந்து விலகிச் செல்வதை நாம் அரிதாகப் பார்க்கிறோம் (அதாவது இயல்பான வழியில்).

கற்பு என்பது காதல் மற்றும் காதல் திருமணத்துடன் இயைந்து செல்லக்கூடியதா? ஏற்கெனவே கூறியபடி, இது ஒருதார மணத்துடன் நெருக்கமான தொடர்புடையது மற்றும் திருமணத்திற்கு முந்தைய பாலியல் தன்னடக்கத்தையும் உள்ளடக்கியது. மேலை நாடுகளில் பின்பற்றப்படுவதைப் போல, குறிப்பாக அமெரிக்காவில், துணையைத் தேடுவது 'டேட்டிங்குடன்' ஆரம்பிக்கிறது, இறுதித் தேர்வை செய்வதற்கு முன்பாக ஒருவர் பல 'டேட்ஸ்' மற்றும் 'கிரஷஸ்' என்று சென்றுவிடுவது அப்பாவித்தனமான நடைமுறையல்ல. எந்தவொரு கள்ளத் தொடர்பிலும், சம்பந்தப்பட்ட ஆணும் பெண்ணும் ஒருவருக்கொருவர் கொண்டுள்ள உணர்ச்சிகள்தான் அவர்களது மனதில் மேலோங்கியிருக்கிறது. ஆனால் திருமணத்தில், குழந்தைகள் மற்றும் அவர்களது நலம் ஆகிய கவலைகள் மேலோங்கியிருக்கின்றன. பெர்ட்ராண்ட் ரஸ்ஸல் "மேரேஜ் அண்ட் மாரல்ஸ்" என்ற தமது புத்தகத்தில் கூறுகிறார்: "ஒரு திருமணத்திற்கு ரொமாண்டிக்கான காதல் தேவை என்று கூறுவது ஒழுக்கமற்றது, செயின்ட் பாலின் கருத்துப்படி, எதிர்மறை கருத்தாக இருந்தாலும், குழந்தைகள்தான் திருமணத்தை முக்கியமானதாக ஆக்குகிறார்கள். ஆனால் குழந்தைகளுக்கு செக்ஸ் தொடர்பான எந்தவொரு அமைப்பும் தேவையிருக்காது, ஆனால் குழதைகள் வந்ததும், கணவனும், மனைவியும், தங்கள் குழந்தைகள் பற்றி ஏதேனும் பொறுப்புணர்ச்சி அல்லது பாசம் இருந்தால், மிகவும் முக்கியமானதாக இருக்கும், ஒருவருக்கொருவர் மீதான உணர்ச்சிகள் இனியும் அப்படியல்ல என்பதை உணரக் கட்டாயப்படுகிறார்கள்." திருமணம், பாலியல் மற்றும் கற்பு பற்றி வழக்கத்திற்கு மாறான கருத்துக்களைக் கூறியதற்காக தண்டிக்கப்பட்ட முதலாவது கீழ்திருச்சபையாளர் ரஸ்ஸல் என்பதை மறக்காதீர்கள். சுய-மறுப்பு என்பது நாகரீகம் போன்று பழமையானது. மதம் மற்றும் தார்மீக கவலைகள் இன்றி பாலியலில் ஈடுபடுவது சுயநலச் செயலாகும், அதே சமயம் எல்லா நாகரீக

நடத்தைகளும், அவற்றில் மிகவும் முக்கியமல்லாதவையும், சுய-விட்டொழித்தலைச் சுற்றி அமைக்கப்பட்டவை. குழந்தகளைப் பெற்றுக்கொள்வதற்காக மட்டுமே பாலியல் உடலுறவில் ஈடுபடுகிறோம் என்று நினைத்துவிடக்கூடாது, திருமண பந்தத்திற்குள் இந்த உறவைக் கட்டுக்குள் வைத்திருப்பது மனதிற்கும், உடலுக்கும் ஆரோக்கியமானது என்பதற்கு பல காரணங்கள் இருக்கின்றன. என்ன இருந்தாலும் ஒரு எழுத்தாளர் மிகச் சிறப்பாகக் குறிப்பிடுகிறார், "திருமண பந்தத்திற்குள் செய்ய முடியாத எதுவும் அதற்கு வெளியே செய்வதற்கு இல்லை!" கண்டுபிடித்து விடுவார்களோ என்ற அச்சம், அவசரம், முடிவுறாத இணக்கம், மற்றும் பிற கடினமான காரணிகள் போன்ற பதற்றத்தைத் தரும் அம்சங்கள், திருமணத்திற்குள் நீக்கப்படுகின்றன. திருமணம் என்பது பாதுகாக்கப்பட்ட சுவர்களுக்குள் இருக்கும் கோட்டை, இவற்றால் உடல் நலம் மட்டுமின்றி, மன நலம் மற்றும் தூய்மையா மனச்சாட்சி பாதுகாக்கப்படலாம், மனிதன் விடுதலை பெற்று பிற புனிதமான பணிகளில் தன்னை அர்ப்பணித்துக் கொள்ளலாம். எனவே மத மற்றும் ஆன்மீக பந்தமாக திருமணத்தின் புனிதத்தன்மை இருக்கிறது; பெண்களிடம் தாய்மை எனும் இயற்கை உந்துதலைப் பூர்த்தி செய்யும், சட்டப்பூர்வ குழந்தைகளைப் பெற்றுக் கொள்வதும் வலியுறுத்தப்படுகிறது.

கற்பு என்பது மதம் சார்ந்த குணமாகக் குறிப்பிடப்பட்டுள்ளது விநோதமோ அல்லது விபத்தோ அல்ல. மனிதனை ஞானமற்ற சுயநலத்தின் சுழலில் இழுத்துச் செல்லக்கூடிய, இந்த உடலின் பல்வேறு பசிகளை/இச்சைகளை அடக்கி, மனிதனை ஆன்மாவின் நிலைக்கு மேம்படுத்த மதம் பாடுபடுகிறது. இந்த அத்தியாயத்தின் ஆரம்பத்தில், நமது உடலுக்கு ஏற்புடைய சடப்பூர்வ கவனம் பற்றிப் பார்த்தோம், ஆனால் உண்மையான மற்றும் கற்பனையான உடலில் செயல்பாடுகள், அதன் தேவைகளுக்கு அவசியமற்ற அவசியத்தைக் கொடுத்தால் ஏற்படக்கூடிய பல்வேறு விளைவுகள் பற்றி மற்றொரு அத்தியாயத்தில் காண்போம்.

திருமண பந்தத்தில் ஒவ்வாமை

ஒருதார மணத்தின் தரத்தின்படி, விவாகரத்திற்குப் பிறகான மறுமணம், கற்பு என்ற கருத்தை மீறுவதாகும். ஆனால், ஏதேனும் ஒரு துணையின் மரணத்திற்குப் பிறகு செய்யப்படும் மறுமணம், சாதாரண திருமணத்திற்கு சமமானது. திருமண பந்தத்தில் ஒவ்வாமை என்பது பல்வேறு பாவங்களைக் குறிப்பிடும் சொற்றொடராகும். திருமணம் வெகு எளிதாக வெளிவரக்கூடிய பந்தமாகக் கருதப்பட்டால்- வேறுவிதமாகக் கூறினால், எளிதான விவாகரத்து மற்றும் மறுமணத்திற்கான கதவுகள் திறந்து வைக்கப்பட்டிருந்தால்- ஒத்துவராத தம்பதிகள் தங்கள் கருத்து வேறுபாடுகளை விட்டொழித்து,

ஒருவருக்கொருவர் அனுசரித்து, குடும்பம் மற்றும் குழந்தைகளின் நலனுக்காக தனிநபர் உணர்வுகளை அடக்கிக் கொள்ள எந்தவித முயற்சியும் இருக்காது. பெரும்பாலான வழக்குகளில், மண முறிவு ஏற்பட்டிருந்தாலும் இதயங்கள் மீண்டும் இணையலாம், தங்களது பிரச்சினைகளுக்கு விவாகரத்து மட்டுமே தீர்வாகாது என்பதை அதிருப்தியுற்ற துணைவர்கள் அல்லது தம்பதிகள் நினைப்பதில்லை. விவாகரத்து செய்து கொண்ட தம்பதிகளும் பழைய நினைவுகளில் ஆழ்ந்து மீண்டும் சேர்ந்த, அல்லது விவாகரத்திற்குப் பிறகு மீண்டும் திருமணம் செய்து கொண்ட நிகழ்வுகள் நடந்திருக்கின்றன என்ற உண்மையை மறுப்பதற்கில்லை.

பாலியல் இச்சை, அதைப் பூர்த்தி செய்து கொள்ளத் தேர்ந்தெடுக்கும் பொருட்களில் அடிக்கடி பாரபட்சம் நிகழ்வதாகத் தோன்றுகிறது, ஆனால் உண்மையில் இதுபோன்று நினைத்துக் கொள்வது மனித சமுதாயம் ஒழுங்குற அமைந்திருப்பதற்கு ஏற்புடையதல்ல. மேலும் கந்தறுகோலம் கண்டிப்பாக விடையாகாது. சலுகை காட்டுதல் இச்சையை தணித்து, ஆசையெனும் நெருப்பை அணைக்கும் என்று நம்புவதும் சரியல்ல. மாறாக, தாறுமாறான உறவுகளுக்கு எவ்வளவுதூரம் சுதந்திரம் அளிக்கிறோமோ, அதற்கான ஏக்கமும் அதிகரிக்கும். ஆண்,பெண் இருபாலாரின் புத்திசாலித்தனமான சுய-கட்டுப்பாடு மூலமாகத்தான் ஆரோக்கியமற்ற இச்சைகளை கட்டுக்குள் வைத்திருக்க முடியும். கட்டுப்பாட்டிற்கான ஒவ்வொரு முயற்சியும், வருங்கால சுய-கட்டுப்பாட்டை மேற்கொள்வதை எளிதாக்குகிறது.

பெண்களுக்கு கற்பு என்பது இருப்பதைப் போல ஆண்களுக்கு தன்னடக்கம் அல்லது பாலியல் இச்சையை விவேகமாக நிர்வகிப்பதாகும். அனேகமாக எல்லா மதங்களும் கூடாஒழுக்கத்தை வன்மையாகக் கண்டிக்கின்றன. பாலியல் இச்சையை அடக்கியாள்வது* சக்தியாக மாறும் என்றும், ஆணின் ஆயுட்காலத்தை நீட்டிக்கும், அவனுக்கு அதீதமான மூளை சக்திகளையும், உடல் சக்திகளையும் அளிக்கும் என்றும், இதை அடைவது ஆன்மீக வாழ்விற்கு அத்தியாவசியமான கவனம் செலுத்துவதையும் அளிப்பதாகவும் பல மதங்கள் உறுதிபடக் கூறுகின்றன. பெண்களுக்கு இருப்பதைப் போல ஆண்களுக்கு இயற்கையின் நாணமோ, அச்சமோ கிடையாது என்பதால் அவனை கூர்ந்து கவனிக்க வேண்டியது மிகவும் அவசியமாகிறது என்பதைப் புரிந்து கொள்வது கடினமல்ல. அவனுடைய அறிவுத்திறனால் அதாவது, சமூகம் மற்றும் மதத்தின் நியதிகள் மற்றும் விதிகளால் வழிகாட்டப்பட்ட புத்திசாலித்தனமான சுய கட்டுப்பாட்டினால் கட்டுப்படுத்தப்படாவிட்டால், அவனது வன்முறையான ஆண்மைத்தன்மை (அவனுக்குள் இருக்கும் மிருகம்) சொல்லிமாளாத பிரச்சினைகளை ஏற்படுத்தலாம். ஒவ்வொரு திருப்பத்திலும் கட்டுப்பாடுகள் அவனை எதிர்நோக்கினாலும், ஆண்

தனது இச்சைகளை கட்டுப்பாட்டில் வைத்துக் கொள்வது சிரமம்தான். அவன் தனது பாலியல் இச்சைகளை தடையின்றி அனுபவிக்க அனுமதிக்கப்பட்டால் ஏற்படக்கூடிய ஒழுங்கற்ற தன்மையை நீங்களே கற்பனை செய்து கொள்ளலாம்.**

மேலும், பாலியல் தவறுகள் அவனது நல்ல குணங்களை மட்டுப்படுத்தி, சமுதாயமும், மதமும் அவனை கண்டனம் செய்யும் நிலைக்கு ஆளாவான், இதனால் அவன் மெதுவான, ஆனால் உறுதியான அழிவு நிலைக்கு தள்ளப்படுவான். சமுதாயம் அல்லது மதத்தின் ஆட்சேபணைகளை மிஞ்சி, தார்மீகமற்ற செயல்களில், குறிப்பாக செக்ஸ், மக்கள் தங்களைத் தொலைத்துக் கொண்ட பேரரசுகளும், பண்டைய நாகரீகங்களும் சிதிலமடைந்ததை சரித்திரம் காட்டுகிறது.

டாக்டர் ஹேரி எமர்சன் ஃபோஸ்டிக்கின் மேற்கோளுடன் நாம் இந்த அத்தியாயத்தை ஆரம்பித்தோம். இப்போது மற்றொரு அறிஞர் மேற்கோளுடன் முடிப்போம்: "நமது இயற்கை இச்சைகளை மட்டுப்படுத்த மற்றும் கட்டுப்படுத்த *முடியுமா* என்பதல்ல நமக்கு முன்னால் உள்ள தெரிவு, ஆனால் அதை *எவ்வாறு* செய்வது என்பதுதான்."

❑❑

*"உங்களுடைய பாலியல் உணர்ச்சியை உங்கள் நிச்சயமான பெரும் நோக்கத்திற்காக, விருப்பமுடன், மாற்றுவதற்கு கற்றுக் கொள்ளுங்கள். இது தெரியாத, வரம்பற்ற வாய்ப்புகளின் ஆக்கப்பூர்வ சக்தி என்பதை நினைவில் கொள்ளுங்கள்"

—நெப்போலியன் ஹில், "தி டென் கமாண்மெண்ட்ஸ் ஆஃப் சக்சஸ் " நியூ, மார்ச் 1968.

** "ஹார்மோன்கள் பீறிடும் இளைஞன் தன்னுடைய பாலியல் இச்சைகளுக்கு முழு சுதந்திரம் ஏன் தரப்படக் கூடாது என்று வியக்கலாம். பழக்க வழக்கங்கள், தார்மீகங்கள் மற்றும் சட்டங்களால் அவன் கட்டுப்படுத்தப்படாவிட்டால், செக்ஸ் என்பது பெருகியோடும் நெருப்பு நதி, அதை நூற்றுக்கணக்கான கட்டுப்பாடுகளால் அணைக்கட்டி, குளிர்விக்கப்பட வேண்டும் என்று நன்றாகப் புரிந்து கொள்ளுமளவிற்கு முதிர்ச்சியடைவதற்கு முன்பாக அவன் தனது வாழ்வைப் பாழாக்கிக் கொள்வான

— " தி லெசன்ஸ் ஆஃப் ஹிஸ்டரி" என்ற புத்தகத்தில் வில் மற்றும் ஏரியல் டியூரண்ட்.

8

தகுதி என்பதன் பொருள்

"மதிப்புமிக்க எதையேனும் பெறவேண்டுமெனில், ஒருவர் விலை கொடுத்தாக வேண்டும்; அந்த விலை எப்போதும் வேலை, பொறுமை, அன்பு, சுய-தியாகமாகும்-காகிதப் பணமில்லை, பணம் கொடுக்கும் வாக்குறுதிகளில்லை, ஆனால் பொன்னான உண்மைச் சேவையுண்டு."

—ஜான் பர்ரோஸ்.

விலை கொடுத்தல்

ஜோன்ஸ் மற்றும் ஜேம்ஸ் இரண்டு நண்பர்கள், இருவரும் ஓரளவு பணக்காரர்கள், நன்கு படித்தவர்கள் மற்றும் வாழ்வில் நன்றாக செட்டில் ஆனவர்கள். ஜோன்ஸ் கொள்கை ரீதியில் சங்கோஜி. ஒருவர் ஒவ்வொரு கட்டத்திலும், சட்டத்திற்குப் பணிந்து இருக்க வேண்டும் என்று நினைப்பவர் மற்றும் சுய-உதவியே சிறந்த உதவி என்று உறுதியாக நம்புபவர். பிரசித்தி பெற்ற போதனைக்கேற்ப, இவர் ஒருபோதும் கடன் வாங்குவதுமில்லை, கொடுப்பதுமில்லை. அவர் தன் காலில் தானே நின்றவர் எனவே போராடும் எவருக்கும் உதவி செய்ய முயன்றதில்லை. அவர் அதிகம் பேசிப் பழகாதவர், வெகு அரிதாக கேலி கிண்டலில் ஈடுபடுவார். அவர் மிகவும் சொகுசான வாழ்க்கை வாழ்ந்தார், ஆனால் எப்போதும் வேதாகமத்தின் கட்டளைகளை பெரிதும் பின்பற்றுபவர், முறையாக சர்ச் செல்பவர்.

ஜேம்ஸ் இவருக்கு நேர் மாறானவர். அவர் எதையும் எளிதாக எடுத்துக் கொள்ளும் சுபாவமுடையர், கலகலப்பாகப் பேசிப் பழகக்கூடியவர், அதாவது முற்றிலும் சங்கோஜமற்றவர். அவர் ஒருபோதும் கருத்து ரீதியில் கொள்கைகளைப் பற்றி கவலைப்படாதவர், தமது சக மனிதருக்கு உதவ தமது பர்சுடனும், உடலளவிலும் தயாராக இருப்பார். அவர் தவற்றை அவ்வளவாகக் கண்டு கொள்ளமாட்டார். அவர் ஓரிடத்தில் இருக்கிறார் என்றால் அந்த இடம் கலகலப்பாக இருக்கும், அவர் சில சமயங்களில் கெட்ட வார்த்தைகள் கூடிய கிண்டல்

கேலிகளில் ஈடுபடுவார், சொல்லப்போனால் கேள்விக்குரிய ருசிகள் கொண்டவர். தமது நண்பரின் தூய்மையற்ற பேச்சுக்கள் குறித்து ஜோன்ஸ் எப்போதும் வியப்பதுண்டு. சுருக்கமாகச் சொன்னால், ஜேம்ஸ் மதப்பற்றுடையவரல்ல மற்றும் சர்ச்சுக்கு சென்று வேதாகமம் படிக்கும் சிரமத்தை அவ்வளவாக மேற்கொள்வதில்லை.

இந்த இரு மனிதர்களின் தாக்கம் அவர்களைச் சுற்றியிருப்பவர்கள் மீது-மனைவி மற்றும் குழந்தைகள், நண்பர்கள் மற்றும் உறவினர்கள் மீது-எப்படியிருக்கும் என்பதை நீங்கள் யூகித்துக் கொள்ளலாம். ஜோன்சுக்கு மரியாதை செலுத்தப்பட்ட, அதே சமயம் ஜேம்சிடம் அன்பு செலுத்தினர்.

அப்போது வந்தது வால் ஸ்ட்ரீட் பங்குச் சரிவும், பொருளாதார மந்த நிலையும். வீழ்ச்சியடைந்த பலரது அதிர்ஷ்டங்களில் ஜேம்ஸ் மற்றும் ஜோன்சுடையதும் அடங்கும். அவர்களுக்கு மோசமான காலம். ஆனால் நண்பர்கள் ஜேம்சுக்கு உதவ முன்வந்தனர்* கேட்காமலே, மக்கள் அவர் மீது இரக்கப்பட்டனர். பரிசுகள் வந்து குவிந்தன மற்றும் ஜேம்ஸ் எதையும் பெற்று பழக்கமில்லாததால் சங்கடமான நிலைக்கு ஆளானார். ஆனால், மக்கள் பாராட்டுவதைக் கண்டு ஜேம்ஸ் மன ஆறுதல் அடைந்தார். காலப்போக்கில், அவரது அதிர்ஷ்டம் திரும்பியது, அவன் முன்போலவே ஆனார்.

ஆனால், இந்த வீழ்ச்சியால் ஜோன்ஸ் உண்மையிலேயே வீழ்ச்சியடைந்து விட்டார். அடி பலமாக இருந்ததால் அவரால் மீளவே முடியவில்லை. இரக்கப்படுபவர்கள் குறைவாக இருந்தனர், உண்மையில் உதவுபவர்கள் எவருமில்லை. அவரது ஆரோக்கியம் மெதுவாக கெட்டது, கரிய வானில் ஒளிக் கீற்று ஏதும் அவருக்கு தென்படவில்லை. அவர் படுத்த படுக்கையானார், உயிரைக் கையில் பிடித்துக் கொண்டிருந்தார், ஓராண்டுக்குள் இறந்து போனார். அவரது குறுகிய வட்டத்திற்கு வெளியே, இறந்து போன அவரைப் பற்றி இனிமையாக பேசியவர்கள் எவரேனும் இருந்தார்கள் என்பது சந்தேகமே. அவர் இறந்து போனார், "எவரும் கண்ணீர் சிந்தாமலே, மரியாதை செலுத்தாமலே மற்றும் பாராட்டாமலே."

இப்போது, இந்த இரண்டு நண்பர்களும் தங்களது அதிர்ஷ்டத்தில் வீழ்ச்சியடைந்திருந்தபோது இருந்த நிலைமையை ஒப்பிட்டு, வேறுபடுத்தி, அவர்களது வெவ்வேறு அனுபவங்களை நீங்கள் எவ்வாறு விளக்குவீர்கள்? அவர்கள் தங்களது சிறந்த நாட்களில் வெவ்வேறு விதங்களில் அளித்ததை அவர்களது கஷ்ட காலத்தில் திரும்பப் பெற்றார்கள் என்பது தெளிவாகத் தெரிகிறதல்லவா? சாதாரண நேரங்களில் ஜேம்ஸ் தாம் அளித்த உதவிகளையோ,

பொருளுதவியையோ திரும்பப் பெறுவது பற்றி ஒருபோதும் நினைத்திருக்க மாட்டார். இருந்தாலும், அவருடைய கஷ்ட காலத்தில், அவரிடம் பயன்பெற்றவர்கள் அவரை புறக்கணிக்க முடியாது அல்லது அவரைச் சுற்றியுள்ளவர்களுக்கு அவர் அளித்த பயன்களை மறந்துவிடவும் முடியாது. ஜோன்சைப் பொறுத்தவரை, சுய-உதவியை மட்டுமே நம்பும் அவர், பூமராங் போல திரும்பிவருவதைக் கண்டார், தாம் கைவிடப்பட்டதாக நினைத்தார். புதிய அத்தியாயத்தை கற்றுக் கொள்ள காலம் கடந்து விட்டது. அவரது 'கோட்பாடுகள்' எந்தவித பயனையும் அவருக்குக் கொண்டுவர இயலவில்லை.

இந்த தருணத்தில் டான்கேஸ்டரில் உள்ள புனித ஜார்ஜ் தேவாலயத்தில் எழுதப்பட்டுள்ள வாசகத்தை குறிப்பிடுவது மிகவும் ஆர்வம் தரக்கூடியதாக இருக்கும்:

"என்னிடமிருந்ததை செலவழித்துவிட்டேன்; என்னிடமிருப்பதைக் கொடுத்து விட்டேன்; நான் இழந்ததை விட்டு விட்டேன்."

சாலமனின் பழமொழிகளில் நாம் படிக்கிறோம், "ஏழைகளுக்குக் கொடுப்பவன், கடவுளுக்குக் *கொடுக்கிறான்*". புதிய வேதாகமத்தில் நமது சேவியர் நமக்குக் கூறுகிறார், "நிர்வாணமாய் இருப்பவர்களுக்கு உடையளிப்பதை, பசியுடனிருப்பவர்களுக்கு உணவளிப்பதை மற்றும் சிறையிலிருப்பவர்களை சென்று பார்ப்பதை, தமக்குச் செய்ததைப் போல பாவித்து, அதன்படி அவர்களுக்கு *பரிசளிப்பார்*."

ஒன்றுமறியாதவர்களும், எழுத்தறிவில்லாதவர்களும் கூட "தகுதி" என்ற சொலுக்கு பொருள் தெரியுமளவிற்கு உள்ளார்ந்த உணர்வு கொண்டிருப்பர். இது லத்தீன் சொல்லான "மெரெயோர்" என்பதிலிருந்து எடுக்கப்பட்டது, இதன் பொருள் ஈட்டு. தகுதி பெறுவது என்பது, செய்பவரின் மதிப்புக்கு பரிசு கொண்டுவரும் எதையாவது செய்தல் என்று பொருளாகும்.

இப்போது, நாம் மற்றொரு அத்தியாயத்தில் பார்த்தவாறு, எந்தவொரு செயலும் முற்றிலும் நல்லதாகவோ, முற்றிலும் கெட்டதாகவோ இருக்காது. "ஒவ்வொரு செயலும், நெருப்பைச் சுற்றி புகையிருப்பதைப் போல தீமையால் சூழப்பட்டுள்ளது". நல்ல பயன்கள் அல்லது மோசமான விளைவுகள், இதில் எதை அளிக்கிறது என்பதைப் பொறுத்து ஒரு செயல் நல்லதாகவோ, கெட்டதாகவோ அமைகிறது. தகுதியையோ அல்லது தகுதியின்மையோ('பாவம்' என்றும் கூறலாம்) ஒன்றுசேர்க்கும் யோசனை, தங்களது ஒவ்வொரு வாடிக்கையாளருக்கும் வங்கிகள் பராமரிக்கும் கணக்குகளைவிட மாறுபட்டதல்ல. ஒவ்வொரு தடவையும் நீங்கள் டெபாசிட் செய்யும்போதோ, வட்டி கூடும்போதோ, வரவு பதிவு செய்யப்படுகிறது, மற்றும் ஒவ்வொரு முறை பணத்தை எடுக்கும்போதோ,

கட்டணத்திற்கோ செலவு பதிவு செய்யப்படுகிறது. எனவே, குறிப்பிட்டதொரு நேரத்தில், உங்கள் கணக்கிலுள்ள மீதத்தொகை உங்களுடைய "சேமிப்புகளாகும்." நீங்கள் கணக்கிலிருப்பதை விட அதிகமாக பணத்தை எடுக்க உங்கள் வங்கி உங்களை அனுமதித்தால், நீங்கள் மீண்டும் கடன் மீதத்தைக் கொண்டிருப்பீர்கள். முஸ்லீம்களின் கூற்றுப்படி, தேவதைகள் ஒரு மனிதனுக்கு பின்னாலோ, முன்னாலோ நின்று கொண்டு, அவனது நல்ல மற்றும் கெட்ட செயல்களை விடாமல் எழுதிக் கொண்டிருப்பார்களாம்.(குரானின் அத்தியாயம் நான்கு, வாசகம் 61 மற்றும் அத்தியாயம் பதின்மூன்று வாசகம் 12-ஐப் பார்க்கவும்).

நமது வாழ்வில் தெரிந்தோ, தெரியாமலோ நாம் மதிப்பிற்குரிய செயல்களைச் செய்கிறோம், பாவங்களையும் செய்கிறோம். நாம் முன்பு எமர்சனின் கூற்றை மேற்கோள் காட்டினோம்: "ஒவ்வொரு செயலும் முதலில் நமது ஆன்மாவில் பாராட்டப்படுகிறது, அதன் பிறகு சூழலில். இந்த சூழலை மக்கள் வஞ்சத் தீர்வு என்கின்றனர்." நம்முடைய ஒவ்வொரு நல்ல மற்றும் கெட்ட செயல்களுக்கு பாயிண்டுகள் நமது சூழல்களில் தானாகவே மற்றும் தொடர்ந்து பதிவு செய்யப்படுவதாக நாம் நினைத்துக் கொள்கிறோம். மேலும் இறுதியாக அல்லது எந்தவொரு தருணத்திலும், மீதத்தொகை இருந்தால், அது நமது கடனை(பாவம்) குறிக்கிறது அல்லது வரவை (தகுதி) குறிக்கிறது. இந்த கருத்தானது நாகரீகத்தைப் போல பழமையானது மற்றும் இது தீர்ப்பு என்ற யோசனக்யின் அடிப்படையாக இருக்கிறது. புக் ஆஃப் ஜாப் என்பதில் ஜாப் கூக்குரலிட்டுக் கூறுகிறான், "ஒரு சமமான தராசில் என்னை எடைபோடுங்கள், கடவுள் என்னுடைய நேரமையை அறியட்டும்", "ஏழை எளியோருக்கும், வாழ்வைத் தொலைத்தவர்களுக்கும்" தான் செய்த மதிப்புமிக்க பணியை அவன் எடுத்துக் கூறிக்கொண்டே போகிறான். நேர்மை என்பதில் அவன் உலகாதய பொருட்கள் அல்லது பணத்தைப் பற்றிக் குறிப்பிடாமல் தனது நம்பகத்தன்மை, பரோபகாரத்தைக் குறிப்பிடுவது கடவுள் புத்தகத்தில் இடம்பெறும் தகுதியாகும்.

மொத்த நன்மைகளின் மீதம்

உலகாதய வாழ்வில், பொருள் வரவை அதிகரிக்க அனைவரும் பாடுபடுகின்றனர்- அதிகப்படியான பணம் ஈட்டல்கள் அல்லது செலவுக்கு மிஞ்சிய வருவாய். ஒரு மனிதன் இதுபோன்ற சமநிலையை எவ்வளவு அதிகமாகக் கொண்டிருக்கிறானோ, அவன் அவ்வளவு செல்வந்தனாக இருப்பான். அதே போல, ஒவ்வொரு மனிதனும் தனக்காக கணிசமான வரவு மீதத் தகுதியை அதிகரித்துக் கொள்ளுமாறு எல்லா மதங்களும் சொல்கின்றன, இதை இரக்க நடத்தையால் மட்டுமின்றி பொருள் ரீதியாகவும், அதாவது வரி செலுத்துதல் போன்றவை மூலம். ஒவ்வொரு ஆண், பெண் அல்லது

குழந்தை ஓரளவுக்கு மதிப்பின் மீதத்தைக் கொண்டிருந்து, அதை மேலுக் அதிகரித்துக் கொண்டே போனால், தகுதியின் மொத்த நன்மை, குடும்பத்தில், உள்ளூரில், நகரில், கிராமத்தில், நாட்டில் மற்றும் இறுதியாக உலகில் மக்களடங்கிய இடத்தில் இது கூடிக்கொண்டே சென்று நிலைமைகளில் பிரதிபலிக்கும்.

எனவே, தனக்காகவும், மற்றவர்களுக்காகவும், அதாவது குடும்பத்தினர், நாட்டு மக்கள் மற்றும் உலகின் சக குடிமக்களுக்காக, தகுதியை வளர்த்துக் கொள்வது அல்லது திரட்டுவது நம் ஒவ்வொருவரின் கடமையாகும். ஒவ்வொரு வகையான அல்லது நல்ல செயல், பணத்தின் முதலீடு போல முதலீட்டு வகையாகும். கர்த்தர் கூறியதைப் படித்துப் பாருங்கள்:'ஏழைகளுக்குத் தருபவன், கடவுளுக்குத் *தருகிறான்.*' ஏழைகள் ஏன்? ஏனெனில் ஏழைகளால் திருப்பிக் கொடுக்க முடியாது.

ஒரு நாட்டில் வசிப்பவர்களின் 'வரவு மிச்சத்தின்' கூட்டுத் தொகையை நாம் குறிப்பிட்டோம். பெரும்பாலான மதங்கள் மக்களின் வளம் அல்லது வளமற்ற தன்மையின் கூட்டுத்தொகை யை வரவு அல்லது செலவு வைக்கப்பட்ட தகுதியின் 'மீதமாக' கூறுகின்றன. உங்களுடைய பொருளகராதியில் "visitation" என்பதற்கு பொருள் பாருங்கள். அதில் "தெய்வ தண்டனை-நோய்-தீமைகள் முதலியவற்றின் வகையி மேற்சுமத்தீடு" என்று கொடுக்கப்பட்டிருக்கும். எதற்கு தண்டனை? நல்ல செய்கைகளுக்கா? இது தானாகவே தெரிகிறதல்லவா? இந்த யோசனையை கேலிக்கூத்து என ஒதுக்கிவிட முடியாது. ஒரு போரில் ஏன் பல்வேறு நாடுகள் ஈடுபடுகின்றன, எண்ணிலடங்கா துயரங்களையும், வேதனைகளையும் கொண்டுவருகின்றன, மற்றும் நினைத்துப் பார்க்க முடியாத காட்டுமிராண்டித்தனம் மற்றும் கொடூரத்தை, வானிலிருந்து குண்டுகள் வீசுவது, தடைகளை ஏற்படுத்தி உணவு போன்ற அத்தியாவசிய பொருட்களை வழங்காதிருப்பது, கைதிகளை கொடூரமாக சித்திரவதை செய்வது மூலம் மேற்கொள்கின்றன? இதுபோன்ற போர்களுக்கு இடையே, உலகளாவிய ஒன்றிலும் கூட, சில நாடுகள் அதிசயமாக அமைதியை ஏன் அனுபவிக்கின்றன? அரசின் கொள்கைகளாலா? அரசாங்கம் என்றால் யார் அல்லது எது? அதன் கொள்கைகளை யார் வரையறுப்பது? ஒரு நாட்டின் மக்கள், அங்கு ஜனநாயகம் என்பது இல்லாதிருந்தாலும், இறுதியில் விதியை நிர்ணயிப்பது அவர்கள்தானே?

"ஐரோப்பாவின் சொர்க்கமான" சுவிட்சர்லாந்து, இரண்டு உலகப் போர்களின் போதும் நடுநிலை வகித்திருந்த அந்நாட்டு மக்களின் மனித குணாம்சங்களை சரியாகத் தெரியாமல் நம்மிடையே இருப்பவர்கள் ஸ்விஸ் நாட்டு வாழ்க்கை முறையையும், அரசாங்கத்தையும் பற்றி

தெரிந்து கொள்ள முற்படுவது நன்று. அப்போதுதான் அந்த சிறிய நாடு, பொறாமை கொள்ளுமளவிற்கான அமைதியை அனுபவித்ததோடு, அமோகமான வளத்தையும் அனுபவித்தது விபத்தல்ல என்பதை நீங்கள் தெரிந்து கொள்வீர்கள். ஒரு எழுத்தாளர் கூறுகிறார், சுவிட்சர்லாந்து 'நீங்கள் தேர்ந்தெடுக்கக்கூடிய நாற்பது இலட்சம் மனிதர்களின் அளவுக்கு பல மாமனிதர்களை உருவாக்கியிருக்கிறது'. மேலும் 'அவர்கள் பெரும் கலைகளை உருவாக்கியிருக்கின்றனர், வறுமையற்ற சமுதாயம், நிரந்தர வெறுப்பும், பீற்றிக் கொள்ளலும் இல்லாமல்'.

போர்க்காலத்தில் இருந்த மாபெரும் தலைவர் மதிப்பு ஈட்டல்கள் மற்றும் ஒன்று சேர்ப்பது குறித்து கொண்டிருந்த கருத்தை இங்கு குறிப்பிடுவது சாலச் சிறந்தது-அவர் வின்ஸ்டன் சர்ச்சில், மிகவும் சயமப்பற்று கொண்டவராகவோ, தத்துவஞானியாகவோ கருதப்படாத அவரைப் பற்றி அவருக்கு நெருக்கமானவர்கள் கூறியது:

> "நாகரீகத்தை பாதுகாக்க நமக்கு உண்மையில் என்ன தேவை? முக்கியமான உண்மையை சர் வின்ஸ்டன் நீண்டநாட்களுக்கு முன்பு எங்களிடம் கூறினார்! அது ஒரேயொரு விஷயம், ஒரு மிக எளிதான விஷயம்; அதாவது இலட்சக்கணக்கான ஆண்களும், பெண்களும் **தீமைக்குப்** பதிலாக **நன்மை** செய்ய வேண்டும் என்று தங்களை ஈடுபடுத்திக் கொண்டு, அதிலிருந்து சாபங்களுக்குப் பதிலாக **ஆசிகளைப்** பெற வேண்டும்."

நன்கொடையளிப்பது வீட்டில் ஆரம்பிக்கிறது

உண்மையைக் கூறப்போனால், பல விஷயங்கள் வீட்டில் ஆரம்பிக்க முடியும், ஆரம்பிக்கின்றன. மதம், அன்பு, பாசம், சேவை. ஆமாம், சேவை, தகுதியுடைய சேவை. தங்களுடைய குழந்தைகள் பாசப்பராமரிப்புடனும், அன்பான சேவையுடனும், குறிப்பாக ஆரோக்கியம் குன்றிய நிலையிலும், முதிய வயதிலும், பெற்றோருக்கு அருகில் இருப்பதைப் போல மாபெரும் அருளாசி எதுவும் இருக்க முடியாது. கணவனும், மனைவியும் ஒருவருக்கொருவர் உதவியும், சேவையும் செய்து கொண்டு, வேதனைக் காலத்தில் ஆறுதல் அளித்து, தேற்றியும், வாழ்வின் சந்தோஷங்களைப் பகிர்ந்து கொண்டு, இரட்டிப்பாக்குவதை விட சிறந்த செல்வந்தர்கள் யார்? குழந்தைகள் நம்மிடமிருந்து, உரிமை, கவனம் மற்றும் பாசத்தை சேவையெனும் உயரிய நிலைக்கு எடுத்துச் செல்லக்கூடியவாறு அனைத்தையும் கற்றுக் கொள்கின்றனர். நாம் பெருமாலான நமது நேரத்தை செலவிடும் இடமான வீட்டில்

சாபங்களுக்குப் பதிலாக நல்லாசிகளை அறுவடை செய்வோம். நம்முடைய சொந்த சேவை மூலம் நமது குழந்தைகளுக்கு ஒரு எடுத்துக்காட்டாக இருப்போம். பாசமான சேவைக்கு நடுவில் இருப்பது உண்மையிலேயே அற்புதம்தான். உங்களுடைய குழந்தைகளும், குடும்பத்தினரும் தாங்கள் தேவைதைகளல்ல அல்லது தேவதைகளுக்கு நடுவில் அல்ல என்று கவலைப்பட்டால், இரகசியம் இதோ: அன்பான சேவை.

மெதுவாக இது சமூகத்தில் உள்ள மற்றவர்களுக்கும் விரிவடைந்து, நீட்டிக்கப்படும், இயன்றால், நமது நாட்டு மக்களுக்கும், உலகிற்கும். ஒருவர் சேவை செய்யும் வழிகளை தேடிவந்தால், எப்போதும் அவருக்கு போதுமான வாய்ப்புகள் இருக்கும். அன்பான சேவைகளை நீட்டுவிக்கவும், நீங்கள் அவற்றைப் பெறத் தவற மாட்டீர்கள். இப்போது இல்லையெனினும், பிற்காலத்தில். இங்கு இல்லையெனினும், அதன்பிறகு. ஒரே நாணயத்தில் இல்லையெனினும், குறைந்தபட்சம் மனிதகுலம் மற்றும் சொர்க்கத்தில் நாணயங்களில் சமப் பங்கு பெறுவீர்கள்.

❏❏

9

இதை முதலில் நாடு...

"அதன் பிறகு நம்மில் வெளிப்படக்கூடிய, வரவிருக்கும் பொன்னான காலத்துடன் ஒப்பிடுகையில் இந்த காலத்தின் துன்பங்கள் மதிப்பற்றவை என்று நீங்கள் கூற மாட்டீர்கள்".
— ரோம். VIII. 18.

ஆக்கச் சிந்தனையின் சக்தி

டேல் கார்னீஜி மற்றும் டாக்டர் நார்மன் வின்சென்ட் பீலே ஆகிய எழுத்தாளர்களின் புத்தகங்கள் நவீன கால கதைகளற்ற, அமெரிக்க இலக்கியத்தில் மிகவும் வெற்றிகரமானவை மற்றும் பிரசித்தி பெற்றவை. அவர்களின் புத்தகங்கள் பலரால் படிக்கப்படுகின்றன; பல பதிப்புகளைக் கண்டுள்ளன. டேல் கார்னீஜியின் புத்தகங்கள் பல நாடுகளில் வெளியிடப்பட்டுள்ளன மற்றும் உலகின் பல மொழிகளில் மொழியாக்கம் செய்யப்பட்டுள்ளன. இலக்கிய வெற்றி இருவருக்கும் பொதுவானது என்றாலும், இவர்கள் இருவரையும் இரு துருவங்கள் எனலாம். இவர்கள் இரண்டு வெவ்வேறு, ஆனால் முரண்பாடற்ற, வாழ்வின் அம்சங்களை ஆராய்ந்திருக்கின்றனர்: சமயச் சார்பற்ற தன்மை மற்றும் மதச்சார்பு.

தம்முடைய புத்தகம் ('ஹவ் டு வின் ப்ரண்ட்ஸ் அண்ட் இன்புளுயன்ஸ் பீப்பிள்') எழுதப்பட்டது என்பதைப் பற்றிக் குறிப்பிடுகையில், இதை எழுதி விருப்பத்தை பூர்த்தி செய்யும் வரை, "மனித உறவுகள் குறித்த எந்தவித நடைமுறை, பயன்தரும் கையேடு இருந்திருக்கவில்லை" என்கிறார் கார்னீஜி. அவர் கூறுவதைக் கேட்பது ஆர்வம் தருவதாகும்: "இந்த புத்தகத்தை எழுதுவதற்காக நான், டோரதி டிக்ஸ் முதல், நீதிமன்ற விவாகரத்து வழக்குப் பதிவுகள், பேரன்ட்ஸ் பத்திரிகை, பேராசிரியர் ஓவர்ஸ்ட்ரீட், ஆல்ப்ரட் அட்லெர் மற்றும் வில்லியம் ஜேம்ஸ் வரை எல்லாவற்றையும் படித்தேன். அதோடு, நான் தவறவிட்டவற்றை எல்லாவற்றையும் படிக்கவும், உளவியல் விஷயங்களை ஆராயவும், நூற்றுக்கணக்கான பத்திரிகைக் கட்டுரைகளை ஆழ்ந்து படிக்கவும் பயிற்சிபெற்ற ஆராய்ச்சியாளர் ஒருவரை ஒன்றரை ஆண்டுகளுக்கு பணியில் அமர்த்தியிருந்தேன்.." டேல் கார்னீஜியின் இந்த கூற்றைப் படித்ததும் டாக்டர் பீலே சிரித்திருப்பார். டாக்டர் பீலே இவ்வாறு கூறியிருக்கலாம்: "அவர் ஒரு நிமிட முயற்சியைக் கூட வீணாக்கியிருக்க வேண்டாம், டேல் கார்னீஜி எல்லா நேரத்திலும் தமது

கையில் டார்ச் வைத்துக் கொண்டு ஒளியைத் தேடியலைந்திருக்கிறார். பல நூற்றாண்டுகளாக இருக்கக்கூடிய, ஆண், பெண் மற்றும் குழந்தைகள், அறிவிலிகள், புத்திசாலிகள், ஏழை பணக்காரன் என தலைமுறை தலைமுறையாக படிக்கப்பட்டு, போதிக்கப்பட்டு மற்றும் பின்பற்றப்பட்ட 'ஒரேயொரு புத்தகம்', அதை டேல் கண்டிப்பாக புறக்கணித்திருக்க முடியாது அதாவது 'புத்தகங்களுக்கெல்லாம் புத்தகமான' பைபிள்''. நான் அவ்வாறு ஏன் நினைக்கிறேன்? தமது சொந்த புத்தகமான, "த பவர் ஆஃப் பாசிட்டிவ் திங்கிங்'' பற்றி எழுதும்போது, டாக்டர் பீலே கூறுகிறார்: "இங்கு குறிப்பிடப்பட்டுள்ள சக்திமிக்க கோட்பாடுகள் என்னுடைய சொந்த *கண்டுபிடிப்புகள்* அல்ல, ஆனால் இதுவரை வாழ்ந்த, இன்னும் வாழ்கின்ற மாபெரும் ஆசானால் நமக்கு அளிக்கப்பட்டவை என்பதை நான் சுட்டிக்காட்டத் தேவையில்லை. இந்த புத்தகம் பயன்பாட்டு கிறிஸ்துவ சமயம் பற்றி போதிக்கிறது; பயன்தரக்கூடிய வெற்றிகரமான வாழ்வின் நடைமுறை போதனைகளின் எளிமையான ஆனால் அறிவியல் முறை.'' மற்றொரு இடத்தில் டாக்டர் பீலே எழுதுகிறார்: "மக்கள் உங்களை விரும்ப வைக்கும் ஒரு அடிப்படை குணாம்சத்தை கிறித்துவ மதம் போதிக்கிறது.'' வேறு விதமாகக் கூறினால், 'ஹவ் டு வின் ப்ரண்ட்ஸ் அண்ட் இன்புளுயன்ஸ் பீப்பிள்' புத்தகம் குறித்த தமது கருத்தாக, "இது மக்களுக்குக்கான நேர்மையான, நேரடியான ஆர்வம் மற்றும் அன்பு. நீங்கள் இந்த அடிப்படை குணத்தை வளர்த்துக் கொண்டால், பிற குணங்கள் தாமாகவே வளரும்.'' இவையெல்லமே வேதாகமத்தில் கூறப்பட்டுள்ளவைதான்: "கடவுளின் ராச்சியத்தை நாடு, அதோடு...... இவையெல்லாமே உன்னை வந்து சேரும்.''

கடவுளின் ராச்சியம் எங்கிருக்கிறது? பைபிள் உங்களுக்கு பதிலளிக்கிறது: "கடவுளின் ராச்சியம் உன்னுள் இருக்கிறது.'' அது நம்முள் இருந்தால், நாம் அதை ஏன் நாட வேண்டும்? அமெரிக்கா பல்லாண்டுகளாக இருக்கிறது. இருந்தாலும் கொலம்பஸ் அதைக் கண்டுபிடித்த பிறகுதான் அது 'பழைய உலகிற்கு' 'இருப்பது' தெரியவந்தது. அதே போல, முதலில் கடவுளின் ராச்சியத்தை நாடுமாறு நாம் கூறினோம் என்றால் அதற்கு சிறப்புக் காரணம் ஏதேனும் இருக்கும். அது எதுவெனில், நாம் இப்போது அதைச் *செய்வதில்லை*. மீண்டும், கடவுளின் ராச்சியம் நம்முள் இருப்பதை நாம் ஏன் அறிந்திருக்கவில்லை? இதற்கு விடை, நாம் நமது தனித்த அறைகளில் அடைத்துக் கிடைக்கிறோம், நமது சிறிய வாழ்க்கையை, மேம்போக்கான வாழ்க்கையாக, ஆன்மாவின் வாழ்வை புறக்கணித்து வாழ்கிறோம். இந்த மேம்போக்கான வாழ்க்கை நாம் ஏங்கக்கூடிய பலன்களைத் தரப்போவதில்லை. இது ஏன்?

நாம் ஒவ்வொருவரும் நமது வாழ்க்கையில் பேராசைகளை வளர்த்துக் கொள்கிறோம். இது இயற்கையானது. ஆனால் அவற்றைப் புரிந்து கொள்ள நாம் என்னென்ன வழிமுறைகளை பின்பற்றுகிறோம்? இது அறிவுப்பூர்வமற்றதாகத் தோன்றலம், ஆனால் சிறிது சிந்தித்தால் இது தெளிவாகும் அதாவது ஒரு நேரடியான அணுகுமுறை, நேரடியாக பயனை எதிர்பார்த்த நடவடிக்கைகள், வெற்றிகரமாக இருக்க வாய்ப்பில்லாது போகலாம். இதுபோன்ற வழிமுறைகள் மூலமான வெற்றி, இதை மறுக்க முடியாது, ஆனால் கண்டிப்பாக இவை ஏற்றுக்கொள்ள சிறப்பானவையல்ல. நான் உங்களுக்கு எடுத்துக்காட்டு கூறுகிறேன்:

உடல் பெருக்கத்தால் 'அவதியுறும்' ஒருவர் தமது மருத்துவரிடம் செல்கிறார். அந்த மருத்துவர், இந்த இயல் உடலின் நோய்களைக் குணப்படுத்தக்கூடியவர் (ஆன்மாவின் நோய்களைக் குணப்படுத்துவதற்கு நேர்மாறானவர்) அவரை பரிசோதிக்கிறார், பலவிதமான உடற்பயிற்சிகளைச் செய்யுமாறும், உணவுக் கட்டுப்பாடு கொள்ளுமாறும், மருந்துகளை உட்கொள்ளுமாறும் பரிந்துரைக்கிறார். நோயாளி பயனைப் பெற தயாராகிவிட்டார்: உடல் எடையைக் குறைப்பது. அவர் தமது இயற்கையான உள்ளுணர்வுகளை எதிர்த்துப் போராடுகிறார்: உடற்பயிற்சி செய்வதில் சோம்பலுடன், உணவுக் கட்டுப்பாட்டில் தமது பேராசையுடன், எல்லா நேரத்திலும் ருசியான உணவுகள், விருந்துகள் அளிக்கக்கூடிய இன்பத்தை மட்டுமே நினைத்துக் கொண்டிருப்பதுடன் போராடுகிறார். உடல் எடை விரைவாக குறையாமல் போகலாம் என்று பதற்றப்படலாம்; சக்தியை உருவாக்கும் உணவுகளை மறுப்பதால் அவரது உடல் சோர்வடைவதாக உணரலாம். தமது உடல் எடையைக் குறைக்கும் இயக்கத்தில் வெற்றி, தோல்வி சிந்தனைகளுக்கு இடையில் அவரது மனம் அல்லாடுகிறது. இறுதியில், சரியான எடை என்பதில் தமது அல்லது தமது மருத்துவரின் யோசனைகளுக்கு அவரது எடை குறையும்போது, அது தற்காலிகமானதுதானா என்ற அச்சம் அவரை எப்போது துரத்துகிறது. இந்த எல்லா உடற்பயிற்சிகள் மற்றும் உணவுக் கட்டுப்பாடுகளுக்குப் பிறகும், எடை குறைந்தது இது தொடர்பாக அவர் கொண்டிருந்த கவலைகளின் விளைவுதான் என்பதும் ஆச்சரியத்தை ஏற்படுத்தாது! எடை அதிகமாக இருந்த தமது நோயாளிக்கு 'மரண தண்டனை' என்று கூறினால் அதனால் அவர் மனமுடைந்து போய் அதுவே அவதியுறும் அவருக்குத் தேவையான பலனை அளிக்கும் என்ற நம்பிக்கையில் செயல்பட்ட அந்த மருத்துவரின் கதை நினைவுக்கு வருகிறது!!

அடுத்ததாக, நாம் மேற்கூறிய கற்பனைக் கதையிலிருந்து மாறுபட்டு ஒன்றைப் பார்ப்போம்-சரித்திரம். ஒரு நல்ல குடிமகன் அதிக எடையுடையவாராக இருப்பதை விட அதிக சமயப்பற்றுடையவராக இருந்து விடலாம். உள்ளூரைச் சேர்ந்த ஒரு பாதிரியார் அவர் மீது சகோதர

பாசத்துடன் இரக்கம் கொள்கிறார். அவருக்கு தனிப்பட போதனைகள் அளித்து முறையாக தேவாலயம் செல்வதன் நன்மைகளை, மதக் கடமைகளுக்காக விரதம் இருப்பதை, மனதைத் தூய்மைப்படுத்த பிரார்த்தனை செய்வதை எடுத்துக் கூறுகிறார். அந்த பாதிரியார் மெதுவாக அவரைத் தூண்டிவிட்டு, அருகிலுள்ள குன்றின் உச்சியில் அமைந்துள்ள சர்ச்சுக்கு சென்று, அமைதியாக பிரார்த்தனை செய்யுமாறும், முறையாக பைபிளைப் படிக்குமாறும், ஏழைகளுடன் தமது உணவுப் பண்டங்களை பகிர்ந்து கொள்ளுமாறும், மற்றவர்களின் நலவாழ்விற்காகப் பிரார்த்திக்குமாறும் போதிக்கிறார். அந்த மனிதன் புதிய பாதையில் செல்லத் தொடங்குகிறான். மெதுவாக, தினசரி சர்ச்சைப் பார்வையிட குன்றின் மீது ஏறி இறங்கும் உடற்பயிற்சியால், மதக் காரணங்களுக்காக உணவு உட்கொள்வதைக் குறைத்ததால், தமது உடல் நிலைமை கண்டு கவலை கொள்ளாததால், அவரது எடை குறைந்து விடுகிறது! அவருடைய உடல் அளவுகள் இயல்பான நிலைக்கு வந்துவிட்டதோடு, ஒரு போனசாக, அவர் உற்சாகமாகவும், மனதளவில் விழிப்புடன் இருந்ததால், அவரது ஆளுமையே கணிசமாக மேம்பட்டது. அவர் மகிழ்ச்சிகரமான, அமைதியான, உடலளவில் ஆரோக்கியமான, மனதளவில் சந்தோஷமாகவும், சமயத் தகுதியை அடைந்து விட்டோம் என்ற மனநிறைவடைந்தவரானார்.

இரண்டு பாதைகள்

இந்த இரண்டு பாதைகளில் உங்களு பிடித்தமானது எது? இந்த இரண்டிலும் பயன் ஒன்றுதான். ஆனால், ஒன்றில் அணுகுமுறை நேரடியானது, மற்றொன்றில் நோக்கம் அதுவாகவே இருந்தது ஆனால் மறக்கடிக்கப்பட்டது, இருந்தாலும் மிகவும் இனிமையன, நிலையான வழியில் பயன் எட்டப்பட்டது. இது மனிதனின் எல்லா செயல்பாடுகளுக்கும் பொருந்தும். விரிவான கருத்தில், நீங்கள் என்ன விரும்புகிறீர்கள் என்பது அநேகமாக எப்போதும் துணைப் பொருளாக கிடைக்கும் என்பதுதான் உண்மை. ஆரோக்கியம், செல்வம், மகிழ்ச்சி, மன அமைதி, ரொமாண்டிக் காதல், அந்தஸ்து, புகழ், மதிப்பு இவை எல்லாவற்றையும் தனிப்பட மேற்கொள்ளாதிருப்பது நல்லது. இந்த கருத்தில்தான் வேதாகமத்தில் கூறப்பட்ட, " முதலில் கடவுளின் ராச்சியத்தை நாடு" என்பது அர்த்தமுள்ள பதமாகிறது. "வாழ்க்கையை வாழ்வதிலிருந்து சந்தோஷத்தைப் பெறுவது, ஒருவருடைய சொந்த உடனடி ஆர்வத்தைவிட மிகப் பெரிய நோக்கத்திற்காக வாழ்வதாகும்" என்கிறார் உலகளவில் புத்திசாலியான பெர்னார்ட் ஷா. டாக்டர் ஹேரி எமர்சன் ஃபோஸ்டிக் கூறினார்: "ஆரோக்கியமான வாழ்விற்கான மற்றொரு அம்சம், தனக்கு *வெளியே* நபர்கள் மற்றும் காரணங்களுக்காக சுயநலமின்றி கடமைப்பாடு கொள்தல்." நவீன உளவியலாளர்களின்

கருத்துப்படி, மன ஆரோக்கியத்திற்கான மிகவும் முக்கியமான அம்சம், அன்றாட வாழ்வில் வழிகாட்டக்கூடிய உயரிய கோட்பாடுகளைக் கொண்டிருப்பதாகும். இது மிகச் சிறந்த சந்தோஷத்தையும், ஆறுதலையும் அளிக்கிறது, சாதாரண மனிதர்கள் சோதனைக்காலம் என்று கருத்தக்கூடிய பலவற்றை எதிர்த்து சமாளிக்க ஏதுவாக்குகிறது. இந்த உலகில் புகழுக்கான பல செயல்களில், சில கோட்பாடுகளை மேற்கொள்ளவும், சில குறிக்கோள்களை எட்டவும் ஆண்களும், பெண்களும் செய்வனவாகும் என்பது பொது அறிவு. இவை மனித வரலாற்றில் பிரகாசமாக இருக்கின்றன, ஏனெனில், அந்த கோட்பாட்டில் ஒளியில், சாதாரண நபர், வாழ்வின் சொகுசுகளை சந்தோஷமாக விட்டொழிப்பார் என்பதோடு, சில சமயங்களில் மரணத்தையும் விஞ்சுவார். இதுபோன்ற கோட்பாடுகளை பின்பற்றும்போது, சாதாரண ஆடவரும், பெண்டிரும், கதாநாயகர்களாக, முனிவர்களாக மற்றும் கற்றறிஞர்களாக மாறிவிடுகிறார்கள். புனிதமான எதையேனும், சுயநலமற்ற எதையேனும், உண்மையில் மிகச் சிறந்த எதையேனும் பின்பற்றுங்கள். நற்குணத்தையும், திறமையையும் பெறுங்கள். உடல் ரீதியில் ஆரோக்கியமாக இருங்கள், மூளை ரீதியாக விழிப்புடன் இருங்கள். எல்லாவிதமான ஆடம்பர, சுகபோகங்களை தவிருங்கள். பிறகு என்ன நடக்கிறது என்று பாருங்கள்!

கடவுளின் ராச்சியம் உங்களுக்குள் இருக்கிறது! மற்றொரு வேதாகம கூற்றைப் பார்ப்போம் : "ஒருவன் உலகம் முழுவையும் கைக்கொண்டு, தனது ஆன்மாவைத் தொலைத்தால் அவன் பெற்ற இலாபம்தான் என்னே?" (மார்க் 8:36). இந்த மேற்கோள்கள் ஒரு சங்கிலியுடன் இணைகின்றன. 'முதலில் கடவுளின் ராச்சியத்தை நாடு, இது உனக்குள் இருக்கிறது ஏனெனில், ஒருவன் உலகம் முழுவதையும் கைக்கொண்டு, தனது சொந்த ஆன்மாவை இழந்தால் அவனுக்கு அது இலாபமளிக்காது.' வெளியிலிருக்கும் உலகிற்கும், உங்களுக்குள் இருக்கும் கடவுளின் ராச்சியத்திற்கும் தெளிவான வேறுபாடு இருக்கிறது. முன்பு கூறியவாறு, மனிதன் தன்னுடைய இயல் உடலில், வெளியிலிருக்கும் பொருள் உலகில் கவனத்தை செலுத்தியிருக்கும்போது, உள்ளிருக்கும் கடவுளின் ராச்சியத்தை காண்பது உண்மையில் தடைப்படுகிறது. மனிதன் தன்னை உடலாகப் பார்க்கிறானே தவிர, அரிதாகத்தான் ஆன்மாவாகப் பார்க்கிறான். இந்த உலகாதய பாத்திரம், சதைப் பிண்டம் (மார்கஸ் ஆரேலியசின் வார்த்தைகளை பயன்படுத்தினால்) மற்றும் இந்த பொருள் உலகம் மனிதனை ஆன்மாவாகக் காணச் செய்யாமல் சதையுடைய வாழ்வில் அல்லாடுகிறான். மறுபுறம், நீங்கள் கடவுளின் ராச்சியத்தை *முதலில்* நாடினால், சதையிலுள்ள உயிரை சரியான விதத்தில் காண்பீர்கள்.

இங்கு மீண்டும், ஒரு உதாரணத்தைப் பார்ப்போம். ஒரு சிறுவன் சைக்கிள் ஓட்டக் கற்றுக் கொள்கிறான். அவன் முதலில் பேலன்ஸ் செய்ய முயற்சிக்கிறான், எல்லா நேரமும் பேலன்ஸ் செய்வதில் மட்டுமே கவனமாக இருக்கிறான்- தனது உடலையும், சைக்கிளையும் பேலன்ஸ் செய்கிறான். அவனது கவனம் சைக்கிளிலும், அவனது உடம்பிலும் மட்டுமே இருக்கிறது. தான் கீழே விழுந்து விடுவேன் அல்லது யார் மேலாவது அல்லது மற்றொரு வாகனத்தின் மீது மோதிக் கொள்வேன் என்று அவனுக்கு பயமாக இருக்கிறது. அவனால் நேராக முன்னால் பார்க்க முடியவில்லை, வேறு எதையும் நினைத்துக் கொள்ளவோ, ஞாபகப்படுத்திக் கொள்ளவோ அவனால் முடியவில்லை. ஆனால், பேலன்ஸ் செய்யும் முறையை நன்றாகக் கற்றுக் கொண்டபிறகு, சைக்கிளை ஓட்ட ஆரம்பித்த பிறகு, அவன் தனது மனதை வாகனம் மற்றும் பேலன்ஸ் செய்வதிலிருந்து அகற்றி (இது தானாகவே வந்துவிடுகிறது), சாலையில் முன்னால் பார்க்கிறான், சுற்றியிருக்கும் காட்சியின் அழகில் கண்ணைப் பதிக்கிறான், தீவிரமாக சிந்திக்கவும் செய்கிறான், பாட்டு பாடுகிறான், ஏன் எல்லாமே செய்கிறான்! கற்றுக்கொள்ளும் ஒருவன் தனது பின்பக்க இருக்கையில் யாரையாவது உட்கார வைத்து ஓட்ட நினைக்க முடியுமா? அவன் ஓட்டக் கற்றுக் கொண்டபிறகு இதுவும் சாத்தியமாகிவிடுகிறது. கற்றுக் கொள்ளும்போது அவன் குறுகிய இடத்திற்குள் பயிற்சி செய்தான் ஆனால் இப்போது நெரிசல் மிக்க பாதைகளிலும் பயமில்லாமல் வேகமாக ஓட்டிச் செல்கிறான்!

அதேபோல, ஆன்மீக வாழ்வை நீங்கள் வாழக் கற்றுக்கொண்டுவிட்டீர்களானால், இந்த விஷயங்களுக்கு அப்பாற்பட்டு மனதைச் செலுத்தி, அதன்பிறகு அது தன்னுடைய எல்லா முக்கியமான அம்சங்களையும் இழந்து, பிரபஞ்சத்தின் திட்டத்தில் சரியான இடத்தில் விழும். சதையுடைய வாழ்வில், எல்லாமே உடலின் இன்பங்களுடன் தொடர்புடைய நல்லதாகவோ, கெட்டதாகவோ தோன்றும், ஆனால் ஆன்மீக வாழ்வில், நல்லதோ கெட்டதோ அதில் ஏதுமில்லை, ஆனால் எல்லாமே பிரபஞ்ச வாழ்வில் பொருந்தும்.

ஆன்மீக வாழ்விற்கான விழைவு

ஆன்மீக வாழ்விற்கு, முதல் படிகள் பிரார்த்தனை, சிந்தனை, தியானம், தீர்வு மற்றும் இறைவுணர்வுகளை வளர்த்துக் கொள்தல் மூலமான நற்குண வளர்ப்பாகும். இந்தியாவின் பண்டைய இலக்கியங்களில் கொடுக்கப்பட்டுள்ள 'ஆன்மீக வாழ்விற்கான விழைவுக்கான' தேவைகள் பற்றி உங்களுக்கு இங்கு சொல்வது தகுந்ததாக இருக்கும் என்று நினைக்கிறேன்.

உண்மையாக விழைபவருக்கு எட்டு அத்தியாவசிய தகுதிகள் இருக்கின்றன. அவை :

1. **அமைதி** : பன்மடங்கு உணர்-பொருட்களின் வரம்புகளை தொடர்ந்து கண்காணிப்பதன் மூலம், அவற்றிலிருந்து விலகியிருந்தபிறகு, மனதை அதன் குறிக்கோளில் (கடவுள்) லயிக்க விடுதல்.
2. **சுய-கட்டுப்பாடு** : மனதை சுற்றியலைய அனுமதிக்காதிருத்தல்.
3. **பொறுமை** : பிரதிபலனை எதிர்பார்க்காமல் பாரங்களைத் தாங்குதல், அமைதியான உணர்வுடன் (புனித விருப்பு வெறுப்பின்மை).
4. **ருசியின்மை** : உணர்வு இன்பங்களுக்கு ருசியின்மை.
5. **நம்பிக்கை** : திருமறைநூற்களின் மெய்மையில் உறுதியாக நம்புதல்.
6. **சுய- உறுதிநிலை** : கடவுள் மீது *அறிவுத்திறனை* நிலையாக கவனம் செலுத்துதல்.
7. **தீவிரமான ஏக்கம்**: சதைப்பிண்ட வாழ்வின் வரம்புகளிலிருந்து சுதந்திரம் பெறுவதற்கான தீராத விழைவு மற்றும் கடவுளின் ராச்சியத்தில் உறுதியாக நிலைபெறுதல். வேறுவிதமாகக் கூறினால், ஆசிய மொழிகளில், முக்தி பெறும் தீவிரமான ஏக்கம்
8. **பாகுபாடு** : தொடர்ச்சியான நடைமுறையாக, உண்மை மற்றும் கற்பனைக்கு

---

* "அரிஸ்டாட்டில் 'பெருந்தன்மையுடைய மனிதன்' பற்றி எழுதியுள்ளதைப் படிக்கவும்: "பெருந்தன்மையுடைய மனிதன் நல்ல மற்றும் கெட்ட காலத்தில் கட்டுப்பாட்டுடன் நடந்து கொள்வான். இன்ப துன்பங்களின் தராதரம் அவனுக்குத் தெரியும். அவன் வெற்றி கண்டு சந்தோஷப்படவோ, தோல்வி கண்டு மனம் துவளவோ மாட்டான். அவன் அபாயத்தைக் கண்டு பயப்பட மாட்டான், அதை நாடவும் மாட்டான், ஏனெனில் அவன் சிரத்தை அளிக்கக்கூடிய விஷயங்கள் மிகச் சிலவே. அவன் அமைதியானவன், மெதுவாகப் பேசக்கூடியவன், ஆனால் வேளை வரும்போது தனது மனத்தை வெளிப்படையாகவும், துணிச்சலுடனும் வெளிக்காட்டக்கூடியவன். அவன் எதையும் பேரார்வத்துடன் பார்ப்பதில்லை ஏனெனில் எதுவும் அவனுக்கு பிரமாதமானதல்ல. அவன் காயங்களைப் பற்றிக் கவலைப்படுவதில்லை. அவன் தன்னைப்பற்றியோ, மற்றவர்களைப் பற்றியோ பேசக்கூடியவனல்ல, ஏனெனில் தன்னை புகழ வேண்டும் என்றோ, மற்றவர்களை இகழ வேண்டும் என்றோ நினைப்பவனல்ல. அற்பங்கள் குறித்து அழுவதில்லை, எவரிடமிருந்தும் உதவியை எதிர்நோக்குவதில்லை."

இடையிலான, நிலையேறுடைய மற்றும் நிலையுறுதியற்றதற்கு இடையிலான பாகுபாடு.

இந்த யோசனைகள் சிறிது புரிந்து கொள்ள முடியாதவாறு தோன்றினால் வியக்காதீர்கள். இதையெல்லாம் ஒரேயொரு சொற்றொடரில் சுருங்கக் கூறலாம் : "சுயம் -அழித்தல்", அல்லது சுய சிந்தனை, சுயநல பேச்சு மற்றும் சுயநல செய்கையை அறிவார்த்தமாக விட்டொழித்தல்.

நாம் எப்போதும் தெய்வத்தன்மை மற்றும் பேய்த்தன்மை வாய்ந்த குணங்கள் பற்றி நாம் அடிக்கடி கேள்விப்படுகிறோம். இந்த தெய்வத்தன்மை குணங்கள் ஆன்மீக வாழ்வுடன் தொடர்புடையவை மற்றும் பேய்த்தன்மை, உடல்சதை வாழ்வுடன் தொடர்புடையவை.

விட்டொழித்த ஒருவரை எல்லா நன்மைகளும் துரத்துகிறது மற்றும் அவற்றை துரத்துபவனின் பிடியில் வராமல் நழுவுகிறது என்ற விநோதமான கருத்தானது, அன்றாட வாழ்வில் பொதுவாகக் காணப்படுவதாகும். எனவே, ஆன்மீகத்தின் உயரிய வாழ்வில் வாழ்வதால் ஏற்படும் வெற்றி, இல்வாழ்வின் வெற்றியுடன் தானாகவே துணைவருகிறது. உண்மையில் ஞானம் பெற்ற ஒருவர், உலகாதய வெற்றியை, மனிதகுலத்தின் இன்னலங்களை மேம்படுத்தும் வழியாகவன்றி வேறுவிதமாகக் காணமாட்டார், அவர் அதற்காக ஏங்க மாட்டார். கேட்காமலே அவரை வந்தடையும்போது. அவர் தமது பொறுப்பை தட்டிக்கழிக்கமாட்டார். கடவுளின் கருவி மட்டுமே தாம் என்று அவர் உணர்வதால் புகழ்ச்சியும், இகழ்ச்சியும் அவரை பாதிக்காது மற்றும் அவர் சொல்வது, "எல்லாம் அவன் செயல்". அதேபோல தோல்விகளும் அவருடையதல்ல, "கருவியே என்ற தன்மை" உணர்வுதான் இதற்குக் காரணம். குறிக்கோள்கள் பற்றி மிகவும் தெளிவாக இருப்பதால், அவர் அரிதாகத் தவறு செய்கிறார், பயனும், வழிமுறைகளும் தூய்மையானவை ஏனெனில் சுய ஆதாயம் என்ற சிந்தனைகளால் பயன்கள் தாக்கம்பெறுவதில்லை. *

அதனால்தான் பிளேட்டோ தமது குடியரசான யுத்தியோப்பியாவிற்கு, தத்துவஞானி□அரசரை கற்பனை செய்தார். ஒரு தத்துவஞானி (படிப்புடன் தொடர்புடைய, வெறும் யூகிக்கும் வகையல்ல) கடவுள் போன்ற மனிதன், அவர் தன்னலமற்றவர். அவர் அமைதியான மனமுடையவர், தெளிவான சிந்தனையும், தூய்மையான செய்கையும் உடையவர், ஏனெனில் எந்தக் கிணற்றிலிருந்து அவரது வாழ்வெனும் ஊற்று ஊறுகிறதோ அது தெய்வீக மண்ணிலிருந்து தோன்றியதாகும். இது வாழ்க்கைக்கு மெய்யானதல்ல என்று நினைக்க எந்த காரணமும் இல்லை. ஒவ்வொரு யுகமும் அதன் பிரசித்திபெற்ற ஞானிகளை

உருவாக்கியிருக்கிறது. வெளியில் தெரியாத அல்லது யாரும் அறியாத எண்ணிலடங்கா ஞானிகளும் இருந்திருக்கிறார்கள், அவர்கள் தங்களது எளிய வாழ்க்கை மூலம் தெய்வீக வாழ்வின் பல்வேறு அம்சங்களின் மெய்ம்மையை வெளிப்படுத்தியிருக்கின்றனர்.

உடல் சதையிலான வாழ்வைத் தவிர வேறு எதுவும் இனிமையானதல்ல என்று நாம் சிந்தித்தோமானால், இதற்குக் காரணம் உயரிய வாழ்வின் அமிர்தத்தை நாம் ஒருபோதும் ருசித்ததில்லை என்பதுதான். ஒரு அழகான சமஸ்கிருத சுலோகம் அனுபவமற்றவர்களின் நம்பிக்கையின்மையை உடைக்கும் விதமாக இவ்வாறு சொல்கிறது:

> *"தனது கணவரின் இல்லத்தில் இருக்கும் மகிழ்ச்சி பற்றித் தெரியாத மணப்பெண், அங்கு அழைத்துச் செல்லப்படும்போது அழுகிறாள். ஆனால், திருமண வாழ்வின் மகிழ்ச்சியை ருசித்த பிறகு அவள் தாய்வீடு திரும்பி வர மறுக்கிறாள்."*

இங்கு தாயின் வீடு என்பது உலகின் இல்வாழ்வில் வாழ்தல், மற்றும் திருமண வாழ்வு என்பது கடவுளின் செய்து கொண்ட மணம்.

உண்மையான மகிழ்ச்சி

நாம் தியாகம் மூலமாகத்தான் வாழ்வில் முன்னேற முடியும். நாம் விடலைப் பருவத்திற்கும், இளைமைக்கும் வளர குழந்தைப் பருவத்தை (தன்னிச்சையகவே) கைவிடவேண்டும். பொருள் ரீதியிலான பாதுகாப்புக்கும், இன்று நாம் ஈட்டிய அனைத்தையும் செலவழிக்கும் இன்பத்தை தியாகம் செய்ய வேண்டும், கஷ்ட காலத்திற்காக சிலவற்றை சேமிக்க வேண்டும். புனிதமான சிந்தனைகள் மற்றும் புனிதமான வாழ்வை நாம் சிறப்பாக அனுபவிக்க வேண்டுமானால், மிகவும் நிலையற்ற தன்மையும், நிலைபேறற்ற தன்மையும் உடைய மேம்போக்கான செயல்களில் ஈடுபடுவதை நாம் நிறுத்தியாக வேண்டும். "எந்தவொரு மனிதனும் இரண்டு எசமானர்களுக்கு வேலை செய்ய முடியாது." நீங்கள் கேக்கை ஒரே சமயத்தில் சாப்பிடவும், அப்படியே வைத்திருக்கவும் முடியாது. கடவுளின் ராச்சியத்தில் காத்திருக்கும் பெரும் ஆனந்தங்களுக்காக உலகாதய மக்களின் இல்வாழ்வில் சொகுசையும், ஆறுதலையும் காணாத, வீரமான விழைவை மேற்கொள்பவரால்தான் *உண்மையான மகிழ்ச்சியைக்* காண முடியும்.

❑❑

10
தியானம் மற்றும் பிரார்த்தனை—I

"தியானம் விருப்பங்களை நிர்வகிக்கிறது, நமது செயல்களுக்கு வழிகாட்டுகிறது, அதீதங்களை சரிசெய்கிறது, நடத்தைகளை மென்மைப்படுத்துகிறது, வாழ்க்கையை அழகாக்குகிறது மற்றும் முறைப்படுத்துகிறது, கடைசியாக, இறைவன் மற்றும் மனிதன் என சமமாக விஷயங்கள் குறித்த அறிவை அளிக்கிறது."
—*கிளேர்வாக்சின் பெர்னார்ட்.*

"உலகின் கருத்தின்படி இவ்வுலகில் வாழ்வது எளிது; ஒருவருடைய சொந்த கருத்தின்படி தனிமையில் வாழ்வது எளிது; ஆனால் மாபெரும் மனிதன் யாரெனில், கூட்டத்திற்கு நடுவிலும் சிறந்த இனிமையுடன், தனிமையின் சுதந்திரத்தை தக்கவைத்துக் கொள்வான்."
—*எமர்சன்.*

"How still, how happy! Now I feel
Where silence dwells is sweeter far
Than laughing mirth's most joyous swell
However pure its raptures are."
—**Emily Bronte.**

மாபெரும் வாக்குறுதி

மதமானது விஞ்ஞானத்திற்கோ, சமயச்சார்பற்ற தன்மைக்கோ விரோதியல்ல என்ற அறிவு உலகம் முழுவதும் சிந்தனையாளர்களின் மனதில் உதித்திருக்கிறது. இதன் பல்வேறு தியரிகள் விஞ்ஞானத்தின் சோதனையைத் தாண்டி நிற்கும். சயம நடைமுறைகள் நமது சமயச்சார்பற்ற வாழ்வை மேலும் திறம்பட்டதாகவும், ஆரோக்கியமானதாகவும் ஆக்குகிறது என்பதை நாளுக்கு நாள் மேலும் மேலும் மக்கள் உணர்கின்றனர். தொழில் மற்றும் வர்த்தகம் உள்பட வாழ்வில் எழக்கூடிய பல்வேறு கடினமான நிலைமைகளைச் சிறப்பாகச் சமாளிக்க இவை நம்மை உருவேற்றுகின்றன. இந்த புரிந்து கொள்ளள்

உதிப்பது மாபெரும் வாக்குறுதியைக் கொண்டுள்ளது. எவரொருவரும் முற்றிலும் கடவுள் பக்தியற்றவராக இருப்பார் என்று வைத்துக் கொள்வோம். கடவுளை அல்லது, பிரார்த்தனையையோ, தியானத்தையோ நம்புவதில்லை என்று எதிர்ப்பவர்களும், நீண்ட நாட்களுக்கு தனித்திருக்க முடியாது, ஏனெனில், நெருக்கடிகளை தாமே சந்திக்க தங்களால் இயலாது என்ற போதாமையை அவர்கள் உள்ளுணர்வாக உணர்கின்றனர், பிரபஞ்சத்தை ஆளும் சக்தியை தம்மை மீட்குமாறு தன்னிச்சையாகவே வேண்டுகின்றனர். முனிவர்களில் பலர், நாம் விரும்புவதைப் பெறுவதற்கு பணத்தின்சக்தியை மட்டுமே நம்பியும், தமது உணர்வுகளை விஞ்சிய உயரிய இன்பங்கள் ஏதும் இல்லை என்று தெரியாமலும், கடினமான, நம்பிக்கையில்லாதவர்களாக வாழ்வை ஆரம்பித்தவர்கள். எதிர்பாராத சம்பவத்தினால் அவர்களுடைய முந்தைய நம்பிக்கையைத் தகர்க்கக்கூடிய சக்திமிக்க அதிர்ச்சியினால் அவர்கள் கண்கள் திறக்கப்பட்ட அந்த குறிப்பிட்ட தருணத்தில் அவர்களில் பெரும்பாலோர் முனிவர்களாக மாறினர்.

பிரார்த்தனை மற்றும் தியானம், அவற்றின் உயரிய வடிவில், பிரபஞ்ச ஆன்மாவுடன் நமது அடையாளத்தை அமைக்கும் வழிகள் என்பதில் சந்தேகமில்லை. ஆனால் குறைந்த செம்மையான வடிவங்களிலும் சாதாரன ஆண்கள், பெண்களை வாழ்த்த பெரும் ஆசிகளைக் கொண்டுள்ளன. இந்த ஊடகம் மூலமாக நாம் இறையுரு குறித்து உள்ளுணர்வு பெறும்போது, நமது உடலும், மனமும், அறிவுத்திறனும் பயன் பெறுகின்றன. டாக்டர் நார்மன் வின்செண்ட் பீலே இந்த கருத்தை "த பவர் ஆஃப் பாசிட்டிவ் திங்கிங்" என்ற தமது துடிப்புடைய புத்தகத்தின் மிகத் தெளிவாக வெளிப்படுத்தியிருக்கிறார்: "holiness" (புனிதத்தன்மை) என்ற சொல் "wholeness" (முழுமை) என்ற பொருளுடைய சொல்லிலிருந்து பெறப்பட்டது மற்றும் பொதுவாக மத ரீதியில் பயன்படுத்தப்படும் "meditation" (தியானம்) என்ற சொல் "medication" (மருந்து) என்ற சொல்லின் அடிப்படை பொருளை வெகுவாக ஒத்திருக்கிறது என்பது குறிப்பிடத்தக்கது. கடவுளை நேர்மையாகவும், நடைமுறை ரீதியிலும் தியானம் செய்வது மற்றும் அவரது உண்மையான செயல்கள், நமது ஆன்மாவுக்கும், உடலுக்கும் மருந்தாகச் செயல்படுகின்றன என்ற திடுக்கிடும் உண்மையை நமக்கு உணர்த்துகின்றன." எப்படி என்று பார்ப்போம்.

உலகாய வாழ்வின் விந்தை என்னவெனில், சந்தையிட நடத்தை அன்றாட பரிவர்த்தனையுக் வந்துவிட்டது-முற்றிலும் வர்த்தக ரீதியிலானவை மட்டுமின்றி, பிற செயல்பாடுகளும். வாழ்வில் ஒவ்வொரு செயல்பாடும் விற்பனைப் பரிவர்த்தனை என்ற தங்களது கருத்தை

பிரசித்தி பெற்ற சில அமெரிக்க எழுத்தாளர்கள் வெளிப்படையாகக் கூறியிருக்கின்றனர். 'விற்பனை செய்தல்' என்ற சொல் இங்கு குறிப்பிடத்தக்கது. அடிப்படையாக ஒவ்வொரு விற்பனையும் இலாபத்திற்காகச் செய்யப்படுகிறது. நீங்கள் காதலிக்கும்போது, நீங்கள் திருமணம் செய்து கொள்ளும்போது, நீங்கள் சமூகத்தில் பழகும்போது, மற்றும் நீங்கள் உங்கள் சொந்த மனைவி, மக்களுக்கு பரிசுகளை அளிக்கும்போதும், நீங்கள் எதையாவது, அதனுடைய உள்ளார்ந்த மதிப்பை விட அதிகமான விலையில் விற்கிறீர்கள். அமெரிக்க பழக்கமாக, நீங்கள் உங்கள் மனைவிக்கு கேண்டி பாக்ஸ் மற்றும் பூக்களைக் கொடுக்கிறீர்கள். அன்பின் வடிவமாக அளிக்கப்பட்ட பரிசு இது என்பதில் சந்தேகமில்லை ஆனால்,கண்டிப்பாக மறுபலன் எதிர்பாராத ஒன்றல்ல! அவள் எதிர்பாராத ஒன்றைப் பெறுவதால் அவள் மகிழ்சியடைய வேண்டும் என்று நீங்கள் எதிர்பார்க்கிறீர்கள். அந்த மகிழ்ச்சி, சுழற்சியாக, சில சுயநல நோக்கத்திற்காகப் பயன்படுத்திக் கொள்ளப்படப்போகிறது. முன்கோப அல்லது நச்சரிக்கும் துணைவியை அடக்க விரும்புகிறீர்கள். அல்லது உங்களுக்கு கூடுதல் இன்பமளிக்க அவளது நடத்தையில் இது செல்வாக்களிக்கும் என்று எதிர்ப்பாக்கிறீர்கள்.

உள்ளார்ந்த கருவறை

ஆனால் வாணிபத்திலிருந்து கண்டிப்பாக ஆசுவாசம் வேண்டும். உங்களுடைய வாழ்வின் ஒவ்வொரு தருணத்தையும் முற்றிலும் வாணிப ஒன்றாக நீங்கள் குறைத்துக் கொள்ள முடியாது. உங்களுக்கு ஓய்வு தேவை, உங்களுக்கு அமைதி தேவை. ஒலி மற்றும் வேகம் ஆகியன இந்த ஜெட் யுகத்தில் இரண்டு சாபங்கள். ஒலி, குறிப்பாக கூர்மையான, இடிபோன்றவை, நமது நரம்புமண்டலத்தில் மிகவும் தீங்குதரும் பாதிப்பை தருகின்றன. வேகமானது ஓட்டுபவரின் இரத்த அழுத்தத்தை வேகமாக்குவதாக நிரூபிக்கப்பட்டுள்ளது. ஜெட் விமானங்களில் பயணம் செய்வோர், பயணத்திற்குப் பிறகு மிகவும் மோசமான களைப்பை உணர்வதாகக் கூறப்படுகிறது. செவிடாக்கும் ஒலிகளினால் நமது சிந்தனை ஓட்டம் முடங்கிப்போவது நமது அன்றாட அனுபவமாகும். 'மூளை அரிப்பு அடுத்தது' என்பது பற்றி கிறிஸ்டோபர் மோர்லே என்ன எழுதியிருக்கிறார் என்று பாருங்கள்:

> *"ஒவ்வொரு மனிதனும் குறுகிய மற்றும் மிகவும் முக்கியமான, கவனம் செலுத்தும் சக்தியைக் கொண்டிருக்கிறான்; அதோடு இன்றைய வாழ்க்கை எப்படியெனில்-அந்த நபர் ஒரே பிடிவாதக்காரராக மற்றும் வஞ்சகம் இல்லாதவரென்றால்-மனதின் இந்த சக்தி*

எளிதாக கலைந்து போகும் அல்லது முடிவில்லா போட்டி தேவைகளினால் வழக்கொழிந்து போகும். செய்தித்தாள்களால், மின்சார விளக்குகளால், தொலைபேசியால், வானொலியால், திரைப்படங்களால், விமானம் மற்றும் மோட்டார் கார் மற்றும் சர்ச் மற்றும் பள்ளி மற்றும் நாடு, ஆயிரக்கணக்கான வேண்டுகோள்கள், எச்சரிக்கைகள் மற்றும் இடையூறுகளால், மனமானது பாதிக்கப்படுகிறது மற்றும் கவனச் சிதறல் ஏற்படுகிறது. மண் அரிப்பு என்ற வேளாண் பிரச்சினையைப் பற்றி நாம் நிறைய கேள்விப்பட்டிருக்கிறோம்; நீரோடைகளின் வேகத்தால் குன்றுப்பகுதிகளின் மேற்பகுதி மண் வளமிழப்பதையோ, செழுமையான கோதுமை நிலங்கள் தூசிப் புயல்களால் அழிந்து போகின்றன. கண்டிப்பாக இதே போன்று தீவிரமானதுதான் மன அரிப்பு/மூளை அரிப்பு: . தினசரி கிளர்ச்சி மற்றும் தொடர்ந்த முக்கியமற்ற விஷயங்கள் ஆன்மாவின் கூருணர்ச்சியுடைய மேற்புற மண்ணை எளிதாக பறக்கச் செய்யும்."

எனவே நமக்கு அமைதி தேவை என்பது தெளிவாகிறது. உண்மையான சந்தையிடத்திலிருந்து உங்கள் சொந்த இல்லம் உங்களுக்கு ஒரு அடைக்கலம் என்றால், சந்தையிடத்திலிருந்து மேலும் ஒரு அடைக்கலம் இருக்க வேண்டும் அதுதான் உங்கள் சொந்த இல்லம். அந்த அடைக்கலம் எங்கு, எதுவாக இருக்கும்? அது உங்கள் சொந்த இதயம் மற்றும் ஆன்மாவின் உள்ளார்ந்த கருவறையாகும்.

நீங்கள் பின்வாங்குவதற்கான அந்த வாய்ப்பை எடுத்துக் கொண்டு, உங்களுடைய தோற்றத்தை மீட்டுக் கொள்ள முடியும். நீங்கள் உங்களுக்காக அமைதி அறையை, சந்தோஷ சொர்க்கத்தை, ஆன்மீக வளர்ச்சிக்கான பசுமை வீட்டை உருவாக்கலாம். ரோம் நாட்டின் பேரரசர் மார்கஸ் ஆரெலியஸ், தம்முடைய 'மெடிடேஷன்' என்ற புத்தகத்தில் கூறுகிறார்: "மலையில் வசிப்பது போல உங்கள் மாளிகையில் வசிக்கவும். மனிதனின் நெஞ்சில் உண்மையான கிராமச் சூழல் இருக்கிறது மற்றும் மலை உச்சிகள், கடற்கரைகள் மற்றும் இதுபோன்ற பிற இடங்களில் காணக்கூடிய எல்லா அமைதியும் நிலவுகிறது என்ற தீர்மானத்தை அசைக்க விடாதீர்கள்."

எந்தவொரு அச்சம் ஏற்படும்போதும் ஆமையானது தனது தலையை ஓட்டினுள் சுருக்கிக் கொள்வதுபோல நீங்கள் உங்களைச் சுற்றியுள்ள உலகிலிருந்து உங்களை விலக்கிக் கொள்வது முதல் படியாகும்.

எந்தவிதமான இடையூறும் இல்லாத இடத்தில் தனிமையை நீங்கள் நாட வேண்டியது அவசியமாகும். இரண்டாவது படி, வெளிப்படும் உணர்வுகளை விலக்கிக் கொண்டு, அவற்றை கட்டுப்பாட்டில் வைத்திருக்க வேண்டும். பிறகு வசதியான விதத்தில் அமர்ந்து கொண்டு-சிறந்தது தரையில் அமர்ந்து உங்கள் கால்களை சம்மணம் கட்டிக் கொள்தல். இது உங்களுக்குக் கடினமாக இருக்கலாம், ஆனால் போகப்போக எளிதாகிவிடும். பிறகு முறிலுமாக ரிலாக்ஸ் ஆகிவிடுங்கள். நீங்கள் உங்கள் தோளில் கோட்டை தொங்க விட்டிருக்கிறீர்கள், அது உங்கள் உடல் என்று நினைத்துக் கொள்ளுங்கள். மெதுவாக ஒவ்வொரு உறுப்பிலிருந்தும் அழுத்தத்தை வெளியேற்றுங்கள், உங்கள் கண்கள் மற்றும் முகத்திலிருந்து ஆரம்பிக்கவும். உங்கள் கண்களை மெதுவாக மூடவும். உங்கள் கண் இமைகளை நீங்கள் இறுக்கமாக மூடினால், இருள் கவிகிறது, ஆனால் நீங்கள் உங்கள் கண்களை பாதியளவு மூடி, உங்கள் மூக்கின் நுனியைப் பார்த்தால், உங்கள் புருவங்களுக்கு மத்தியிலுள்ள இடைவெளியில் ஒளிர்வு இருக்கும்.

சரியான சூழலை உருவாக்க வசதியாக, நீங்கள் பல்வேறு பொருட்களைப் பயன்படுத்தலாம். உங்களுக்குப் பிடித்தமான தேவியின் மனங்கவர் படத்தை உங்கள் முன் வைத்துக் கொள்ளலாம். இயற்கை அழகை எடுத்துக் காட்டும் நிலப்பரப்பின் படங்களை, மென்மையான ஒளியை, மென்மையான நறுமணத்தை அனுகூலமாகப் பயன்படுத்தலாம். இந்த சூழலில் நீங்கள் அமைதியை அனுபவிக்கும்போது, அந்த சூழலே பின்னர் உங்களுக்கு அமைதி மற்றும் சந்தோஷத்தை தூண்டிவிடும். நீங்கள் மெதுவாக சுலோகம் சொல்லலாம் அல்லது பக்திப் பாடலை ஒலிக்க விடலாம்.

இப்போது, சுவாசிப்பதைத் தவிர மற்ற எல்லா செயல்பாடுகளையும் நிறுத்தி விட்டு, சில ஆழமான சுவாசங்களை எடுங்கள். நீங்கள் செய்ய வேண்டிய அடுத்த விஷயம் சிந்திப்பதை நிறுத்துவது. இது உண்மையில் கடினமான பணி. மனதை எளிதாக மௌனப்படுத்த முடியாது. நீங்கள் உங்கள் மனதிடம் சில வார்த்தைகளைக் கூறலாம் : நீங்கள் தளர்வுடன் இருக்கும்போது "அமைதியாக இரு, நிம்மதியாக இரு" எனக் கூறலாம். உங்களுக்கு சரியெனப்பட்டால், ஓம் என்ற ஒலியை உச்சரிக்கவும், இது சுயமற்ற கடவுளின் சின்னமாகும். இங்கு மீண்டும், நீங்கள் தளர்வுறும் நடவடிக்கையின்போது மற்றும் உங்கள் மனதை மௌனமாக்க, சில சொற்களுடன் இணைந்திருந்திருந்தீர்கள் என்றால், காலப்போக்கில் இந்த சொற்களையோ, ஒலிகளையோ உச்சரிப்பதும் அதேபோன்ற பயனை அளிக்கும்.

மனதளவில் சூனியமாதல்

மனதளவில் சூனியமாகும்போது, உங்களுக்கு உடலே இல்லை என்பது போல நீங்கள் உணர்வீர்கள்-உடலளவிலும் நீங்கள் சூனியமாவீர்கள். உங்களுக்கு நினைவிருக்கிறது அவ்வளவுதான். இப்போது இந்த அமைதியை, நிம்மதியை, உடல், மனம் மற்றும் அறிவகன்ற நிலையை, ஆன்மாவின் உறுதிப்பாட்டை ஆழமாக அருந்துங்கள். நீங்கள் சுதந்திரமாக, முற்றிலும் சுதந்திரமாக உணர்வீர்கள். அன்றாட பயிற்சியின் மூலம், ஒருவர் இந்த நிலையை மேலும் மேலும் உயரிய நிலைக்கு மேலே எடுத்துச் சென்று, நிபந்தனையற்ற, தூய்மையான சந்தோஷத்துடன் தொடர்புபடுத்த வேண்டும். இந்த நிலைமையை சில சமயங்களில் ''மோன நிலை'' என்று அழைக்கிறார்கள், ஏனெனில் மௌனம், தியானத்தில் அத்தியாவசிய அம்சமாகும். இது உடலை, மனதை மற்றும் புத்தியை அலையாடாதிருக்கச் செய்கிறது. தாமஸ் கார்லைல் கூறினார்: ''மௌனம் என்ற அம்சத்தில் மாபெரும் விஷயங்கள் தாமாகவே தோன்றுகின்றன.''

"மனதின் புனிதமான மௌனத்தில்
என் சொர்க்கம், அங்கு நான் கடவுளைக் கண்டேன்."

ஒருவர் உடல் மற்றும் மனதின் எல்லா செயல்பாடுகளையும் ஏன் ''அலையாடாதிருக்கச்'' செய்ய வேண்டும்? பதில் இதோ :

"நீங்கள் உங்கள் மனதை அமைதிப்படுத்தி, அதன் அசல் தூய்மையை தக்கவைத்துக் கொள்ள, கலங்கலான நீரிருக்கும் ஜாடியை சுத்தப்படுத்துவது போல நீங்கள் செயல்பட வேண்டும். படிவுகள் அடிப்பாகத்தில் படியும் வரை, நீங்கள் முதலில் அதை நேராக நிமிர்த்தி வைக்க வேண்டும், நீர் தெளிவடைந்ததும், உணர்ச்சிகளால் ஆட்பட்டு இன்னலுறுவதற்கு முன்பிருந்த மனநிலைக்கு ஒப்பாக இது இருக்கும். பிறகு நீங்கள் கவனமாக தூய்மையான நீரை வெளியெடுக்கிறீர்கள்.... மனம் அமைதிப்பட்டதும், சரியான ஐக்கியத்தில் கவனக்குவிப்பு பெற்றதும், எல்லா விஷயங்களும் தெளிவாகத் தெரியும், அவற்றின் தனித்தனித் தன்மையிலல்லாமல், அவற்றின் ஐக்கியத்தில், இங்கு உணர்ச்சிகள் புகுவதற்கு இடமில்லை, அதோடு இது நிர்வாணத்தின் மெய்ம்மையான, விளக்கமுடியாத தூய்மைக்கு ஏற்ப இருக்கும். "

— சுரங்காமா சூத்திரம்.

"மூன்று விதமான மௌனங்கள் இருக்கின்றன; முதலாவது வார்த்தைகளுடையது, இரண்டாவது ஆசைகளுடையது மற்றும் மூன்றாவது சிந்தனைகளுடையது. முதலாவது சரியானது, இரண்டாவது மிகச் சரியானது மற்றும் மூன்றாவது மிக மிகச் சரியானது. பேசாது, ஆசைப்படாது, மற்றும் சிந்திக்காமல், ஒருவர் உண்மையான மற்றும் சரியான மோன அமைதியை எட்டுகிறார், இங்கு கடவுள் ஆன்மாவுடன் பேசி, அதனுடன் அவர் தகவல் தொடர்பு கொண்டு, அதற்கேயுரிய ஆழமான அமைதியில், மிகவும் சரியான மற்றும் பாராட்டுதலுக்குரிய விவேகத்தை கற்றுத்தருகிறார்.."

—'த ஸ்பிரிச்சுவல் கைடு' என்ற புத்தகத்தில்
மைக்கேல் டி மோலினோஸ்.

டாக்டர் பீலேயின் புத்தகத்தில் 'எ பீஸ் ஃபுல் மைண்ட் ஜெனரேட்ஸ் பவர்' என்ற அத்தியாயத்தை நீங்கள் படித்தால், இங்கு கொடுக்கப்பட்டுள்ள தியானத்தின்* விதம் மற்றும் நடைமுறை ஏதேனும் புரட்சிகரமானதல்ல என்பதைக் காண்பீர்கள். "நமது முன்னோர்கள் அறிந்திருந்த மற்றும் அவர்களது குணங்களை புடம்போட உதவிய எதையோ இந்த அமெரிக்க தலைமுறையினர் தவறவிட்டுவிட்டார்கள்" என்று அவர் வருத்தப்பட எல்லா காரணமும் இருக்கிறது.

தியானத்தின் குணப்படுத்தும் நன்மையை நாம் முன்பே குறிப்பிட்டோம். 'மோனநிலையை எவ்வாறு மேற்கொள்வது என்பதை அறிந்த எனக்குத் தெரிந்த ஆண், பெண் எவரும், என்னுடைய அறிவுக்கு எட்டியவரை ஒருபோதும் நோயுற்றதில்லை' என்று ஸ்டார் டெய்லி (டாக்டர் பீலேயை மேற்கோள் காட்டி) கூறுகிறது. நோபல் பரிசு பெற்ற டாக்டர் அலெக்சி கார்ரெல், இதை மிகவும் தெளிவாகக் கூறுகிறார்: "நவீன நகரின் சந்தடியிலும் தனது உள்மனதை அமைதியாக வைத்திருப்பவர்கள், நரம்புத் தளர்ச்சி நோயிலிருந்து காப்பு பெற்றவர்கள்."

மிக எளிதாக விளங்காத ஒரு தலைப்பை கையாளும்போது, மிகத் தெளிவாக தங்களை வெளிப்படுத்தியவர்களின் விளக்கத்தை கடன்பெற வேண்டியிருக்கிறது. இதன் அடிப்படையில் தினசரி தியானத்தைச் செய்யுமாறு நான் பரிந்துரைக்கவா? செய்து பார்ப்பதற்கு செலவு ஏதுமில்லை, மற்றும் அதிலிருந்து பெறக்கூடிய நன்மைகளும் குறைந்தவையல்ல. மைக்கலேஞ்சலோ கூறியவாறு, "சிறிய விஷயங்களை நினைவுகூர்வது சிறப்புத்தன்மையாகிறது, மற்றும் அந்த

சிறப்புத்தன்மை சிறியதல்ல." இந்த விந்தை மருத்துவத்தை அளிக்க குறிப்பிட்ட அளவு ஏதும் இல்லை. மிகவும் அடிக்கடி பயிற்சி செய்வதால் நீங்கள் அருமையான பலன்களைப் பெறுவீர்கள். முறையாகச் செய்வது மிகவும் முக்கியமானது மற்றும் இயன்றவரை முறையான நேரத்தைப் பின்பற்ற வேண்டும், அதிகாலை நேரம் சிறந்ததாகும், அப்போது முழு அமைதி நிலவுகிறது, காற்று புத்தம் புதியதாக, குளிர்ந்ததாக மற்றும் காலை விடியும்போது கிழக்கு வானில் விந்தைத் தோற்றம் பரவுகிறது.

❏❏

11

தியானம் மற்றும் பிரார்த்தனை- II

"உண்மையான தியானம் வாழ்க்கை முறையாகும்;
உண்மையான வாழ்க்கை மெய்யாகவே தியான
முறையாகும்."

—*அலெக்சிஸ் கார்ரெல்.*

பிரார்த்தனை - புனிதமான வேண்டுகோள்

பிரார்த்தனை என்பது தியானம் செய்வதன் இணைத்தன்மையாகும். முறையான பிரார்த்தனையின் குறைபாடு என்னவெனில் அது தன்னிச்சையான மன அல்லது வார்த்தைகளின் மறுபடியும், மறுபடியும் ஏற்படும் நடைமுறையாகிறது, இது மனதை சுதந்திரப்படுத்தி மற்ற துறைகளில் அலைய விடுகிறது. ஷேக்ஸ்பியர் எழுதினார்:

"என் வார்த்தைகள் மேலே பறக்கின்றன, என்
சிந்தனைகள் கீழேயே இருக்கின்றன;
சிந்தனைகள் அற்ற வார்த்தைகள் ஒருபோதும்
சொர்கத்தை சென்றடையாது."

'சிந்தனையற்ற வார்த்தைகள்' என்பது வாயால் உச்சரிக்கப்படும் பிரார்தனை மட்டுமே, இதில் மனம் பங்கேற்பதில்லை-வெறும் வெற்று வார்த்தைகள். மனதறிந்து உச்சரிக்கப்படும் பிரார்த்தனை, நோக்கத்தை நன்கறிந்து, உள்ளடக்கத்தையும், பொருளையும் அறிந்திருந்து செய்யப்படுமானால், பயன்தருவதாகவும், மேன்மைதருவதாகவும் இருக்கும். பிரார்த்தனை என்ற விஷயத்தை பல்வேறு எழுத்தாளர்கள், கவிஞர்கள், போதகர்கள், ஆசிரியர்கள், தத்துவஞானிகள் மற்றும் விஞ்ஞானிகள் விவாதித்திருக்கின்றனர். விஞ்ஞானமும், மதமும் ஒன்றிணைந்து செல்ல முடியாது என்று நினைத்துக் கொண்டிருக்கும் வேளையில். உலகப் பிரசித்தி பெற்ற விஞ்ஞானி டாக்டர் அலக்சிஸ் கார்ரெல் பிரார்த்தனை பற்றி எழுதியிருப்பதைப் படிக்க ஆச்சரியம் எழும்.

ஆல்டவுஸ் ஹக்ஸ்லே தமது பிரசித்தி பெற்ற " த பெரினியல் பிலாசபி " என்ற புத்தகத்தில் பிரார்த்தனையை நான்கு வெவ்வேறு பிரிவுகளாக வகைப்படுத்துகிறார்:

அ. வேண்டுகோள்
ஆ. பரிந்துரைப்பு
இ. வழிபாடு
ஈ. ஆழ்ந்த சிந்தனை.

வேண்டிக்கொள்ளும் பிரார்த்தனை ஓங்கியதாக மற்றும் 'சுயநலமற்றதாக' அல்லது குழந்தைத்தனமாக மற்றும் பிச்சை கேட்பதுபோல் இருக்கும். கடவுள் கருணை காட்ட வேண்டும் என்று மன்றாடுவது புனிதமான வேண்டுகோளாகும். அசிசியின் புனித பிரான்சிஸ் கூறியது இந்த வீறார்ந்த வேண்டுகோள் பிரார்த்தனைக்கு சிறந்த எடுத்துக்காட்டாக இருக்கும்:

"கடவுளே, என்னை அமைதிக்கான கருவியாக்கிவிடு. எங்கு வெறுப்பு இருக்கிறதோ, அங்கு என்னை அன்பை விதைக்கவிடு; எங்கு சந்தேகம் இருக்கிறதோ அங்கு நம்பிக்கை; எங்கு நம்பிக்கை இழப்பு இருக்கிறதோ அங்கு நம்பிக்கை; எங்கு இருளிருக்கிறதோ அங்கு ஒளி, மற்றும் எங்கு துயரம் இருக்கிறதோ அங்கு சந்தோஷத்தை அளிக்கவிடு."

மறுபுறம், உலகாயத வளத்தை நீங்கள் கேட்டால், பிரார்த்தனை வெறும் பிச்சை கேட்பதாக மாறிவிடும். ஜார்ஜ் பெர்னார்ட் ஷா கூறினார், "சாதாரண மக்கள் பிரார்த்திப்பதில்லை, அவர்கள் பிச்சையெடுக்கிறார்கள்." மானுடர்களில் சிலர் எந்தவொரு உலகாதய ஆசைகளையும் நிவர்த்தி செய்யுமாறு கேட்பது உண்மைதான், அது அளிக்கப்பட்டால், சிறந்த நன்மையை அவர்களுக்கு அளிக்கும். நாம் அருளாசியாக நினைப்பவை பல சமயங்களில் சாபங்களாகிவிடும்.

"நமக்கு நம்மைப் பற்றித் தெரியவில்லை,
நமக்கு ஊள்வினையை நாம் இறைஞ்சுகிறோம், விவேக சக்திகள்
நம் நன்மைக்காக இதை மறுக்கின்றனர்; நாம் நன்மை பெறுகிறோம்
நமது பிரார்த்தனைகளை இழந்து."

— "ஆன்டனி & கிளியோபாட்ரா"- வில் ஷேக்ஸ்பியர்

பரிந்துரைப்பில், வேண்டுகோள் மற்றவர்களுக்காக இருக்கும், எனவே கண்டிப்பாக இது வேண்டுகோளை விட ஒருவரின் தரப்பில் மேம்பட்ட நிலையில் இருக்கும். பரிந்துரைப்பான பிரார்த்தனை, மெய்யாக இருந்தால், மற்றவர்கள் மீதான உண்மையான கருணையால் விளைவதால், சக மனிதர்களின் நன்மைக்காக அமையும். ஆனால், யாருக்காக பிரார்த்திக்கிறோம் என்று உணர்ந்தால், கண்டிப்பாக வெறுமையாக இருக்கும். இயன்றபோது மற்றவர்களின் வேதனைகளைத் துடைக்கும் மற்றும் சுய-தியாகத்தை உள்ளடக்கும் நோக்கமுடைய செயலுடன் இருக்க வேண்டும்.

கடவுளை அவரது சொந்த அம்சத்தில் அல்லது மனித அவதாரத்தில் கடவுளை நோக்கிய பக்திச் செயல்பாடுகளைச் செய்வதில் அறிவுப்பூர்வ, உணர்ச்சி, மனவுறுதி மற்றும் கற்பனையைப் பயன்படுத்துவதை வழிபாடு என்று கூறுகிறோம்.* இது வேண்டுகோள் மற்றும் பரிந்துரைப்பு ஆகிய முதல் இரண்டு வடிவங்களை விட வித்தியாசமான, உயரிய ஒன்றாகும், ஏனெனில் இது கடவுளின் பேராற்றலை, அவரது பெருமையை, அவரது கருணையை மற்றும் பலவற்றை புகழ்பாடுவதாக அமைகிறது. கடவுளை நாம் மனிதப் பண்புடையவராக கருதும்போது, அவரது பெருமைமிகு வடிவத்தை, பிரபஞ்சத்தில் அவரது அருளாட்சியை, அதன் பன்முக அம்சங்களை நாம் மகிழ்ச்சியுடன் விவரிக்கிறோம். வழிபாட்டில் ஈடுபட்டிருக்கும்போது, நாம் பெரும்பாலும் நம்மை மறந்து, நமது இதயத்தையும், மனதையும் அவரிடம் ஒன்றெனக் கலக்கச் செய்கிறோம்.

பின்னர் மிகவும் புனிதமான மற்றும் மிகவும் உயரிய பிரார்த்தனை வடிவம் ஆழ்ந்த சிந்தனை. ஆல்டவுஸ் ஹக்ஸ்லே ஆழ்ந்த சிந்தனையை இவ்வாறு வரையறுக்கிறார்: "இது விழிப்புடைய கீழ்படிதல் நிலைமை, இதில் ஆன்மா தன்னை, உள்ளும் புறமும் இறையருளில் திறந்து வைத்து, உள்ளார்ந்த, மேம்பட்ட இறைவனிடம் அர்ப்பணித்துக் கொள்கிறது."

ஆழ்ந்த சிந்தனை வடிவிலான பிரார்த்தனை, தியானத்தை விட மிகவும் வேறுபட்டதல்ல. "சயின்டிபிக் பிரேயர்" எழுதிய கிறித்துவ மத ஐக்கியப் பள்ளியின் நிர்வாக துணைத் தலைவர் திரு. சார்லஸ் ஆர். பில்மோர், கூறுகிறார்:

"பிரார்த்தனை அதனுடைய தூய வடிவில் எளிமையானது. ஒருவருடைய முழுமையான அறிவுத்திறனை கடவுள் மீது கவனக்குவிப்பு செய்வது, உண்மையின் ஆக்க நிலையை உறுதிப்படுத்துவது, இறை தத்துவத்தில் தியானிப்பது மற்றும் இறுதியாக ஒருவருடைய சொந்த மனதை அமைதியின் விந்தை நேரத்துடன் இயைய வைத்தல், இது 'மோன நிலை' என்று அழைக்கப்படுகிறது, இதில் கடவுளின் 'மிகவும் மெல்லிய குரலை' மனிதன் கேட்கத் துவங்குகிறான்."

ஆனாலும், தியானம், வேண்டுகோள், பரிந்துரைப்பு, வழிபாடு அல்லது ஆழ்ந்த சிந்தனை ஆகியவற்றின் இந்த பல்வேறு செயல்பாடுகளை பிரித்துக் காண்பது மிகவும் கடினமாகும். சுய-விழிப்புத் தன்மை (கீழ்பிறப்பின் விழிப்புநிலை) ஒதுக்கி வைக்கப்பட்டிருக்கும்வரை மற்றும் அந்த சக்தி நோக்கி பணிவான மனித இதயம் முழுமையான பக்தியில் ஈடுபடும்போது, அயராது ஈடுபடும்போது, பல்வேறு செயல்பாடுகளையுடையதாகத் தோன்றும் இந்த பல்வேறு பெயர்களை அடையாளம் காணவோ, நினைவில் வைத்துக் கொள்ளவோ ஒருவருக்கு அவசியமிருக்காது.

உண்மையான பிரார்த்தனையின் நறுமணம்

உண்மையான பிரார்த்தனையின் செழுமையான நறுமணத்தை ருசித்தவர்கள் துடிப்புடைய பிரார்த்தனை-அடிமைகளாகிவிடுவதைக் காணலாம். பெயரானது(கடவுளின்) கடவுளைவிடப் பெரியது என்று ஆசிய முனிகள் தங்களது விவேக வழியில் கூறியிருக்கின்றனர். கடவுள் இரண்டு வெவ்வேறு வடிவுகளில் இருக்கிறாரா? இதில் விஷயம் என்னவெனில், கடவுளைப் பற்றி நினைக்கையில், ஒருவர் பெயரை நினைவில் வைத்துக் கொள்ள வேண்டும், அதாவது கடவுள்.

"ஆரம்பத்தில் வார்த்தையிருந்தது, மேலும் அந்த
வார்த்தை கடவுளிடம் இருந்தது, அந்த வார்த்தைதான்
கடவுள்."

—செயின்ட் ஜானின் கூற்றுப்படி கோஸ்பெல்.

இது மட்டுமல்லாமல், நாம் **அவனை**, அவனுடைய உள்ளார்ந்த, மேம்பட்ட அம்சத்தை எளிதாக கிரகித்துக் கொள்ள முடியாது என்பதால், நமக்குத்தான் அவனுடைய பெயர் மற்றும் வடிவம் தேவை அல்லது அவனுக்காக ஒரு பெயர் மற்றும் வடிவம் தேவைப்படுகிறது.

❏❏

12

நிலைபேற்றுத் தத்துவத்தின் மீது பிரதிபலிப்புகள்

*"நான் உன்னை உன் வேதனைகளை மறக்கச் செய்து,
உள்ளார்ந்த ஒய்வை அனுபவிக்கச் செய்வேன்
புனித நூல்களின் இனிமையான களங்களை உன் முன் திறது
வைப்பேன், உன் இதயம் எனது கட்டளைகளின் வழியில்
செல்லத் தொடங்கும் அளவு பெரியதாகட்டும் ."*

—Ps. C XVIII. 32.

நாத்திகம் என்பது ஒளியற்ற பாதை

இந்த உலகில் பல மதங்கள் இருக்கின்றன. ஒவ்வொன்றும் துணைப் பிரிவுகளை அல்லது இனங்களைக் கொண்டுள்ளன மற்றும் அவற்றிற்கேயுரிய படைப்புக் கோட்பாடு, இறையியல் மற்றும் தத்துவங்களைக் கொண்டுள்ளன. இருந்தாலும் வெளித்தெரியும் பன்முகத்தன்மையில், இருக்கிறது உண்மையான ஒற்றுமை. எல்லாவற்றிற்கும் பொதுவான சில அடிப்படைகள் இருக்கின்றன, இவற்றை நிலைபேற்றுத் தத்துவங்கள் என்று கூறலாம். இதை ஆல்டவுச் ஹாக்ஸ்லே, 'மிக உயரிய பொதுக் காரணி' என்கிறார். கடவுளை நம்பு என்பது பெரும்பாலான மதங்களின் அடித்தளமாகும். சில இனங்களில் குறிப்பிட்ட நாத்தீகத் தன்மை காணப்படுகிறது. எல்லாவற்றையும் நிரூபிப்பதில் நம்பிக்கை கொண்டுள்ள விஞ்ஞானம், மதம் போதிக்கும் பல தத்துவங்களை ஒப்புக் கொள்ளாமல் போகலாம். ஆனால் நாத்தீகம் என்பது ஒளியற்ற பாதை மற்றும் இது நம்மை எங்கும் இட்டுச் செல்லாது. டாக்டர் ஹென்றி சி. லிங்க்கின் கூற்றுப்படி, "நம்பிக்கையின்மை அறிவார்ந்த நோய், மற்றும் தவறான வாதங்களில் நம்பிக்கை கொள்வது, நம்பிக்கையே இல்லாததைவிடச் சிறந்ததாகும்." ஒரு பிரசித்தி பெற்ற கதையுண்டு. மேதாவி பேராசிரியர் ஒருவர் உயிரினம் தோன்றிய விதத்தைப் பற்றி உரை நிகழ்த்தினார். காலத்தின் ஆரம்பத்தில் ஒன்றுமே இருக்கவில்லை, தண்ணீரைத் தவிர, எங்கு பார்த்தாலும் தண்ணீர்தான் இருந்தது என்று சொல்லத் தொடங்கினார். ஆனால், அவர்

மேற்கொண்டு தொடருவதற்கு முன்பாக, பார்வையாளர்களில் ஒருவர் திக்கித்திணறி கேள்வி ஒன்றைக் கேட்டார்: "ஆ-ஆனா எங்-எங்க இருந்து இந்த தண்ணி வந்-வந்துச்சு, சார்?" எல்லோரும் வாய்விட்டு சிரித்தனர். பேராசிரியர் திடுக்கிட்டு, வாயடைத்து நின்றார். இந்தக் கதையின் நீதி என்ன என்று உங்களுக்கே தெரிந்திருக்கும்!

நாம் அனைவரும் மார்கஸ் ஆரெலியஸ் பற்றிக் கேள்விப்பட்டிருக்கிறோம். அவர் ரோம் நாட்டின் பேரரசர். ஸ்டாய்சிசம் என்றறியப்படும் சீனோவால் நிறுவப்பட்ட தத்துவக் கோட்பாட்டைப் பின்பற்றியவர். ஸ்டாய்சிசம் ஒரு மதமாக கருதப்படாததால், மார்கஸ் ஆரெலியஸ் 'புறச் சமயி' ஆக இருந்தார். ஆனால் அவர் கிறித்துவ மதத்தின் கோட்பாடுகளில் அதிக ஆர்வம் கொண்டிருந்தார் என்று சரித்திரம் சொல்கிறது. அவரது பிரசித்தி பெற்ற "தியானங்கள்", வாழ்க்கை, உலகாயதம், மதம், ஆன்மீகம் போன்ற கருத்துக்களை எல்லா தரப்பு எழுத்தாளர்களும் வெகுவாக மேற்கோள் காட்டியிருக்கின்றனர்.

மார்கஸ் ஆரெலியஸ் எந்தவித புதிய கோட்பாடுகளையும் போதித்ததில்லை; அவரது காலத்திய மத நம்பிக்கைகளில் வெளிப்படையான ஈடுபாட்டையும் காட்டியதில்லை. அது ஒரு குறைபாடாக இருந்தாலும், அதுவே அவரது "தியானங்களின்" மாபெரும் வெற்றி மற்றும் பிரசித்திக்கு இரகசியமாக இருந்தது, சுமார் ஈராயிரம் ஆண்டுகளுக்குப் பிறகும் புதுமைத்தன்மையுடன் இருக்கிறது. எனவே, இதை 'நிலைபேற்றுத் தத்துவம்' மீதான பிரதிபலிப்புகள் என்று சட்டப்பூர்வமாகக் கருதலாம். ஒரு வெளியீட்டாளர் எழுதினார்: "மாபெரும் பேரரசர்-தத்துவஞானி ஆரெலியசின், மெடிடேஷன்ஸ் பற்றி நீங்கள் படித்தால் உங்கள் சொந்த யுகத்தில் இருப்பது போன்ற ஒத்ததன்மைகளைக் கண்டு வியப்பீர்கள்." வெவ்வேறு மதங்களைச் சேர்ந்தவர்கள் இந்த 'மெடிடேஷன்சில்' தங்களுடைய மதங்கள், தார்மீகங்கள், தத்துவங்களில் உள்ள ஒற்றுமைகள் காணப்படுவதாகக் கூறுவது முற்றிலும் உண்மையே. நம்முடைய சொந்த பிரிவு அல்லது இனத்தின் மத சிந்தனைகளால் நாம் எவ்வாறு வழிநடத்தப்படுகிறோம் என்பதைக் கருத்தில் கொண்டால், பிற மதங்களின் தலைவர்கள் போதித்தவற்றில் உள்ள உண்மைகளை புரிந்து கொள்வதிலும், பாராட்டுவதிலும் பெரும் சிரமம் இருப்பதைக் காண முடியும். உதாரணமாக, மிகவும் முன்னேற்றமடைந்த கிறித்துவர், பிறப்பு குறித்த பைபிள் கருத்தை கேள்வி கேட்பது கடினம் என்பதை உணர்வார். கர்த்தரைத் தவிர மீட்சி ஏதும் இல்லை என்பதையும் அவர் வினவ மாட்டார்.

இந்துமத சிந்தனைகளின் அதிசயவைக்கும் ஒற்றுமை

பிளேட்டோ தம்முடைய யுதியோப்பிய 'குடியரசுக்கு' கொண்டிருந்த தத்துவஞானி-அரசன் என்ற கற்பனைக்கு இந்திய வரலாற்றிலும் இணையிருந்தது. பண்டைய இந்தியாவில் மாபெரும் பேரரசர்கள் இருந்தனர், அவர்கள் பெரும் தத்துவஞானிகளாகவும் இருந்தனர்.

எனவே, இந்திய மனதிற்கு, மார்கஸ் ஆரெலியஸ், ஜனகன் மற்றும் அசோகர் போன்ற 'ராஜ ரிஷிகளை' (அரச முனிகள் என்று கூறலாமா) நினைவூட்டுவதில் விந்தையில்லை.

அதேபோல, ஆரெலியஸ் கூறியிருப்பது, இந்து புனித நூல்களில் கூறப்படும் யோசனைகள் மற்றும் கருத்துக்களை ஒத்திருப்பதைக் காணலாம்: "ஒரேயொரு பிரபஞ்சப் பொருள் மட்டுமே இருக்கிறது, அதை எண்ணிலடங்கா துணுக்குகளாக உடைத்தாலும், ஒவ்வொன்றும் அதற்கேயுரிய தன்மைகளுடன் இருக்கும். ஆனால் ஒரேயொரு ஆன்மா மட்டுமே உண்டு, அதன் தன்மைகளும், அதனிடையே தனிநபர்களின் வரம்புகளும் விநியோகிக்கப்பட்டதாகத் தோன்றுவது மக்களாகும். மேலும் ஒரேயொரு அறிவுப்பூர்வ ஆன்மா மட்டுமே உண்டு, அது பிரிந்திருப்பதாகத் தோன்றினாலும்." பிரச்சினைமிக்க இவ்வுலகின் எதிர் காலத்திற்காக, உலக மதங்களிடையே வேற்றுமைகளைக் காண்பதற்குப் பதில், மேலும், மேலும் அதிக மக்கள் கருத்துக்களில் உடன்பாட்டைக் காணத் துவங்கியிருப்பது அதிர்ஷ்டமாகும். கிறித்துவ பத்திரிகைகளான "நியூ" மற்றும் "யூனிட்டி" ஆகியவற்றில் நான் படித்த பல கட்டுரைகள் இந்து மதத்தின் மையக் கருத்துக்களை ஒத்திருப்பது கண்டு நான் ஆச்சரியமுற்றேன்.

'மெடிடேஷன்ஸ்' பின்னணியில் நிலைபேற்று தத்துவத்தின் கீழ்வரும் கருத்தாக்கம், கண்டிப்பாக பரிசீலனைக்கும், ஆய்வுக்கும் தகுதிபெறுகிறது. ரோம நாட்டு பேரரசர், வாழ்க்கையை எவ்வாறு கண்டார், சமயச் சார்பற்ற விதத்தில் வாழ அவர் எந்த முறைகளைக் கையாண்டார், ஆதரிச வாழ்க்கை பற்றிய அவரது கருத்து என்ன மற்றும் அந்த குறிக்கோளை எட்ட அவர் சுட்டிக் காட்டிய பாதைகள் என்ன என்பதை நாம் காண்போம்.

நாம் அறிந்தவாறு, அணு முதல் நட்சத்திரம் வரை, இந்த பிரபஞ்சத்தில் உள்ள ஒவ்வொரு துணுக்கும், சுயநலத்தன்மை கொண்டுள்ளது, இதுதான் அதை உலகமாக ஆக்குகிறது. இந்த தனித்தனியாக இருக்கும் விதம், 'நான்' 'என்னுடையது' என்ற கருத்து, உலகை வாழ்விக்கும் முக்கிய காரணியாக இருக்கிறது. உயிரின் கீழ்நிலை வடிவங்கள் அல்லது விழிப்புறு நிலையில் இந்த தற்பெருமை உள்ளார்ந்து, மனிதர்களிடம் இருப்பதுபோல அமையப்பெற்றிருந்தாலும், மனிதனுக்கு மட்டுமே உள்ள மதிப்பினால் அவன் உயரிய குறிக்கோள்களை எட்டுவதற்காக இந்த சுயநலத்தை மறையச் செய்கிறான். சுயநலம் நமது தொலைநோக்கை கட்டுப்படுத்துகிறது, ஒருவரிடமிருந்து ஒருவரைப் பிரிக்கிறது, எல்லாப் பிரச்சினைகளுக்கும் இதுவே காரணமுமாகும். நாம் இந்த கட்டுப்பாடுகளைக் களைந்து, பிரபஞ்சம் மற்றும் இயற்கை என்ற சரியான கண்ணோட்டத்தில் நம்மைக்

கண்டோமானால், கடவுள் விரும்பியவாறு நாம் நமது பங்கையாற்றினோமானால், உலகம் சொர்க்கமாக மாறிவிடும்.

விந்தையான விஷயம் என்னவெனில், மனிதனின் இயல் உடலே உன்னத வாழ்வை எட்டுவதில் முதலாவது மற்றும் மாபெரும் தடையாக இருக்கிறது, இதுவே தற்பெருமைக்கான முக்கிய காரணமாகவும் இருக்கிறது. அவன் தனது உடலை தன்னுடையதாகக் கருதி, தனது ஆன்மாவை மறந்து விடுகிறான். இந்த மயக்கத்தில், தனது உடல் தேவைகளை எல்லாவற்றிற்கும் மேலாக வைக்கிறான். அதை அருமையான ஆடையாலும், ஆபரணங்களாலும் அலங்கரித்து, எல்லாவிதமான சொகுசுகளாலும் செல்லம் கொடுக்கிறான். எந்தவொரு உடல் காயமோ, வசதிக் குறைவோ அவனை வேதனைப்படுத்துகிறது. அவன் மரணத்திற்கு பயப்படுகிறான், வலி மற்றும் வசதிக்குறைவிலிருந்து சுருங்குகிறான், அதோடு உணர்வுப்பூர்வ இன்பங்களை நாடுகிறான். இதனால், அவன் பாசத்தை வளர்த்துக் கொள்கிறான், தன்னுடன், தனது சொத்துக்களுடன், மனைவி, குழந்தைகளுடன் அடையாளம் காட்டிக்கொள்கிறான்-இவையெல்லாமே தனது சொகுசிற்கும், இன்பத்திற்கும் அவசியம் என்று அவனுக்குத் தோன்றுகிறது. எனவே அவர்களின் நலமும், வேதனையும் அவனுடையதாகின்றன. இதனால் ‘சம்சாரா’ (உலகாதய இருப்பு) என்று இந்து தர்மத்தில் அழைக்கப்படும் விஷச் சூழலை ஆரம்பிக்கிறான்.

இரண்டாவதாக, தற்பெருமையால் விளையும் மற்றொரு மருட்சி இருக்கிறது. மகிழ்ச்சியை நாடும் மனிதன், அதை இன்பத்தோடு குழப்பிக் கொள்கிறான் மற்றும் மற்றொரு விஷச் சூழல் உருவாகிறது. முந்தைய அத்தியாயத்தில் நாம் விவாதித்தவாறு, அவன் இன்பங்களை வேட்டையாடச் செல்கிறான், ஒப்புக் கொள்ளக்கூடிய உணர்ச்சிகள், இதற்காக அவன் அவற்றை மகிழ்வூட்டும் பொருட்களை நாடுகிறான். உணர்வுகள் மேலும் வேண்டும் என்று கேட்கின்றன, அவற்றை திருப்திப்படுத்த, அவன் அவற்றின் அடிமையாகிறான். இதன் விளைவாக, பேராசை, பொறாமை, பயம் மற்றும் கோபம் போன்ற விரும்பத்தகாத பலவகை உணர்ச்சிகளுக்கு இரையாகிறான்.

மார்கஸ் ஆரெலியஸ் இந்த மருட்சிகளை பல்வேறு வழிகளில் தாக்குகிறார். முதலில் அவர் எச்சரிக்கிறார்: “மனிதன் என்ற கருத்தில், இந்த வெளிப்புற வாகனத்தை, அதாவது இந்த உடலை, ஒருபோதும் சேர்க்காதீர்கள்.” மனித உடலை கூறுபோடும் அவர், இது ஆன்மாவின் அசுத்தமான, சதைப்பிண்டம், இதை மரணம் எந்நேரத்திலும் பறித்துக் கொண்டு போகும் என்று ஒதுக்கித் தள்ளுகிறார். அவர் மரணத்தை விவாதித்திருக்கிறார், உடலின் தன்மையை விரிவாக அலசி

ஆராய்ந்திருக்கிறார், ஏனெனில் தற்பெருமையை அகற்ற இந்த உடல் அமைப்பை உண்மையாக மதிப்பிடுவது அவசியமாகும்.

இன்பத்தின் தவறான கருத்து

பிறகு அவர் இன்பத்தின் தவறான கருத்தை அம்பலப்படுத்துகிறார். இது (இன்பம்) ஒரு கடந்து செல்லக்கூடிய உணர்ச்சி, இது சம்பந்தப்பட்ட உணர்வுகளிலிருந்து தொடர்பற்று தனித்திருக்க முடியாது. இனிபத்தில் மகிழ்ச்சியை நாடுவதற்கு வெளிப்புற பொருட்களைக் கொடுக்க வேண்டும், இதன் மீது நமக்கு ஓரளவு அல்லது எந்தவித கட்டுப்பாடும் கிடையாது, இவையும் மனித உடலைப் போல அல்பாயுசும், மெய்யற்ற தன்மையும் கொண்டவை, உங்கள் அமைதியை தொந்தரவு செய்யும் சக்தியுடையவை. ''இன்பம் நல்லதுமல்ல, பயனுடையதுமல்ல,'' என்கிறார் அவர்.

அடுத்ததாக, மகிழ்ச்சியின் தன்மையை பரிசீலிக்கச் செல்கிறார், இது நாம் வாழ்வதற்கான நோக்கமாக இருக்கிறது, இருக்க வேண்டும், மற்றும் மனதிற்கு வருகிறார், இது வலி மற்றும் ஆனந்தம், வெப்பம் மற்றும் குளிர்ச்சி, சந்தோஷம் மற்றும் துக்கம் போன்ற இரட்டை கருத்துக்கள் அனைத்திற்கும் அப்பாற்பட்டிருக்கிறது.

மகிழ்ச்சியைப் பெறும் வழிமுறைகளையும் அவர் ஆராய்கிறார் மற்றும் இதற்கான முதல் தேவை, மனநிறைவு, ஒருவருடைய குடும்பம் மற்றும் உடைமைகளுடன் பாசம் கொள்ளாமை, இல்வாழ்வு இன்பங்களில் ருசியின்மை போன்றவற்றை மறுதளித்தல் என்று முடிவு செய்கிறார். ''எந்தவொரு வடிவிலும் ஆசையிலிருந்து விலகி இரு.. .. .. .. ,'' என்று எச்சரிக்கிறார் ரோமப் பேரரசர்.

நம் அனைவருக்குள்ளும் கீழான மற்றும் உயரிய (தெய்வீக) தன்மைகள் அக்கம் பக்கமாக இருக்கின்றன-முதலாவது அறியாமை மற்றும் சுயநலத்தையும், இரண்டாவது அறிவுத்திறன் மற்றும் சுயநலமின்மையை சார்திருக்கின்றன. நாம் முன்னதை விட்டொழிக்க வேண்டும், பின்னதை பேணி, வலுப்படுத்த வேண்டும். ''உனக்குள் தோண்டியெடு. நன்மைக்கான வளம் அதற்குள் இருக்கிறது, நீ தோண்டியெடுத்தால் இந்த வளத்தின் நீரால் அது நிரம்பிவிடும். பிரபஞ்சத்துடனான உன் அந்தஸ்தை புரிந்து கொள். இந்த எண்ணமும் உனக்குள் எப்போதும் இருக்கட்டும்: அதாவது பிரபஞ்சம் ஒரு தனிப்பட்ட வாழ்க்கை, ஒரு பொருள் மற்றும் ஒரு ஆன்மாவைக் கொண்டது. எல்லா பொருட்களும் இந்த பிரபஞ்சம் என்ற கண்ணோட்டத்துடன் எவ்வாறு பரிந்துரைக்கப்படுகின்றன என்பதைப் பாருங்கள், எல்லாமே ஒரேயொரு உணர்வால் செயல்படுகின்றன, இவை எல்லாவற்றின் உருவாக்கத்திலுள்ள எல்லா துணைக்காரணிகளும், ஒரேயொரு வலையில் பின்னிப் பிணைந்திருக்கும். ''

நமது நண்பனும், எதிரியுமான மனம், நம்மீது எண்ணிலடங்கா விளையாட்டு விளையாடுகிறது. உன்னில் இருக்கும் நண்பனைத் தேடு, எதிரியை தூக்கி எறி. உங்களுடைய "வாழ்வின் புனிதயாத்திரையில்" அதை துணையாக்கிக் கொள்ளுங்கள். எண்ணங்கள் மற்றும் ஆசைகளில் கட்டுப்பாட்டைக் கொண்டிருங்கள், ஏனெனில் இவற்றால் தான் மனம் அமையப்பெற்றிருக்கிறது. "எல்லாவிதமான அந்நிய, தொந்தரவு செய்யும் எண்ணத்தையும் துடைத்து விடுங்கள் மற்றும் நேரடியாக மாபெரும் அமைதிக்குள் புகுந்திடுங்கள்." உங்கள் எண்ணங்களை கடவுளின் மீது நிலைத்திடச் செய்யுங்கள், அவர்தான் எல்லா புனிதமான மற்றும் நன்மைக்கான இருப்பிடமாவார்.

அடுத்ததாக, உங்கள் சகோதரர்களுக்கான சேவையில் உங்கள் தற்பெருமையை புதைத்திடுங்கள். "மனிதன் பரஸ்பர சேவைக்காக பிறந்திருக்கிறான்." உங்கள் செயலில் பரிசு அல்லது இலாபம் என்ற எல்லா எண்ணங்களையும் விட்டு விடுங்கள். "வாழ்வின் நோக்கத்தை புரிந்து கொள்ளுங்கள்.... குறுகிய பாதையை அமையுங்கள் அதாவது இயற்கை; வேறு விதமாகக் கூறினால், பேசுவதில், செயல்படுவதில் ஆரோக்கியம். இந்த நோக்கமுடைய மனிதனுக்கு வாழ்க்கை எல்லா வெறுப்புகளும் அற்றதாக இருக்கும்."

மெய்யறிவு உதயமானதும், இது தகவலைக் கொண்டிருப்பது மட்டுமல்ல, ஆனால் உயரிய மெய்மைக்கேற்ப வாழ்வதைக் காட்டுகிறது, மனிதன் தனது தொடர்பை நிறுவுகிறான் மற்றும் இறைவனுடன் தன்னை அடையாளப்படுத்திக் கொள்கிறான். எல்லா தூசிகளும் துடைக்கப்பட்ட கண்ணாடி துல்லியமாக பிரதிபலிப்பது போல, அசுத்தங்கள் அகன்ற வாழ்வு, இறைவனைப் பிரதிபலிக்கிறது. இந்த நிலையில், எல்லா தடைகளும் நீக்கப்பட்டு, மனிதன் விடுதலை பெறுகிறான்.

நாம் ஏறி அடைய வேண்டிய உச்சிகளை நினைத்து அச்சப்பட வேண்டாம். இந்த தருணத்தின் மீது கவனம் செலுத்துங்கள், மற்றவற்றை கடவுளிடம் விட்டுவிடுங்கள். "அடைந்த சின்னஞ்சிறு முன்னேற்றத்திலும் மனநிறைவு கொள்ளுங்கள், இந்த நிறைவு சின்ன விஷயமல்ல என்று நினைத்திடுங்கள்," என்கிறார் மார்கஸ் ஆரெலியஸ்.

குறிப்பு: இந்த அத்தியாயமானது, 'மார்கஸ் ஆரெலியசின் தியானங்கள்' பற்றிய போட்டியில் ஆசிரியருக்கு முதல் பரிசு பெற்றுத் தந்த கட்டுரையிலிருந்து வழங்கப்பட்டது. இந்திய பல்கலைக் கழக தத்துவயியல் பேராசிரியர்கள் இருவர் இதற்கு நடுவர்களாக இருந்தனர்.

13

உங்கள் சூழ்நிலைமைகளை ஆள்பவராக எப்படி இருப்பது

“சுய-ஞானம் மற்றும் மகிழ்ச்சிக்கும், சுய-தியாகம் அல்லது சுய ஒழுக்கத்தின் அவசியத்தை விஞ்ஞானப்பூர்வமாக நிரூபித்ததை விட நவீன உளவியலின் கண்டுபிடிப்பில், என் கருத்தில், வேறெதுவும் முக்கியமானதல்ல.”

— டாக்டர் ஹென்றி சி. லிங்க்.

துறவிகள் மற்றும் நபிகளின் போதனைகள்

புனித நூல்கள் மற்றும் பிற மத மற்றும் ஆன்மீக இலக்கியங்கள் மனிதனுக்கு ஆசிரியர்களாகவும், வழிகாட்டியாகவும் இருக்கின்றன. சீரியதன்மைக்கான பாதையைக் காட்டுவதோடு, நம்மைப் பற்றிய உண்மைத் தனமையை நமக்கு வெளிப்படுத்தும், நமது பலவீனங்கள் குறித்த சந்தேகங்களை அகற்றுகிறது மற்றும் நமது வலிமையில் நமக்கு நம்பிக்கை தருகிறது. இந்த பிரிவில் சிறந்த புத்தகங்கள், துறவிகள், போதகர்கள் மற்றும் முனிகள் வழங்கிய போதனைகளாகும்.

கருவுற்ற பெண் சிங்கம், செம்மறி ஆட்டு மந்தையைத் தாக்கும்போது, திடீரென்று சிங்கக்குட்டியை ஈன்றெடுத்து, ஆட்டுக் கூட்டத்தினூடே அதை விட்டு விட்டு, இறந்து போனது. புல் தின்னும் செம்மறியாட்டுக் குட்டிகளுடன் வளர்ந்த சிங்கக் குட்டி, தன்னையும் செம்மறியாட்டுக் குட்டி என்று நினைத்து கொண்டு, புல் தின்று வாழ்ந்தது, ஆடுபோல் கத்தியது, புலால் உண்ணும் வன விலங்குகளைக் கண்டு பயந்து ஓடியது. ஒருநாள் ஒரு பெரிய சிங்கம் ஆட்டு மந்தையைத் தாக்க நேர்ந்தது, ஆனால் விநோதமான, ஆட்டுக்குட்டி போன்ற நடத்தையுடன் ஒரு இளம் சிங்கம் இருப்பதைக் கண்டு ஆச்சரியமுற்றது. அந்த இளம் சிங்கத்தை பிடித்து திட்டியது: “நீ புல்லைத் தின்கிறாய், ஆட்டுக் குட்டிபோல கத்துகிறாய், ஆடுகள் போல பயந்து ஓடுகிறாய். நீ சிங்க இனத்திற்கே இழுக்கு. இங்கே வா, என்னைப்போல உறுமு. இந்த இறைச்சித் துண்டை சாப்பிடு, இனிமேல் என்னுடன் இரு. ” ஆனால்,

குட்டியால் இந்த பெரிய சிங்கத்தை நம்ப முடியவில்லை, மீண்டும் ஆட்டுக் குட்டிபோல கத்தியத் தொடங்கியது. பிறகு அந்த சிங்கம், குட்டியை வலுக்கட்டாயமாக அருகிலிருந்து ஒடைக்கு அழைத்துச் சென்று உறுமிக் கூறியது: “ உன்னுடைய பிரதிபலிப்பைப் பார், நீ ஒரு சிங்கம் என்பதையும், ஆட்டுக் குட்டி அல்ல என்பதையும் தெரிந்து கொள்.” இந்த உண்மையை அறிந்த சிங்கக் குட்டி அதிர்ச்சியடைந்தது. அதன் பிறகு அது பெரிய சிங்கத்தைத் தொடர்ந்து சென்று, மெதுவாக அதன் உண்மைத் தன்மை, அதாவது சிங்கம் போல வாழ ஆரம்பித்தது.

ஆசான்களும், புனித நூல்களும் கதையில் வரும் வளர்ந்த சிங்கம் போன்றவர்கள். சிங்கக் குட்டி போல நாம் பலவீனமாக, போதாமையாக, வாழ்வை எதிர்கொள்ளும் நம்பிக்கை இன்றி இருக்கிறோம். ஒவ்வொரு திருப்பத்திலும் நாம் அச்சமுற்று, ஓடிப்போக விரும்புகிறோம். வேறு விதமாகக் கூறினால், நம்மில் பெரும்பாலோர் நாம் சூழ்நிலைமையின் மனிதன் என்று நினைக்கிறோம். ஒரு ஒப்பற்ற புத்தகமான ‘இமிடேஷன் ஆஃப் கிறிஸ்ட்’ நாம் இந்த குறைபாட்டை நினைக்கத் தேவையில்லை, நமது சூழ்நிலைமைகளை ஆள்பவர்களாக ஆகலாம் என்று முகத்திலடித்தாற் போலக் கூறுகிறது. மனிதன் துக்கரமான ஜீவி மற்றும் அவன் தனது பேராசைகளுக்கு அடிமை; அவன் தனது சுதந்திரத்தை மட்டுமின்றி தனது மேன்மையையும் உறுதிப்படுத்தாத வரை இவ்வாறே இருக்கின்றான். கெம்பிஸ் சொல்கிறார்:

“மகனே, நீ உன்னுடைய நோக்கத்தை கவனமுடன் மேற்கொள்ள வேண்டும், அதாவது ஒவ்வொரு செயல், அல்லது வெளிப்புற வேலையிலும், நீ உள்ளார்ந்து சுதந்திரமாக மற்றும் உன்னை ஆள்பவனாக இருக்க வேண்டும் மற்றும் எல்லா விஷயங்களும் உன் கீழ்இருக்க வேண்டுமே அன்றி, அவற்றின் கீழ் நீ இருக்கக்கூடாது.”

“நீ மட்டுமே உன் செயல்களுக்கு இறைவனாக மற்றும் அரசனாக இருக்க வேண்டும், அடிமையாக அல்லது பிணைபட்டவனாக அல்ல.”

நீங்கள் உள்ளார்ந்து சுதந்திரமாக மற்றும் உங்களை ஆள்பவராக மற்றும் “எல்லா விஷயங்களும் உன் கீழ்” எப்படியிருக்க முடியும் ? இதோ அதற்கான பதில்:

“மகனே, நீ உன்னை முழுமையாக மறுதளிக்கும்வரை சரியான சுதந்திரத்தைப் பெற முடியாது.”

—மேத்யூ. XVA. 24.

ஒருவர் தம்மை எவ்வாறு சரியாக விஞ்ச முடியும், எல்லாவற்றையும் எவ்வாறு விட்டொழிக்க முடியும், ஒருவரை முற்றிலுமாக எப்படி மறுதளிக்க முடியும்?

"அவன் அதாவது அறிவார்ந்த மற்றும் பரிசுத்த ஆவி இந்த மாற்றங்களுக்கு அப்பாற்பட்டு நிற்கிறான்; அவன் தன்னில் என்ன உணர்கிறான் என்பதைக் கருதாமல், நிலையற்றதன்மையின் காற்று எந்தப்பக்கம் வீசுகிறது என்பதை கருதாமல்; ஆனால் அவனது ஆன்மா முழுமையும் அவனுக்குரிய மற்றும் விரும்பிய முடிவை நோக்கி முன்னேறும்."

"இதற்காக அவன் தொடர்ந்து தானும் சுயமும் ஒன்றாக எந்தவித கலக்கமும் இன்றி, இந்த பலவகை நிகழ்வுகளில் வாயிலாக இடையறாது வழிகாட்டி, என்னை நோக்கிய ஒரே கண்ணாக அவனுடைய உள்நோக்கத்துடன் இருப்பான்"

—மேத்யூ. VI. 22.

"இந்த உள்நோக்க கண் எவ்வளவு தூய்மையாக இருக்கிறது, இந்த பல்வகையான புயல்களினூடே நீ கடந்து வருகையில் எவ்வளவு சிறந்த நிலைத்தன்மையுடன் இருப்பாய்.

"எனவே இந்த உள்நோக்க கண் தூய்மைப்படுத்தப்பட வேண்டும், அது தனியாக, சரியாக இருக்கும் விதத்தில், மேலும் என்னை நோக்கி திசைதிருப்பப்பட வேண்டும், தமக்குள்

இடையூறு செய்யும் பல்வேறு விஷயங்களுக்கும் அப்பாற்பட்டு."

இப்போது இவையனைத்திலும் உள்ள முக்கியமான வாக்கியங்கள்:

"உன்னை முழுமையாக மறுதளிக்கும்வரை சரியான சுதந்திரத்தைப் பெற முடியாது" மற்றும்

"நீ சரியாக உன்னை விஞ்சினால்"

"அவன் அதாவது அறிவார்ந்த மற்றும் பரிசுத்த ஆவி இந்த மாற்றங்களுக்கு அப்பாற்பட்டு நிற்கிறான்,"

"இதற்காக அவன் தொடர்ந்து தானும் சுயமும் ஒன்றாக...... இடையறாது வழிகாட்டி, என்னை நோக்கிய ஒரே கண்ணாக அவனுடைய உள்நோக்கத்துடன் இருப்பான்."

இவையெல்லாமே கடவுளிடம் முழுமையாக எவ்வளவு தூரம் அர்ப்பணித்துக் கொள்கிறோம் மற்றும் சுயநலமான எல்லாவற்றையும் விட்டொழித்தல், இது மட்டுமே உங்களுக்கு முழுமையான, "உன்னில் திறம்பெற்றவனாக, உன்னிடமிருக்கும் எல்லாவற்றையும் விட்டுவிட்டு, சூழ்நிலைமைகளின் கட்டுப்பாட்டை உனக்களிக்கும்."

> *"செல்வம், குழந்தைகள் அல்லது வேறு எதன் மூலமாக அன்றி துறவின் மட்டுமே ஒரு சிலர் நிலைபேறு பெறுகின்றனர்", என்கிறது ஒரு சமஸ்கிருத சுலோகம்.*

மேலும் மற்றொரு கவிஞர் கூறுகிறார்:

> *"அனுபவிப்பதில், நோயுறும் அச்சமிருக்கிறது; சமூக அந்தஸ்தில், அதை இழக்கும் அச்சமிருக்கிறது, செல்வத்தில், அரசர்களின் (அதாவது வரிகள்) அச்சமிருக்கிறது; மரியாதையில், களங்கம் ஏற்படும் அச்சமிருக்கிறது; அதிகாரத்தில், எதிர்களின் அச்சமிருக்கிறது; அழகில், முதுமையின் அச்சமிருக்கிறது; புனித நூல்களைக் கற்றுக் கொள்வதில், எதிர்ப்பவர்களின் அச்சமிருக்கிறது; ஒழுக்கத்தில், தூற்றுபவர்களின் அச்சமிருக்கிறது; தேகத்தில், மரணத்தில் அச்சமிருக்கிறது. உலகின் இந்த எல்லா விஷயங்களும் அச்சத்தால் நிறைந்திருக்கின்றன; துறவறம் மட்டுமே அச்சமின்மையாக நிற்கிறது."*

அதே கவிஞர் சொன்னார்:

> *"அனுபவத்திற்கான பொருட்கள் நம்மை ஒன்றன் பின் ஒன்றாக விட்டுச் செல்லும், இப்போதோ, பிறகோ. (அவற்றை நாம் நிரந்தரமாக நம்மிடம் வைத்திருக்க முடியாது). உண்மையில், இவற்றின் இழப்பு எந்த வித்தியாசத்தையும் ஏற்படுத்தாது, ஏனெனில் நாம் வலுக்கட்டாயமாக இவற்றை கைவிடுவோம். நாம் இவற்றை தயங்கியவாறு விட்டொழித்தால், அது மனதிற்கு வேதனை உண்டாக்கும். ஆனால், இவற்றை நாமாகவே விட்டொழித்தால், அந்த விட்டொழிக்கும் செயல் சொர்க்கத்திற்கும், சுய-நம்பிக்கைக்கும் வழிவகுக்கும்."*

சமீபகாலத்தில் உலகின் மாமனிதர்களில் ஒருவராக இருந்த மகாத்மா காந்தியடிகள், மனிதர்களிடயே பேராதரவு பெற்று, துணைக் கண்டத்தின் விதியை ஒரேயொரு ஆயுதத்தால் வடிவமைத்தார்: விட்டொழித்தல்- முழுமையான சுயநலமின்மை. கடவுளிடம் அசைக்கமுடியாத நம்பிக்கை

கொண்ட ஒருவருக்கு மட்டுமே இது கைகூடும்-'என்னை நோக்கிய அவனுடைய ஒரே கண்ணான உள்நோக்கத்துடன் இருப்பான்.'

உண்மையில் காந்தியடிகள் ஏழைகளுக்கு ஏழையாக இருந்தார், ஆனால் தாமே தேர்ந்தெடுத்தது. காந்தி இறந்தபோது, லூயி பிஷர் எழுதினார்: "ஒரு ஏழை மனிதன் இறந்ததால் மனிதகுலம் ஏழ்மையாகிவிட்டது." இந்த அசாதாரண மனிதரின் சுயசரிதையை நீங்கள் படித்திருப்பீர்கள், மிகவும் நேர்மையுடன் எழுதப்பட்டது. இதை லூயி பிஷர் (காந்தி, த மேன் அண்ட் ஹிஸ் மிஷன்), டாக்டர் ஜான் ஹேனஸ் ஹோம்ஸ் (மை காந்தி) மற்றும் வின்சென்ட் ஷியான் (லீட் கைண்ட்லி லைட்) போன்ற அமெரிக்க பிரசித்தி பெற்ற எழுத்தாளர்கள் முழுமையாகப் புரிந்து கொண்டனர். காந்தியின் வாழ்க்கையும், இயக்கமும் மிகச் சிறப்பாக படிக்கப்பட்டு, புரிந்து கொள்ளப்பட்டு மற்றும் பிற மதங்கள் மற்றும் பிற நாடுகளைச் சேர்ந்தவர்களால் விளக்கப்பட்டிருப்பது மனித ஆன்மாவின் பேறுக்கு பாராட்டு தெரிவிப்பதாகும். நான் ஒரு படிமேலே சென்று, காந்தியை அவரது நாட்டிற்கு வெளியேயிருந்த ஆடவரும், பெண்டிரும் நன்றாகப் புரிந்து கொண்டனர். மகாத்மாவின் மாபெரும் வாழ்வை ஒரே வார்த்தையால் சுருங்கக் கூறலாம்: "துறவறம்."

குறிப்பு : அட்டன்பரோவின் திரைப்படமான 'காந்தி' மாபெரும் வெற்றி கண்டு, ஒன்பது ஆஸ்கர் விருதுகளைப் பெற்றதானது, உலகம் முழுவதுமுள்ள மக்களிடம் மகாத்மா விடுத்த வேண்டுகோளுக்கு மற்றொரு சாட்சியாகும்.

❏❏

---

* மெய்யாகவே, "மாபெரும் ஆத்மா."

14

கடவுளின் உறைவிடம்

"நீயே கடவுளின் இருப்பிடம் என்பதை, கடவுளின் ஆவி உன்னில் வசிக்கிறது என்பதை அறியாய்."

I கார். 3:16.

சமய நூல்களில் ஒற்றுமைகள

பல்வேறு நாடுகளின் சமய நூல்கள் மற்றும் மொழிகளில் நாம் ஒற்றுமைகளைக் காண்பது மிகவும் ஆர்வம் தரக்கூடியதாகும். தாமஸ் கெம்பிஸ் தமது "இமிடேஷன் ஆப் கிறிஸ்ட்" புத்தகத்தில் எழுதுகிறார்: "கர்த்தர் உன்னிடம் வருவார், உன்னைக் கண்டறிதல் அவரது ஆறுதல், உனக்குள் அவர் வசிக்க சிறப்பாக அவருக்கு ஆயத்தம் செய்தால்."

இவற்றில் ஒன்றை நினைவுகூர்கையில், ராமாயணத்தில் ஒரு அங்கம் உண்டு, கடவுளின் அவதாரமான ராமர், இதிகாசத்தின் கதாநாயகர், சாதுவும், இதிகாசத்தின் அசல் எழுத்தாளருமான வால்மீகியுடன் உரையாடுகிறார். வனத்தில் வசிக்க வந்த ராமர், தாம் வசிக்க தகுந்த இடம் குறித்து யோசனை கூறமுடியுமா என்று சாதுவிடம் கேட்கிறார். கடவுளின் இந்த கேள்வியைக் கண்டு வால்மீகி திகைத்து விடுகிறார், 'அவர் வசிப்பதற்கு தகுந்த இடமாக' எது இருக்கும் என்று கீழ்வரும் வரிகளில் விளக்குகிறார்:

அமைதியாக இருப்பவர்கள், மற்றும் சமமான நோக்குடையவர்கள், எந்த உயிரையும் வெறுக்க மாட்டார்கள் மற்றும் எப்போதும் உங்களை நினைப்பவர்கள்

— அவர்கள் இதயம் நீங்கள் வசிக்க அழகான இடம்.

சரி, தவறு என்று எல்லாவற்றையும் மறந்து, உங்களை எப்போதும் நினைப்பவர்கள்

—அவர்கள் இதயம் நீங்களும் உங்கள் துணை, சீதாவும் வசிக்க சிறந்த இல்லம்.

தங்கள் புனித நாமத்தை உச்சாடனம் செய்யும், முழுமையாக சுய-சரணாகதியுடன் உங்களிடம் வந்தவர்கள், இரட்டைத் தன்மையை விஞ்சியவர்கள், எந்தவிதமான சுயநல ஆசைகளும் இல்லாதவர்கள்

— அவர்கள் இதயம் உங்களுக்கு இனிய இல்லமாக இருக்கும்.

தற்பெருமையற்றவர்கள், விருப்பு வெறுப்புகளை தவிர்ப்பவர்கள், மண்ணையும், பொன்னையும் ஒருசேரப் பாவிப்பவர்கள்

—அவர்கள் இதயம் உங்களுக்கு விண்ணக இல்லமாக இருக்கும்.

உங்களிடம் தங்கள் மனதையும், அறிவையும் சரணாகதி செய்தவர்கள், எப்போதும் மனநிறைவுடன் இருப்பவர்கள் மற்றும் தங்களுடைய செயல்களின் பயன்களை உங்களிடம் அர்ப்பணிப்பவர்கள்

— அவர்கள் இதயம் உங்களுடைய புனித உறைவிடம்.

விரும்பத்தகாத நிகழ்வுகளால் நம்பிக்கை இழக்காதவர்கள், அல்லது விரும்பத்தக்க பயன்களைப் பெற்றதால் ஆடிக் குதிக்காதவர்கள், மற்றும் இந்த உலகிலுள்ள எல்லா கற்பனைவடிவான மற்றும் குறுகிய தன்மையுடையவையாக தங்களை எப்போதும் நினைவுருத்திக் கொண்டு, உங்களை எப்போதும் நினைப்பவர்கள்

— அவர்கள் இதயம் உங்களுடைய புனிதமான இல்லம்.

பிறப்பு, வளர்ப்பு, அழிவு மற்றும் மரணம் இவற்றை இந்த பூத உடலாக அன்றி, ஆன்மாவாகக் காண்தல்; பசி, தாகம், இன்பம் மற்றும் வலியை உயிரின் மூச்சாக தொடர்புபடுத்துதல்; இல்வாழ்வின் பிடிகளிலிருந்து சுதந்திரம் பெற்றவர்கள்

— அவர்களது இதயம் உங்களுடைய புனித இல்லமாகும்.

எல்லாவற்றையும் விஞ்சியதாக உங்களை எப்போதும் கண்டு ஆனந்திப்பவர்கள், உங்களுடைய தன்மையை தன்னிருப்பு-அறிவுத்திறன் -பேரின்பம் , நிலைமாற்றமற்றவர் மற்றும்

விநாடியுமின்றி, ஆரம்பமும் முடிவும் இன்றி, மிக உன்னதமானவர் என புரிந்து கொண்டவர்

—அங்கு, அவர்கள் இதயக் கமலத்தில் நீங்கள் உங்கள் துணையுடன் வாழலாம்..

இடையறாத பயிற்சி மூலம் தங்கள் மனவுறுதியை வலுப்படுத்தி, உங்களுடைய புனிதப் பாதத்தை வழிபட்டு, உங்களுடைய புனித நாமத்தை இடைவிடாது உச்சரிப்பவர்கள், தங்களுடைய எல்லா பாவங்களையும் தொலைத்தவர்கள்

—அவர்களுடைய இதயத்தில், சீதாவுடன் நீங்கள் சென்று அமையலாம்.

இறுதியாக, இந்த மாபெரும் துறவி-கவிஞர் விளிக்கிறார்:

ஹே ராமா, விளக்குவது இருக்கட்டும், நான் எப்படி சொல்ல முடியும், உங்களுடைய புனிதநாமத்தின் பெருமையை, அதன் மூலமாகத்தானே நான் அருட்தொண்டனானேன்?

(குறிப்பு: நெடுஞ்சாலை கொள்ளைக்காரராக இருந்த வால்மீகி, முற்றிலும் மனம் மாறி, ராம நாமத்தை தொடர்ந்து செபித்து, மரியாதைக்குரிய சாதுவானார். அவர் மாற்றம் பெற்ற கதை வரும் அத்தியாயத்தில் கொடுக்கப்பட்டுள்ளது.)

15

குறைகூறல்கள் மற்றும் அவதூறுகளை எவ்வாறு எதிர்கொள்வது மற்றும் கையாள்வது

"என்னை எவரேனும் அவமதிக்கும்போது, அந்த அவமதிப்பு எட்டாத உயரத்திற்கு என் ஆன்மாவை உயர்த்த முயற்சிக்கிறேன்."

—டெஸ்கார்டெஸ்.

'நான்' 'என்னுடையது' என்ற உணர்வு-எல்லோருக்கும் பொதுவான நோய்

சிறந்த நோக்கங்கள் மற்றும் உண்மையான நேர்மையிருந்தபோதும், உங்கள் வாழ்விலிருந்து உலகை ஒதுக்கித் தள்ளுவது எப்போதும் இயலாது. நீங்கள் மற்றவர்களின் வாழ்வில் தலையிடாதபோதும், உங்களை உங்கள் வழியில் செல்ல உங்களைச் சுற்றியிருப்பவர்கள் அனுமதிப்பதில்லை. நம்மைச் சுற்றியிருப்பவர்களுக்கேற்ப நம்மை பல வழிகளில் சரிசெய்து கொள்ள வேண்டியிருக்கிறது. வேறு விதமாகக் கூறினால், நாம் இந்த உலகில் இருக்க வேண்டும், இருந்தாலும் அதால் இருக்கக்கூடாது.

நம்மிடையே வசிப்பவர்களில் மிகச் சிறந்தவர்கள், உண்மையில் புனிதமானவர்களும், குறைகூறல்கள் மற்றும் அவதூற்றுப் புயலின் அபாயங்கள் இல்லாமல் வாழ்வெனும் கடலில் சுதந்திரமாக செல்ல இயலாது. மற்றவர்களின் செயல்கள் மற்றும் நடத்தையை மிகச் சிரத்தையாக நெருங்கிக் கவனிப்பது மற்றும் அவர்களுடைய சிறந்த குணங்கள் நமது கண்களுக்குப் படாமல், அவர்களது குறைபாடுகளை (கற்பனையான, உண்மையான அல்லது வேண்டுமென்றே உருவாக்கிய) காண்பது மனித இயற்கை, வழக்கம் என்று கூறலாம். ஒருவர் எவ்வளவு அப்பாவியாக, உயர் நிலையில் அல்லது சக்திவாய்ந்தவராக இருந்தாலும் வெகு சிலரே

அவதூறுகளிலிருந்து தப்பிக்கிறார்கள் என்பதில் நாம் ஆறுதலடைய வேண்டியதுதான்.ஷேக்ஸ்பியர் கூறினார்:

"நீங்கள் பனிக்கட்டிபோல, தூய்மையாகவும், பனிபோலவும் இருந்தாலும் அவதூறிலிருந்து தப்பிக்க முடியாது,"

—ஹேம்லெட் III ,1.

மீண்டும்,

"எந்த வலிமையோ, பெரும் நன்னடத்தையோ
குற்றச்சாட்டிலிருந்து தப்பிக்க இயலாது; கடும் அவதூற்றினால்
மிகச் சிறந்த ஒழுக்கமும் தாக்கப்படும். மிகவும் வலிமைமிக்க அரசன்
யாரிருக்கிறான் அவதூறு சொல்லும் நாக்கை கட்டிப் போட?

—மெஷர் ஃபார் மெஷர், பாகம் 3 காட்சி 2.

"வதந்தி என்பது ஒரு ஊதுகுழல்
யூகங்கள், பொறாமைகள், கிசுகிசுப்புகளால் ஊதப்படுகிறது."

—நான்காம் ஹென்றி, காட்சி 2.

ஒரு நேரமின்றி ஒரு நேரம் நம்மில் பெரும்பாலோர் பொழுதுபோக்காக அவதூறு செய்வதில் ஈடுபடுகிறோம் என்பது விநோதமல்ல. எல்லா நேரமும், நமக்கு இதிலிருந்து எதுவும் கிடைக்கப் போவதில்லை ஆனால் பாதிக்கப்படுவர் நிறைய இழக்க வேண்டியிருக்கும் என்பதை அறிந்திருந்தாலும்? ஷேக்ஸ்பியரைவிட இதை யார் சிறப்பாகக் கூறமுடியும்?

"என் பர்சைத் திருடியவன், குப்பையைத் திருடுகிறான்;
இது ஏதாவதொன்று, ஒன்றுமில்லை;
ஆனால், என் நல்ல பெயரை என்னிடமிருந்து பறிப்பவன்
அவனை செல்வந்தனாக்காததை என்னிடமிருந்து திருடினான்,
ஆனால் என்னை ஏழையாக்கி விட்டான்."

—ஒதெல்லோ.

ஆரவாரமற்ற நற்காரியங்கள் மற்றும் சமயக் காரியங்கள் பற்றி நாம் நிறையக் கேள்விப்பட்டிருக்கிறோம், நற்பெயரைப் பெற வேண்டும், நமது சக மனிதர்களின் அங்கீராத்தையும், பாராட்டையும் பெற வேண்டும்,

குறிப்பாக நம்மைப் பற்றி சிறப்பாக நினைக்காதவர்களிடமிருந்து பெற வேண்டும், என்ற பலவீனத்தை, விஞ்சுவது மிகவும் கடினம். இந்த ஊக்கம் சக்திமிக்க தூண்டுதலாக, பெரும்பாலான 'நற்காரியங்களின்' அடித்தளமாக இருக்கிறது. பிச்சையளிப்பது, நற்கொடைகள், சமூக சேவை செய்தல், எல்லாமே பாராட்டையும், புகழையும் பெறும் நோக்கமுடையவை. பிரசித்தி பெற வேண்டும் என்ற இந்த ஏக்கம் உலகாதய நோக்கில் பயனுள்ளதாக இருக்கலாம் ஆனால் இது இல்லாமல், செல்வந்த கொடையாளர்களின் ஊக்கத்தையும், நல்லாசியையும் ஆதாரமாகக் கொண்ட பல அமைப்புகள் இல்லாது போயிருக்கும். எல்லோருக்கும் பொதுவான நோயான 'நான்' மற்றும் 'என்னுடையது' என்ற உணர்வுகளை விட்டொழிக்கும் முயற்சியில், அடக்கம், சுய ஒழுக்கம் அல்லது தசையுடலை தன்னடக்கத்திற்கு கொண்டுவருதல் போன்றவற்றை எட்ட, இந்த பாராட்டுதல்களை உண்மையில் பெரிதுபடுத்தாத ஒரு சிலருக்கு நல்ல மற்றும் ஒழுக்க நடவடிக்கைகள் ஒரு வழியாகச் செயல்படுகின்றன. இதனால்தான் ஆரவாரமற்ற தன்மை வேண்டும் என்று மதத் தலைவர்கள் வலியுறுத்துகின்றனர்.

குறைகூறல்களை எவ்வாறு எதிர்கொள்வது என்பது பற்றிப் பேசும்போது பிரசித்திக்கான ஆசையை நான் ஏன் கையாள வேண்டும்? ஏனெனில் இவையிரண்டும் நெருக்கமான தொடர்புடையவை. பாராட்டையோ, அங்கீகாரத்தையோ பெறாததே வேதனை தருவதாகும், என்றால் குறைகூறல்கள் எவ்வளவு வேதனைதருவதாக இருக்கும்? ஆனால் இதை சரியான விதத்தில் நாம் கையாளவில்லை எனில் நாம் துன்பப்படுவதோடு, அதை மௌனமாக்கும் முயற்சியில் அழிந்து போவோம். எதிர்மறை விமரிசனங்களைப் பெறும்போது நம்மில் பெரும்பாலோர் செய்யும் ஒரு பொதுவான தவறு என்னவெனில், விமரிசிப்பவரை, சாந்தப்படுத்தி, ஏன் லஞ்சம் கொடுத்தும் (பொருளாகவோ, பணமாகவோ) வாயடைக்க முயற்சிக்கிறோம். அவரை வாயை அடைக்கச் செய்யும் அவசரத்தில், நாம் கண்டுகொண்டுவிட்டோம் என்று சிறிதளவு சைகை காட்டினாலும், அவதூறு செய்தவருக்கு உண்மையில் பரிசளிக்கிறோம். அது வேலை செய்கிறது என்று தெரிந்தாலே அவரது இதயம் மகிழ்ச்சியில் பொங்கும். அதற்கும் மேலாக, நாம் அவருக்கு லஞ்சம் கொடுக்க முயன்றோம் என்றால், அதுதான் வரம்பு, நாம் அவரது பிளேக்மெயிலுக்கு இரையாகிறோம்! நியாயமற்றது என்றால் நாம் அந்த குறைகூறலுக்கு செவிசாய்க்காமல் இருப்பதோடு, முகஸ்துதியையும் கவனிக்கக்கூடாது, இந்த இரண்டிலும் நம்மிடமிருந்து தனக்கு என்ன ஆதாயம் என்பதை மட்டுமே மற்றவர் பார்ப்பார் அல்லது வாயைக் கிளறி அவர் விரும்பியதைப் பெற முயல்வார். இவை இரண்டுமே சுரண்டலுக்குப் பயன்படுகிறது. "உங்கள் அங்கீகாரத்தில்

துடிப்புடனும், உங்கள் புகாழாரங்களில் தாராளமாகவும் இருங்கள் '' என்கிறார் பிரசித்திதன்மை பற்றிய நிபுணர். ஆனால் எதுவரை? அதைப் பெறுபவரிடமிருந்து உங்களுக்கு வேண்டியதை அடையும்வரை அல்லது உங்களுக்கு புகழ் தேடிக்கொள்வதற்கு. ஆனால் நிபுணர் காட்டிய பாதை மிகவும் சுயநலமற்றது! *நல்லெண்ணத்தை* மட்டும் உருவாக்கியதில் மனநிறைவு கொள்ளுமாறு அவர் உங்களை அறிவுறுத்துகிறார், இது பிரசித்தி பெறுவதற்கான வழிகளில் ஒன்றல்லவா? நிபுணரின் அறிவுரையை மாற்றிக் கூறினோமானால்: "கண்டனம் செய்வதில் துடிப்புடனும், உங்கள் குறைகூறல்களில் தாராளமாகவும் இருங்கள்!'' பாதிக்கப்பட்டவர் பிளேக்மெயில் செய்பவரிடம் (பெரும்பாலும் மக்கள் இவ்வாறு ஆகிறார்கள்) இரையானால், இந்த பார்முலா உங்களுக்கு நல்ல பயன்களைத் தரும். அச்சம் என்பது மிகவும் பயங்கரமான ஆயுதம், இந்த உணர்வில் விளையாடுவது மக்களை 'செல்வாக்கு செய்வதில்' மிகவும் திறனுடையதாக இருக்கிறது.

குறைகூறல்கள் மற்றும் அவதூறுகளை கையாள்தல்

குறைகூறல்கள் மற்றும் அவதூறுகளைக் கையாள, நமது புனித நூல்களில் கொடுத்திருப்பதைவிட சிறந்த முறை ஏதும் இல்லை எனலாம்: புகழ்ச்சியையும், இகழ்ச்சியையும் சமமாகக் கருதுங்கள்-ஆனால் ஒரேயொரு நிபந்தனையின் பேரில்: உங்களுடைய செயல்கள் முற்றிலும் தூய்மையான அடிப்படை கொண்டது என்பதற்கான இயன்ற எல்லா கவனத்தையும், முயற்சியையும் நீங்கள் எடுக்க வேண்டும். குறைகூறல் நியாயப்படுத்தப்பட்டால் அதை வரவேற்க வேண்டும், அதன்படி நம்மை திருத்திக் கொள்ள வேண்டும். இதுதான் உண்மையான, உதவிசெய்யும் குறைகூறலின் ஆக்கப்பூர்வ அம்சம். நியாமற்ற மற்றும் நியாயப்படுத்தாத இடத்தில், நாம் 'த இமிடேஷன் ஆப் கிறிஸ்ட்' கூறுவதை நினைவுகூர்வோம்:

> *"மனிதர்களை முகஸ்துதி செய்ய நினைக்காத, அவர்களது கோபத்தைக் கண்டு அஞ்சாதவன் பெரும் அமைதியை அனுபவிக்கிறான் - Col. III. 22. இதயத்தில் அமைதியின்மையும், உணர்வுகளின் அலையாடலும் அதிகமான பாசம் மற்றும் அச்சத்திலிருந்து எழுகின்றன. கடவுளிடம் பயப்படு, மனிதர்களைக் கண்டு அஞ்சத் தேவையிருக்காது."*
>
> *"பலர் பலவற்றைக் கூறுவார்கள் அவற்றை பொருட்படுத்தாதீர்கள். அனைவரையும் திருப்திப்படுத்துவதும் இயலாதது."*

ஆபிரகாம் லிங்கன் மற்றும் அவரது ஆட்சியைப் பற்றி நியாயமற்ற குறைகளைக் கூறுபவர்களைத் தண்டிக்குமாறு அவரைக் கேட்டுக் கொண்டவர்களுக்கு அவரளித்த பிரசித்தி பெற்ற பதிலை இங்கு நாம் பார்ப்போம்:

"என் மீதான எல்லா தாக்குதல்களுக்கும் பதிலளிப்பது இருக்கட்டும், அவற்றை படிக்க நான் முயற்சி செய்தால், மற்ற பிற வியாபாரத்திற்கு இந்த கடையை நான் மூடவேண்டியதுதான். எப்படி செய்வது என்று எனக்கு நன்கு தெரிந்ததை நான் செய்கிறேன்-என்னால் சிறப்பாக முடிந்தது; இறுதிவரை இவ்வாறே செய்யவிருக்கிறேன். முடிவு சாதகமாக இருந்தால் நல்லது, எனக்கு எதிராக கூறப்பட்டவை பொருட்டாக இருக்காது. முடிவு எனக்கு பாதகமாக இருந்தால், நான் சரியாகச் செய்தேன் என்று பத்து தேவதைகள் சத்தியம் செய்தால், எந்த வித்தியாசமும் இருக்காது."

இயன்றவரை உயரிய வாழ்க்கை வாழும் நமது முயற்சியில், பண்டைக்காலத்தினர் மற்றும் நவீன காலத்தினரின் ஒட்டுமொத்த விவேகத்தை அளிப்பதே இந்த புத்தகத்தின் நோக்கமாக இருப்பதால், நவீன கால எழுத்தாளரான ஹேரி எமர்சன் ஃபோஸ்டிக்கின் கருத்துக்களை கீழே தருகிறேன்:

"பெரும்பாலோர் எதிர்மறைக் கருத்துக்கள் பற்றி மிகவும் உணர்ச்சியுடையவர்களாக இருக்கிறார்கள். மற்றவர்களின் கருத்துக்கள் குறித்து கவனமுடன் இருக்கின்றனர், இது இல்லாமல் சமூக வாழ்க்கை இருக்கவே இருக்காது, இது ஒரு நோயாக இருக்கிறது. இதுபோன்ற இயல்புக்கு மாறானவர்கள் பாராட்டை உரியதாக எடுத்துக் கொள்கிறார்கள் மற்றும் கண்டனத்தை அவதூறாக கருதுகிறார்கள். இயல்பான மனிதர்கள் கண்டனத்தை உரியதாக எடுத்துக் கொள்கிறார்கள், மற்றும் பாராட்டை **'போனசாக'** எடுத்துக் கொள்கிறார்கள்."

16

புனிதத் தன்மைக்கான பாதைகள்—I

"எனவே நீ உணவு உண்டு, அல்லது அருந்தி, அல்லது வேறு எதைச் செய்தாலும், எல்லாவற்றையும் கடவுளின் பெயரால் செய்திடு."

—I Cor. 10:31.

புனிதத் தன்மையை பேணுதல்

புனிதத் தன்மை என்பது முடிவல்ல, ஆனால் வழி மட்டுமே. இது வெளிப்படையான தோற்றமல்ல, ஆனால் உள்ளார்ந்த நிலைமை. இதை கேட்பதால் மட்டும் பெற முடியாது. இதற்கான விலையுண்டு. இதற்கு ஒழுக்கம், விழிப்பு நிலை மற்றும் இடையறாத பயிற்சி தேவை.

கிறிஸ்துமசுக்கு நாம் கிறிஸ்துமஸ் மரத்தை வைத்து, நமது வீடுகளை பண்டிகைக்காக அலங்கரிக்கிறோம். அவை இல்லாவிடில் இந்த குறிப்பிட்ட பண்டிகைக் கொண்டாட்டத்தை நாம் *உணர* முடியாது. மாறாக, வீட்டில் யாரேனும் இறந்துவிட்டால், அணிந்திருக்கும் உடை மற்றும் துக்கம் கொண்டாடுவோரின் நடத்தையிலிருந்து வெகு எளிதாகத் தெரிந்து கொள்கிறோம். ஒரு செல்வந்தர், சொகுசான கார்கள், பெரிய பங்களா, நேர்த்தியான தோட்டங்கள், ஒய்யாரமாக அலங்கரிக்கப்பட்ட வீட்டின் உட்புறங்கள் மற்றும் இதுபோன்றவற்றால் தாம் இருப்பதைக் காட்டிக் கொள்கிறார்.

அதேபோல, நமது சிந்தனை மற்றும் செயல்களில் மற்றும் அவற்றின் மூலம் நமது வாழ்க்கையில் புனிதத் தன்மையை நாம் பேண விரும்பினால், நாம் சரியான சூழலில் வாழ வேண்டும். உயரிய வாழ்க்கை வாழும் ஒவ்வொருவரும் 'காவியுடையும், திருநீருமாக' இருக்க வேண்டும் என்று கூறவில்லை. ஆனால், வெளிப்புற தோற்றத்துடன் சொகுசான வாழ்க்கை வாழ்வது ஆன்மீக வாழ்வுடன் ஒத்துப் போகாது. நாம் இறைத்தன்மையை தூய்மையுடன் மட்டுமின்றி எளிமை மற்றும் ஆரவாரமற்ற தன்மையுடன் இணைத்துப் பார்க்கிறோம். நமது நபரின் வெளிப்புறத் தோற்றம், தளவாடம், வசிக்குமிடம் ஆகியன நமது உள்

நிலைமைகளுக்கு சமமான மத வாழ்க்கைக்கு ஏற்ப இருக்க வேண்டும்.

இந்துக்களின் புனித நூலான பகவத் கீதை, உன்னத மனிதரையும், சாதாரண மனிதரையும், பிரித்துக் கூறும் குணாம்சங்களாக கீழ்வருவனவற்றைக் குறிப்பிடுகிறது:

> அச்சமின்மை, தனது நிலையை தூய்மைப்படுத்துதல், ஆன்மீக ஞானத்தை விருத்தி செய்து கொள்ளுதல், தானம், தன்னடக்கம், யாகம் செய்தல், வேதங்களைக் கற்றல், தவம், எளிமை, அகிம்சை, வாய்மை, கோபத்தினின்று விடுபட்டதன்மை, துறவு, சாந்தி, குற்றம் காண்பதில் விருப்பமின்மை, கருணை, பேராசையினின்றும் விடுபட்டதன்மை, இதம், நிதானம், உறுதியான நிச்சயம், உற்சாகம், மன்னிக்கும் தன்மை, வலிமை, தூய்மை, பொறாமையின்மை, மதிக்கப்படுவதற்கான ஏக்கமின்மை.
>
> மகன், மனைவி, வீடு மற்றும் பிறவற்றுடன் பாசமின்மை
>
> இன்பத்திலும், துன்பத்திலும் அசையாத, ஒரேமாதிரியான மனதுடைமை
>
> கடவுளிடம் நீங்கா பக்தி ; தனிமை விரும்புதல்
>
> அறிவின் உண்மை நோக்கை அறிதல் மற்றும் மெய்யறிவு எதுவென அறிதல்;
>
> இவையே உன்னத நிலைக்கு இட்டுச் செல்லும் வழிகள், மற்றவை அறியாமைக்கும், இன்னல்களுக்கும் வழிவகுக்கும்.

ஒரே இடத்திற்கு இட்டுச் செல்லக்கூடிய பல பாதைகள் இருக்கலாம். அதே போல சமய வழிமுறைகள் ஒரே மாதிரியாக இருக்க வேண்டிய அவசியமில்லை. விரதம் இருத்தல் போன்ற ஒழுங்குமுறைகள், பெரும்பாலும் எல்லா மதங்களுக்கும் பொதுவானவை. உடல்சதையின் தேவைகளை திருப்திப்படுத்த மனிதன் முயன்று கொண்டிருந்தால் அதற்கு முடிவே இல்லை, அதை ஒழுங்குபடுத்தவே இவ்வாறு செய்கிறோம். ஆனால் இம்சைப்படுத்துவதில் அதீதங்களை தவிர்க்க வேண்டும், ஏனெனில் நமது கவனத்தை இந்த உடலில் மீதே சுற்றிவரச் செய்து அவற்றின் நோக்கத்தையே தோற்கடித்துவிடும்.

நமது சக மனிதர்களை, கடவுளின் வெவ்வேறு வடிவங்களாகக் கண்டு, அவர்களுக்கு சேவை செய்ய வேண்டிய தேவை பற்றி ஏற்கெனவே பார்த்தோம். அதுவும் நமது உடலையும், மனதையும் பணியில் ஈடுபடுத்தி நம்மை மறந்திருக்க உதவுகின்றன, இவை மனித இன்னல்களைப் போக்கிட அல்லது மற்றவர்களின் தேவைகளை நிவர்த்தி செய்ய உதவுகின்றன.

கொடையளிப்பதை எல்லா மதங்களும் வெகுவாக வலியுறுத்துகின்றன. ஏழைகளுக்கு நாம் உதவும்போது அவர்கள் நமக்கு உதவுகிறார்கள், ஏனெனில் நாம் அவர்களிடமிருந்து எந்த பிரதிபலனையும் எதிர்பார்ப்பதில்லை அல்லது திருப்பி செலுத்தும் நிலையில் அவர்கள் இருப்பதில்லை. நன்கொடையளித்தல் சுய-தியாகத்தை வளர்ப்பதோடு, மற்றவர்களுடன், குறிப்பாக ஏழைகளுடன், அடையாளப்படுத்திக் கொள்ளும் உணர்வையும் அளிக்கிறது.

புனிதமான குணங்களை நாம் வளர்த்துக் கொள்ள வேண்டுமானால், ஒத்த மனதுடையவர்களுடன் நாம் நட்பு வைத்திருக்க வேண்டும் மற்றும் அவற்றை மதிக்காதவர்களுடன் நட்பு வைப்பதை *தவிர்க்க* வேண்டும் என்பதை சொல்லித் தெரியவேண்டிய அவசியமில்லை. ஒத்த மனதுடைய மக்கள் ஒன்று சேரும்போது, இயற்கையாகவே அவர்களது உரையாடல் பொது நலன் பற்றியதாகவே இருக்கும். உலகின் பெரும் மதங்களில் சில, புனிதத் துறவிகளுடன் நட்புறவு வைத்திருக்க வேண்டிய தேவையை வலியுறுத்துகின்றன. உயர்ந்த குணமுடையவர்களை நாம் மதிக்கிறோம் மற்றும் இந்த மரியாதை அவர்களது வழியில் அவர்களது கருத்துக்களுடன் நம்மை அறியாமலேயே தொடர்பு கொள்ள வைக்கிறது.

பெரும் ஆன்மாக்களின் உதவியை நாம் நாடினால் நமக்கு வழிகாட்டுகின்றனர். வின்செண்ட் ஷீன், காந்தியடிகளைச் சந்தித்து அவர் உதவியதாக உணர்ந்து கூறியதை நாம் நினைவுகூர்வோம்- உயிருடன் இருக்கும்போது மட்டுமின்றி, இறந்த பிறகும்.

கடவுளை நினைவுகூர்தல்

நமக்குக் கொடுக்கப்பட்ட அன்றாடப் பணிகளை செய்யும்போதே தொடர்ந்து கடவுளை நினைத்துக் கொள்வதும் அவசியமாகும். கடவுளின் பெயரை மீண்டும் மீண்டும் கூறுவதன் மூலம் இது எளிதாகிறது. கடவுளை நாம் நமது தொடர்ந்த துணையாக ஆக்கலாம்; நாம் அவரிடம் பேச முடியும், ஆலோசிக்க முடியும், அவனது உதவி மற்றும் வழிகாட்டுதலை கோர முடியும், ஏன் அவனை கட்டாயப்படுத்த முடியும், ஆனால் அவனுக்கான நமது அன்பின் மூலம் அவனை பிணைத்திருக்க வேண்டும். மத இலக்கியங்கள், உலகாதய அனுபவங்கள், சாதாரண மனிதனுக்குப் புரியும் மொழியில் மாபெரும் சமய உண்மைகளைக் கூற, பயனுள்ளதாக இருப்பதைக் கண்டன. எனவே பக்தன் ஒருவன் கடவுளை இடைவிடாது நினைவுகூர்வது, கள்ளக்காதலில், ஒரு பெண் தனது காதலனை நினைத்துப் புலம்புவதுடன் ஒப்பிடப்படுகிறது. அவள் தனது அன்றாட வேலைகளில், வழக்கமாக செயல்பட்டுக்

கொண்டிருப்பாள், ஆனால் அவள் எப்போதும் தனது மனதில் தனது காதலனின் படத்தைக் கொண்டிருப்பாள்-அவனுடைய காதல் பேச்சுக்கள், அவன் முகம் மற்றும் குணாம்சங்கள், இப்படிப் பல. அதேபோல, தான் எந்தப் பணியில் ஈடுபட்டிருந்தாலும், ஒரு பக்தன் ஒருபோதும் கடவுளை நினைக்க மறப்பதில்லை.

இந்தியாவில் ஒரு பிரசித்தி பெற்ற பொழுபோக்கு உண்டு. இதில் அறிஞர் ஒருவர் அனைவரும் அறிந்த மொழியில், இதிகாசங்கள், பெருங்காவியங்களிலிருந்து இசைக் கதைகளுடன் விவரிப்பதுண்டு, பெரும்பாலும் இது கடவுளைப் பற்றியதாக இருக்கும். இப்படி மக்கள் கடவுளை நினைவுகூர்வது சிலசமயங்களில் கடவுளின் பெருமைகளை ஒன்றுசேர்ந்து இசைப்பதாக அமையும், இது வேதாகம வாசகத்தை நினைவுக்கு கொண்டுவருகிறது:

“என் பெயரால் இரண்டு, மூன்று பேர் கூடியிருக்குமிடத்தில், அவர்களின் நடுவே நான் இருப்பேன்.....”

—மேத்யூவின்படி கோஸ்பலின் அத்தியாயம் 18.

இதைப்போன்ற நிகழ்ச்சிகளில், பாடல்கள் இசைக்கப்படும்போது மக்கள் உணர்ச்சி பொங்க, ஆனந்தக் கண்ணீர் வடிப்பதுண்டு, சாமி யாடுவதுமுண்டு, மயங்கி விழுவதும் உண்டு.

வேறொரு அத்தியாயத்தில் குறிப்பிடப்பட்டவாறு, சாதாரண மனிதன் அவனுடைய உணர்வுப் புலன்கள் பெற்றுத் தரக்கூடியத் தவிர மேலான சந்தோஷத்தை நினைக்க முடியாது. அவன் படிப்படியாக சந்தோஷத்தின் உயரிய நிலைகளுக்கு, மேம்பட்ட புலனுணர்வுகளுக்கு, இட்டுச் செல்லப்படாவிட்டால், அவன் தன்னுடைய புலன்களின் சாட்சியத்தின்படி சத்தியம் செய்தால் அவனைக் கண்டு நகைக்க முடியாது. இந்த உயரிய வாழ்வின் ஆரம்ப முனை, நம்பிக்கை, கடவுளிடம் நம்பிக்கை, உயரிய வாழ்வில் நம்பிக்கை மற்றும் சந்தோஷத்தின் உயரிய வடிவங்கள் இருப்பது குறித்த நம்பிக்கை. பொதுமக்களுக்கு மெதுவாக கற்றுத் தரவேண்டியது ஞானம் பெற்றவர்களின் கடமையாகும். நாம் மேற்கூறிய கூட்டங்கள்-கதாகாலட்சேபம், சமய உரைகள் போன்றவை-இதுபோன்ற கல்விக்கு பயனளிக்கும். இந்தியாவுக்கு வருகை தரும் மேலை நாட்டினர், இந்துக்கள் மேற்கொள்ளும் பொதுமக்கள் சமய அறிவுரைகளின் நுட்பங்களைக் கற்றுக் கொள்ள விழைகின்றனர், ஏனெனில் இதில் மனிதனின் பாவங்கள் குறித்த நேரடி போதனை கிடையாது. இங்கு கடவுள் பற்றி, அவனுடைய பேராற்றல் பற்றி அதிகமாக நினைக்கப்படுகிறது, இந்த நடைமுறையில் குறைதது தற்காலிகமாக இல்வாழ்க்கை

மறக்கப்படுகிறது. இதைக் கேட்பவர்கள், ஒரு ஆன்மா கடவுளை நோக்கி மேம்படும்போது எதிர்கொள்ளும் சோதனைகள் மற்றும் இன்னல்களுடன் தம்மை அடையாளப்படுத்திக் கொள்கிறார். இதுபோன்ற கதைகள், பக்தி போன்றவை கடவுளையும், அவரது பேராற்றலையும் நிலைப்படுத்துகின்றன.

17

புனிதத் தன்மைக்கான பாதைகள்—II

"ஒருவர் முழு மனதுடன் எல்லாவற்றையும் சொர்க்கத்திடம் அளித்து விட்டதால், வாழ்க்கை மூலமாக புனிதயாத்திரையை நிறைவு செய்யுங்கள்."

—மார்கஸ் ஆரெலியஸ்.

புனிதயாத்திரைகள்-மூன்று தனிப்பட்ட உள்ளடக்கங்கள்

இப்போது எல்லா மதங்களுக்கும் பொதுவான மற்றொரு விஷயத்தைப் பார்ப்போம்: புனித யாத்திரைகள்.

யாத்திரிகர்கள் என்றால், பக்தியின் செயலாக புனிதத் தலங்களுக்குச் செல்வோர் என்பது நமக்குத் தெரியும். மார்கஸ் ஆரெலியஸ் இந்த வாழ்க்கையையே புனித யாத்திரை என்கிறார். அமெரிக்காவில், யாத்திரீக பாதிரிகள் என்ற கதைக்கு சிறப்பு முக்கியத்துவம் உண்டு. ஒவ்வொரு மதத்திற்கும் அதற்கேயுரிய புனிதத் தலம் உண்டு. ஜெருசலேம், மெக்கா, காசி, புத்த கயா மற்றும் பல. பெரும்பாலும் எல்லா மதங்களும் இது போன்ற பயணங்களை மேற்கொள்ளுமாறும், அவற்றின் புனிதத்தன்மையில் நம்பிக்கை கொள்ளுமாறும் தங்கள் பக்தர்களை அறிவுறுத்துவதும் பொதுவானதுதான். இந்து சாதுக்கள், ஒரு குறிப்பிட்ட நிலையில், ஒரு சில நாட்களுக்கும் அதிகமாக ஒரே இடத்தில் இருப்பது தடையாக இருப்பதால், தொடர்ந்து புனித யாத்திரை செய்கின்றனர்.

ஒரு புனித யாத்திரையில் மூன்று தனிப்பட்ட உள்ளடக்கங்கள் இருக்கின்றன: யாத்திரீகர், புனித யாத்திரைக்கான தலம் மற்றும் புனித யாத்திரை செயல். ஒரு குறிப்பிட்ட இடத்தின் புனிதத் தன்மை, நம்பிக்கை மற்றும் உணர்வுகளைப் பொறுத்தது. இதைப் போன்ற இடங்களை மற்றவற்றிலிருந்து பிரித்துக் காட்ட அவற்றைச் சுற்றி பல கதைகள் புனையப்படுகின்றன. புனித யாத்திரை மேற்கொள்ளும் மனிதரின் மனதில், புனித யாத்திரைத் தலம், சாதுக்கள் மற்றும் புனித

செயல்களுடன் தொடர்புடைய புனித இடமாக, தோற்றம்பெற்றுள்ளது.

புனித யாத்திரை உண்மையில் யாத்திரீகரின் மனதில் உதயமாகிறது. முதலில் ஒரு விழைவு, புனிதப் பயணம் செல்ல வேண்டும் என்ற ஆசை எழுகிறது. இரண்டாவதாக, இடம் முடிவு செய்யப்பட்டதும், அது அவரது கற்பனையில் ஒரு சக்திமிக்க செல்வாக்கை ஏற்படுத்துகிறது. பொதுவாக, தெரிந்தெடுக்கப்படும் இடம் வெகு தொலைவில் இருக்கும், எளிதில் அடைய இயலாததாக இருக்கும். பல நாட்கள் பயணம் செய்ய வேண்டியிருக்கும் மற்றும் பண்டைய நாட்களில் இந்த பயணம் பெரும்பாலும் நடந்துதான் செய்ய வேண்டியிருந்தது. ஒருவர் பல நாட்களுக்கு, மாதங்களுக்கு வெளியே செல்ல வேண்டியிருப்பதால், ஒருவருடைய உடைமைகளையும், சொத்துக்களையும் மற்றவர்களின் பராமரிப்பில் விட வேண்டியிருக்கும். எனவே அன்றாட வாழ்வின் கவனிப்புகளிலிருந்து விலகிய தன்மை இருக்கும். நீண்ட பயணங்கள் கொண்ட அந்தக் காலத்தில், பயணம் முழுவதற்கும் தேவையான உணவுப் பண்டங்களை ஒருவர் எடுத்துச் செல்ல முடியாது. எனவே, அவசியமேற்பட்டால், ஒருவர் கடினங்களை சந்திக்கத் தயாராக இருக்க வேண்டும்.

புனிதப் பயணத்தை ஒருவர் யோசிக்க ஆரம்பித்ததில் இருந்து, அது அநேகமாக எல்லா நேரத்திலும் அவரது சிந்தனையில் வட்டமிடுகிறது. நாட்கள் செல்லச்செல்ல, இது ஒரு உத்வேகமாக மாறுகிறது. ஒருவர் மற்ற விஷயங்களை அவ்வளவாக சிந்திப்பதில்லை, அந்த புனிதத் தலத்தைப் பற்றியே அதிகமாக சிந்திக்கிறார். அவர் அதை அடைந்துவிட்டால், கருவறையில் இறைவனை நேரில் தரிசிக்க முடியுமா? ஒருவர் பயணத்தை கைவிட்டுவிடும் அளவுக்கு ஏதேனும் நேர்ந்தால் என்ன செய்வது? இதுபோன்ற பல கவலைகள் யாத்திரீகரை வாட்டுகின்றன. ஆனால் இதுபோன்ற கவலைகள், இந்த உலகில் அன்றாட வாழ்வின் கவனிப்புகளைப் போல இல்லாமல், மனமகிழ்வு தரக்கூடியவை.

அதன் பிறகு, பயணத்தின் போதும், அதன் பிறகும் தொடர்புடைய சில சுய-கட்டுப்பாடுகள் இருக்கின்றன. சில மதங்கள் விரதம், கடவுளின் பெயரை உச்சரித்தல் வடிவில் தியானம் போன்ற வழிமுறைகளையும், இந்த காலகட்டத்தில் ஒருவருடைய உடையின் வண்ணம் குறித்த கட்டுப்பாடுகள், சவரம் செய்து கொள்ளவோ, முடி திருத்திக் கொள்ளவோ தடை இப்படிப் பல இருக்கின்றன. ஒருவர் குறைந்தது ஒரு பொருளையோ, தீய பழக்கத்தையோ கைவிடுவதாக உறுதி பூண வேண்டும். ஒரு யாத்திரீகர், சக யாத்திரீகரின் நியாயமான வேண்டுகோளை நிராகரிக்கக் கூடாது.

புனித யாத்திரைகளுக்குப் பின்னுள்ள கருத்து

இதுபோன்ற புனித யாத்திரைகளுக்குப் பின்னுள்ள கருத்து என்ன? இவை உயரிய சிந்தனை மற்றும் ஆன்மீக, சுயநலமற்ற வாழ்க்கை வாழ்வதற்கு ஒரு சோதனையைக் கொண்டிருக்கின்றன என்று கூறலாம். உடல், மனம் மற்றும் அறிவுத் திறனின் செயல்பாடுகள் மற்றும் ஆன்மாவினுடையவை உன்னத வாழ்வுடன் இயைந்திருக்கின்றன. எல்லா பழக்க பலவீனங்கள், கீழ்த்தர சிந்தனை, சுயநலம் போன்றவை சிறிது காலத்திற்கு கைவிடப்படுகின்றன. அவன் உதவுகிறான், அவனுக்கு உதவி கிட்டுகிறது. இதன் விளைவாக, புதிய வாழ்க்கை வழிமுறைக்கு அவன் சோதனையோட்டம் தருகிறான். கருவறையில் நேருக்கு நேர் நிற்பது, ஆன்மா அல்லது சதைக்கு அப்பாற்பட்டு நிற்கும் ஆவியின் வெற்றி நேரமாகும். இதை விழைந்து, அடைந்தபிறகு யாத்திரீகர் தம்முடைய இடத்திற்கு, தம்முடைய இயல்பான வாழ்க்கைக்கு திரும்புகிறார். அதன்பிறகு இது அவருடைய வாழ்வில் நீங்காத தாக்கத்தை ஏற்படுத்தாமல் போகுமா?

யாத்திரீகர்களின் அனுபவங்களைப் பதிவு செய்த பல அருமையான புத்தகங்கள் இருக்கின்றன. பன்யானின் 'த பில்கிரிம்'ஸ் புரொக்ரஸ்' துரதிர்ஷ்டவசமாக (அல்லது அதிர்ஷ்டவசமாக) உருவகக் கதை. ஜெருசலேமிற்கு புனிதப் பயணம் பற்றிய, லியோ டால்ஸ்டாயின் 'டூ ஓல்ட் மென்' மிக அழகான கதை. இதை கண்டிப்பாகப் படிக்க வேண்டும்- இது மிகவும் எளிய கதை ஆனால் மிகவும் சிறப்புவாய்ந்தது. விந்தை அனுபவங்களின் விநோத பதிவு கொண்ட, மதம் மற்றும் சமயச் சார்பற்றவர்களுக்கும் மிகவும் ஆர்வம் தரக்கூடியது, பிரசித்தி பெற்ற விஞ்ஞானியின் மற்றொரு புனிதப் பயணக் கதை: டாக்டர் அலெக்சிஸ் கார்ரெல் எழுதிய 'எ ஜர்னி டு லார்டஸ்', காசநோய் முற்றிய நோயாளியுடன், பிரசித்தி பெற்ற யாத்திரீகத் தலமான லார்டசுக்கு அவர் சென்றது மற்றும் பல அற்புதங்கள் நிறைந்தது. உண்மையில் இது இளம் கார்ரெல்லின் உண்மை அறியும் பயணமாகும். டாக்டர் ஏ.ஜே. குரோனின் கூறியவாறு, மருத்துவர்கள் வெகு அரிதாகத்தான் நம்பிக்கையுடையவர்களாகத் தொடங்குகின்றனர். எனவே, டாக்டர் கார்ரெலின் கூற்று மற்றும் நம்பிக்கைகள் மிகவும் மதிப்புமிக்கவை. அற்புத குணமடைந்ததைக் கண்டதால் அவருடைய கண்கள் திறந்தன, பிரார்த்தனை என்ற வீறார்ந்த சக்தியைக் குறித்து அவர் நம்பலானார்*, அவர் இந்த விஷயம் குறித்த தொடர் கட்டுரைகளில் மற்றவர்களுடன் இதை பகிர்ந்து கொண்டிருக்கிறார்.

18

புதிய யோசனையா, பழையதா?

அறிவு வருகிறது, ஆனால் மெய்யறிவு நிலைக்கிறது

—வேதாகமம்.

எல்லா மாற்றங்களும் முன்னேற்றமல்ல.
எல்லா அறிவுகளும் மெய்யறிவல்ல.

—ஆபிரகாம் லிங்கன்.

புவியில் உள்ள எல்லாவற்றிற்கும் பயபக்தி

இந்துக்களின் மாபெரும் இதிகாசமான மகாபாரதத்தைப் பற்றி கேள்விப்பட்டிருப்பீர்கள், இது குறித்து முன்பும் கூறப்பட்டது. இது இந்தியாவில் வாழ்ந்த பண்டைய போரிடும் இனத்தின் கதை. இரண்டு இனப்பிரிவுகளின் தலைவர்களான யுதிர்ஷ்டிரன் மற்றும் துரியோதனன் குணங்களில் எதிர்மறையானவர்கள் மற்றும் அவர்களது மனப்போக்கை விளக்கும் பல மேற்கோள்கள் இருக்கின்றன. அவற்றில் ஓரிரண்டு கீழே கொடுக்கப்பட்டுள்ளன.

அவர்கள் இருவரும் மாணவர்களாக இருந்தபோது, அவர்களது குரு, துரோணர், மிதமான மற்றும் நேர்மையான யுதிர்ஷ்டிரனிடம் பாரபட்சம் காட்டியதற்கு காரணங்கள் இருந்தன, இதனால் யுதிர்ஷ்டிரனின் மாமாவும், துரியோதனனின் தந்தையுமான கண் தெரியாத திருதராஷ்டிரர் தொடர்ந்து ஆட்சேபணை செய்து வந்தார். ஒருநாள் கண் தெரியாத அரசரின் முன்பாக இரண்டு இளவரசர்களுக்கும், ஒருவர் மற்றவருக்குத் தெரியாமல், தனித்தனியாக இரண்டு பொன் நாணயங்கள் தரப்பட்டன. அதை செலவழிக்குமாறும், அவர்களுக்கென அளிக்கப்பட்ட அறையை வெற்றிடமாகவும், இருளால் நிரப்புமாறும் கூறப்பட்டது. எந்தவித தயக்கமும் இன்றி துரியோதனன் சந்தையிடத்திற்குச் சென்று, ஒரு சில மாட்டுவண்டிகள் நிறைய வைக்கோல்களை பணம் கொடுத்து வாங்கி அவனுக்கெனக் காட்டப்பட்ட அறையில் நிரப்பினான். ஆனால் மற்றொரு இளவரசனோ

அழகான சிறிய விளக்கையும், சிறிது எண்ணெய்யையும் வாங்கிவந்து, விளக்கேற்றி, அவனுக்கென ஒதுக்கப்பட்ட அறையை ஒளியால் நிரப்பினான்.

மற்றொரு தருணத்தில், இரண்டு இளவரசர்களுக்கும் பரீட்சை வைக்கப்பட்டது. துரியோதனன் முதலில் அழைக்கப்பட்டு, தனது நண்பர்கள் மற்றும் தெரிந்தவர்களினூடே சென்று, அவனைவிட கல்வியிலோ, தோற்றத்திலோ, வீரத்திலோ *சிறந்தவனை* அழைத்து வருமாறு கூறப்பட்டது. அவன் அதிக நேரம் எடுத்துக் கொள்ளவில்லை, விரைவிலேயே திரும்பி வந்து தனது வேலை முற்றிலும் தோல்வியில் முடிந்து விட்டதாக அறிவித்தான்; எந்தவிதத்திலும் அவனைவிட *சிறந்த* ஒருவரைக் கூட அவனால் கண்டுபிடிக்க முடியவில்லை. பிறகு மற்றொரு இளவரசன் அழைக்கப்பட்டு, இதே போன்ற வேலை அளிக்கப்பட்டது, ஆனால் வித்தியாசமாக, எதிரிடையான வகையில்-அவனைவிட *மட்டமான* ஒருவனைக் கண்டுபிடிக்குமாறு அவன் கேட்டுக் கொள்ளப்பட்டான். அந்த சிறுவன் நேர்மையாக தலைநகர் முழுவதும் தேடியலைந்து விட்டு தானும் தோற்றுப் போனதாகத் தெரிவித்தான். அவனைவிட *மட்டமான* எவரையும் அவனால் கண்டுபிடிக்க முடியவில்லை.

இதனுடைய நீதி உங்களுக்கே புரிந்திருக்கும். மேலை நாட்டினர் பலர் இந்தியாவிற்கு வருகை தந்திருக்கின்றனர், அவர்கள் தங்களது கருத்தைக் கூறியிருக்கின்றனர்-இந்தியா பற்றிய அவர்களது கண்டுபிடிப்பு. ஒரு பக்கம் நீங்கள் நன்கு தெரிந்த மிஸ் மாயோவைக் காணலாம், இந்த நாட்டில் முற்றிலும் நாகரீகமற்றவர்கள் என்று கூறியவர். தமது புத்தகத்தில் காந்தியை கேளிக்கையாக சித்திரப்படுத்தியிருக்கிறார்: “கழிவடை இன்ஸ்பெக்டரின் அறிக்கை.” மற்றவர்கள் மிதமான பாதையை மேற்கொண்டிருக்கின்றனர்: அவர்கள் சிலவற்றை நல்லதாகவும், சிலவற்றை கெட்டதாகவும் கண்டிருக்கின்றனர். இது புரிந்து கொள்ளக்கூடியது. ஆனால் வெகு சிலர், மக்களின் வறுமையைக் குறை கூறியதோடு, பாராட்ட சில விஷயங்களையும் கண்டிருக்கின்றனர், பின்பற்றவும் செய்திருக்கின்றனர். இந்த கடைசிப் பிரிவில் வின்செண்ட் ஷீயன் இருக்கிறார், இவர் காந்தி பற்றிய தமது ‘லீட் கைண்ட்லி லைட்’ என்ற புத்தகத்தில், உள்ளுணர்வை, நேர்மையை மற்றும் திறந்த மனதைக் காட்டியிருக்கிறார். பண்டைய இந்திய மண்ணில் இருக்கும் சில அசிங்கமான விஷயங்களை திருத்துக் கூறவோ, புதிய பொருள் கூறவோ அவர் முயலவில்லை. இந்துக்களின் வாழ்வில் உள்ள பல்வேறு அம்சங்களின் முக்கியத்துவத்தை மதிப்பிடுவதில், குறிப்பாக ‘தரிசனம்’ என்ற சொல்லின் பொருளைப் பற்றி அவர் எழுதியிருப்பது, இந்திய மனதைப் புரிந்து கொள்ள அவர் மேற்கொண்ட நேர்மையான விழைவைக் காட்டுகிறது. என்னுடைய கருத்தில், ஷியனும் கூட இந்துக்களின்

வாழ்விலும், எண்ணங்களிலும் உள்ள ஒரு மாபெரும் குணாம்சத்தைக் காண தவறிவிட்டார். அதுதான் பயபக்தி, உயிருக்கு மட்டுமல்ல, புவியில் இருக்கும் அநேகமாக எல்லாவற்றிலும் பயபக்தி.

இந்துக்களுக்கு பசுவும், குரங்கும் புனிதமான விலங்குகள் என்றால், பாம்பு புனிதமான ஊரும் பிராணி, இவ்வாறு பல புனிதமானவை இருக்கின்றன என்பது வருகைதருபவருக்கு ஆச்சரியமாக இருக்கிறது என்றால் அதற்குக் காரணம், இந்துமதத்தைப் பின்பற்றுபவர்களுக்கு புனிதமாக உள்ள ஆயிரத்திலொன்றில் இவையும் சில என்பது. ஆலமரம் புனிதமானது. நீர் புனிதமானது. நதி புனிதமானது. ஏழை மனிதன் 'தரித்திர நாராயணன்'-ஏழையின் வடிவில் இருக்கும் கடவுள். சூரு விருந்தாளி, குரு, பிதா, மாதா, இவர்கள் எல்லோரும் கடவுள்கள் என்று வேதம் (இந்துக்களின் புனித நூல்) கூறுகிறது. எந்தவொரு காரியத்தைத் துவங்கும் முன்பாகவும், மக்கள் தங்களைவிட மூத்தவர்களின் காலில் விழுந்து வணங்கி வெற்றிக்காக அவர்களது ஆசிகளைப் பெறுகிறார்கள். உயிருள்ள மற்றும் உயிரற்ற பொருட்கள் மீது பயபக்தி காட்டுவது மட்டுமின்றி, அனேகமாக மனித உடலின் எல்லா செயல்பாடும் புனிதமானவைதான். உண்பதற்கு முன்பாக கடவுளுக்கு படைத்து உண்பது புனிதமாக்கப்படுகிறது. புனிதங்களில் மிகப் புனிதமான கங்கை நதியில் குளிப்பதாக கற்பனை செய்து, குளிப்பதும் புனிதமாக்கப்படுகிறது. பாடுவது புனிதமானது, நவீன பேசும் படம் வருவதற்கு முன்பாக, பாடல்கள் எல்லாமே 'கீர்த்தனைகளாக' இருந்தன. நடனம்-இந்திய முறை, மேலை நாடுகளில் இருப்பதை விட முற்றிலும் வித்தியாசமானது-'அபிநயம்' அல்லது நடித்தல், பல்வேறு தெய்வீக நிகழ்வுகளை எடுத்துக் காட்டுவதாகும்.

உடலுறவு போன்ற உணர்வுப்பூர்வமான, உடல் ரீதியிலான செயலும் புனிதமானது-திருமணச் சடங்குகள் மட்டுமின்றி, புதிதாக திருமணமானவர்கள், *புனிதச்* செயலான 'கர்பதானத்தில்'(சாந்தி முகூர்த்தத்தில்/கன்னி கழிவதில்) தனிப்பட்ட விசேஷமான மதச் சடங்கு இருக்கிறது. மற்ற விஷயங்களுடன் "இனப்பெருக்க உறுப்புகளில் குழந்தை, சந்தோஷம் மற்றும் இறவாவரமும் காணப்படுவது" புனிதமானது என்று மற்றொரு நூல் கூறுகிறது. ஆனால் எல்லா உயிர்களிலும், விழிப்பு நிலையோ, விழிப்பற்ற நிலையோ, எல்லா செயல்பாடுகள் மற்றும் எல்லா விஷயங்கள்-சூருக்கமான எல்லாவற்றிலும், கடவுளைக் காணும் கண்ணோட்டத்திலிருந்து இந்த பயபக்தி உருவாகிறது என்பது வெளிநாட்டினருக்கு தெரிந்திருக்க நியாயமில்லை.

பண்டைய இந்துக்களின் வாழ்வில் இந்த மனப்போக்கு முற்றிலுமாக நிறைந்திருந்ததால், நேர்மையற்ற வெளிநாட்டினர் அதன் பூமியில் கால் வைத்து, பல்வேறு அந்நிய படையெடுப்புகள், கொள்ளைக்காரர்கள் மற்றும் வர்த்தகர்களுக்கு தொடக்கமாக இருந்தனர். இருந்தாலும், இந்த பயபக்தி, மதம் மற்றும் சமயச்சார்பற்ற தன்மையை ஒப்பிட இயலாத அளவுக்கு இணக்கமாக கலந்திருக்க இந்துக்களுக்கு ஏதுவாக்கியது. இதன் விளைவாக, மிகவும் ஏழையானவருடைய முகத்திலும் மனநிறைவு தென்பட்டது, சுதந்திரமான மகிழ்ச்சி தென்பட்டது. இந்துமதம் எல்லாவித நிலைமாற்றங்களிலும் தப்பிப் பிழைத்துள்ளது. இந்தியாவின் பண்டைய பண்பாட்டில் பிற நாகரீகங்கள் புகுந்தது உணரப்பட்டது. ஆனால் இனி வரும் காலங்களில் இந்துவின் வாழ்வானது, மிகவும் அப்பாவியான மற்றும் எழுத்தறிவில்லாதவனும் கூட, பொருள் செல்வத்திற்காகவும், உடல் சொகுசிற்காகவும் பைத்தியமாகக் கூடிய இனமாக மாறி, தனது வலுவாக பாதுகாக்கப்பட்ட இருப்பை துறக்கவும் தயாராகிவிடுவான். பழங்கதையை நினைத்துப் பார்ப்பதில் பயனில்லை, ஏனெனில் ஒவ்வொரு 'முன்னேற்றமும்' அதற்குரிய அழிவைக் கொண்டுவரும், காலங்கள் கடக்கும்போது பழைய விதமான வாழ்வை பிடித்து வைத்திருக்க முடியாது!

மனித வாழ்வின் நான்கு 'முடிவுகள்'

இந்துக்களின் மற்றொரு கருத்து மனித வாழ்வின் நான்கு 'முடிவுகள்'-"புருஷார்த்தா." மனிதன் வாழ்வில் நான்கு விஷயங்களுக்காக பாடுபட வேண்டும். அவை நேர்மை அல்லது ஒழுக்கம் (பைபிளில் கொடுக்கப்பட்டவாறு-"முதலில் கடவுளின் ராச்சியத்தை நாடு"- இதற்கு முதலிடம் கொடுக்கப்பட்டுள்ளது), சொத்து வளம், உணர்வு இன்பங்களின் சட்டப்பூர்வ ஆனந்தம் மற்றும் கடைசியாக, முக்தி அல்லது இறைவனிடம் இறுதியாகக் கலத்தல். இவை ஒன்றுக்கொன்று பிணைந்திருப்பதில் சந்தேகமில்லை. வளர்ந்த மனிதன் ஒரே சமயத்தில் இந்த நான்கு 'முடிவுகளையும்' அடைய முயற்சிக்கிறான், ஆனால் மெதுவாக. நேர்மைக்கான வரம்பிற்குள் மற்றும் முக்திக்கான விழைவிற்குள், மற்ற இரண்டையும் மேற்கொள்ள வேண்டும். பொருள் வளம், தன்னை வளப்படுத்திக் கொள்ளவும், சக மனிதர்களுக்கு சேவை செய்யவும் உதவுகிறது. மனிதன் உணர்வு இன்பங்களுக்காக தாகத்தைத் தணித்துக் கொள்ள வேண்டும், இல்லையெனில் அவனது மனம் தொடர்ந்து அவற்றிலேயே ஈடுபடும், அவனது முன்னேற்றத்தைத் தடுக்கும். 'தெரிந்து கொள், அனுபவி, களைத்திடு மற்றும் முன்னேறு'.

மேற்கூறிய கருத்தைத் தொடர்ந்து வருவது, மனிதனின் வாழ்வை நான்கு 'ஆஷ்ரமாஸ்' அல்லது நிலைகளாகப் பிரித்தல். இவை மாணவ கடின வாழ்க்கை, பிறகு வீட்டுத் தலைவர் (ஒருவருடைய குடும்பம் மற்றும் சமூகத்திற்கு சேவை செய்வதுடனான திருமண வாழ்க்கை), மூன்றாவதாக, ஓய்வான வாழ்க்கை வாழ்தல் (பொதுவாக வனத்தில்) கடைசி நிலைக்கு தன்னைத் தயார்படுத்திக் கொள்தல், அதாவது துறவறம். இந்த முறையான பிரிவினை சராசரி மனிதனுக்கு, ஆனல் இளம் மாணவன் இடையிலிருக்கும் இரண்டு நிலைகளை தாவி, நேரடியாக துறவறத்தில் ஈடுபடுவதும் உண்டு.

வாழ்க்கையின் இந்த பிரிப்பு நவீன காலத்திற்கு ஒத்து வராது என்று எனக்குத் தோன்றுகிறது. மாணவர்கள் முற்றிலுமாக தங்களது படிப்புகளில் கவனம் செலுத்த வேண்டும். இப்போது அவர்கள் அவ்வாறு செய்கிறார்களா? இளம் மாணவர்களின் வளரும் வயதில் சிறிது கடுமையான ஒழுக்கத்தை அமல்படுத்தினால், வளர்ந்த பிறகு சமநிலையான வாழ்வை வாழ அடித்தளமாக அமையும், ஏனெனில்,. முன்கூட்டிய பயிற்சியின் காரணமாக, மிகவும் கடினமான சுயக் கட்டுப்பாட்டை கடைப்பிடிப்பது அவ்வளவு வருத்துவதாக இருக்காது.

இளைஞர்கள் உடல் ரீதியில் தகுந்த அல்லது வயதுக்கு வந்த உடனேயே திருமண வாழ்க்கையை மேற்கொள்வது அவசியமாகும். நடப்பு நாகரீகம், நவீன மருத்துவ நிபுணர்கள் மற்றும் உளவியலாளர்கள் கருதுவது, திருமணத்தை மிகவும் தாமதப்படுத்தினால், திருமணத்திற்கு முன்பான ஒழுக்கத் தூய்மை மற்றும் தன்னடத்தை அனுசரிப்பதில் பெரும் அழுத்தம் ஏற்படுகிறது, திருமணமான பெண்கள் காலதாமதமாக தாயாகின்றனர், அவள் அவ்வாறு செய்ய இயற்கை அளிக்கும் காலத்திற்கும் பின்னதாக.

ஒரு ஓய்வுபெற்ற வாழ்க்கை-அரசுப் பணியாளர்கள் மற்றும் கீழ் நிலை ஊழியர்கள் தவிர-இப்போது ஓய்வுபெறுவதற்கான வயது என்று ஏதாவது இருக்கிறதா? குறிப்பாக வெற்றிகரமான தொழிலதிபர்கள், அவரே அவருக்கு எசமான், அவரை ஓய்வுறச் செய்ய ஏதேனும் அதிகாரம் இருக்கிறதா? ஒருவர் நீண்ட காலத்திற்கு வேலை செய்ய தயாராக இருக்கும்போது அவர் ஏன் ஓய்வு பெற வேண்டும் என்று நீங்கள் கேட்கலாம்? அரசாங்க பணியாளர்களுக்கு இந்த விதி ஏன் இருக்கிறது? பல காரணங்கள் இருக்கின்றன. குறிப்பான ஒன்று சமயச்சார்பற்றதல்ல. ஒருவர் வாழ்வாதாரத்திற்கு பணம் ஈட்ட பணியாற்றும் அவசியத்திலிருந்து விடுவிக்கப்பட்டதும், தமது சமூகம் மற்றும் கடவுளுக்கான சேவையில் தம்மை சிறப்பாக ஈடுபடுத்திக் கொள்ள முடியும். எல்லொரும் அடுத்த நிலைக்குள் புக விரும்ப மாட்டார்கள், அதாவது துறவறம். உண்மையைக் கூறப்போனால், எவருமே. ஒருவன்

முழு வாழ்க்கை வாழ்ந்துவிட்டான், முன்பு இருந்தவற்றில் பல விஷயங்கள் அவனுக்கு அதே மனநிறைவை இனியும் தருவதில்லை. முதிய வயது நெருங்குகையில், ஒருவர் மெதுவாகச் செயல்பட முயலவேண்டும் மற்றும் தமது இன்னல்களைக் குறைத்துக் கொள்ள வேண்டும் ஏனெனில், அவரது சக்தி முன்பிருந்த அதே அளவுக்கு இருக்காது. அவர் முற்றிலும் புதிய நிலையில் மனநிறைவையும் ,சந்தோஷத்தையும் காண வேண்டும். மெய்யறிவின் உன்னத வாழ்வை மேற்கொள்வதற்கு இணையாக, குறிப்பாக முதியவருக்கு, வாழ்வில் ஏதேனும் சந்தோஷம் இருக்குமா? அவரை உருவாக்கியவர் ஒருநாள் அவரை அழைத்துக் கொண்டுவிடுவார், விரைவிலோ, சிறிது காலம் கழித்தோ. இதயமும், மனமும் கடவுளைக் காணும் விழைவில், தமது உடைமைகளையும், அலுவல்களையும் ஒழுங்குமுறையாக வைத்துவிட்டுச் செல்ல அவர் விரும்பமாட்டாரா? இதுபோன்ற பெருமையான முடிவுக்கு தயாராவது குறித்து விவாதிக்க வேண்டுமா? ஒருவர் தொழிலில் இருந்தோ, பணியிருந்தோ சரியான நேரத்தில் ஓய்வு பெறாவிட்டால், இதுபோன்ற விருப்பத்தை எட்ட முடியுமா?*

பழமைவாதம், புதுமைவாதம், மதச்சார்பு, மதச்சார்பற்ற, விஞ்ஞான மற்றும் மூட நம்பிக்கையிலான என்பனவற்றைப் பிரிக்கும் கோடு மெல்லியதுதான். நமது கடந்த காலத்தை அறுத்துவிட்டு, ஒரேயடியாக எதிர்காலத்துடன் இணைந்து விட முடியாது. இது நிலையான முன்னேற்றம், கடந்த, நடப்பு, எதிர்காலம். உண்மையில், காலவரையற்ற நிலையில் இதுபோன்ற பிரிவினைகள் கிடையாது. ஆனால் நவீன மனிதனுக்கு பிரதிபலிக்க நேரம் எங்கே இருக்கிறது? மீண்டும் நமது நேரத்தை நொந்து கொள்ள வேண்டியதுதான்!

❑❑

19

ஆன்மாவின் பாடல்

புவியும், நிலவும் சென்றுவிட்டாலும்,
அதோடு கதிரவனும், பிரபஞ்சமும் இல்லையெனினும்,
மேலும் நீ தனித்து விடப்பட்டாலும்,
உன்னில் ஒவ்வொரு உயிரும் உறைந்திருக்கும்.

—எமிலி ஸப்ரான்டே.

வாழ்வுக் கோட்பாடு அனைவருக்கும் ஒன்றானதே

மனிதனின் சாதாரண பேச்சு மொழி (எந்த நாடு அல்லது மதம் என்ற பேதமின்றி)ஆழமான மதம் மற்றும் தத்துவ உண்மைகளை வெளிப்படுத்தும் விந்தைத் தன்மையைக் கொண்டுள்ளது. எடுத்துக்காட்டாக: நாம் பல்வேறு அங்கங்களைப் பற்றிப் பேசும்போது அதாவது நமது உடல் உறுப்புகள் அல்லது புலன்கள், நாம் எப்போதும் அவற்றை தனிப்பட்டவையாக, நம்மிடமிருந்து விலகிய ஒன்றாகக் குறிப்பிடுகிறோம். ‘இது என்னுடைய கை’, ‘என் கால்’, ‘என் இதயம்’ ‘என் மனம்’ இப்படிப் பல. இவை ஒவ்வொன்றும் என்னுடையதல்ல என்பது தெளிவாகிறது. இல்லையெனில், அவற்றை இவ்வாறு நான் அழைக்க மாட்டேன். ஒருவன் இறக்கும்போது, அவனது உடல் (நல்மொழியில் பூதவுடல்) எரியூட்டப்படுகிறது அல்லது புதைக்கப்படுகிறது. இந்த பல்வேறு அங்கங்கள், உடல், மனம், அறிவு, ‘நான்’ இல்லையெனில், நான் யார்? கண்டிப்பாக ஆன்மாதான், சுவாசம் மட்டுமல்ல. அதன் முன்னால்தான் மனிதன் மனிதனாக வாழ்கிறான், இல்லையெனில் பிணம்தான்.

தனித்தனியாகத் தோன்றினாலும், வாழ்வுக் கோட்பாடு எல்லோருக்கும் ஒன்றானது என்பது இப்போது இதைப் படித்தால் நன்றாக புரியும். அது எப்படி? உங்கள் வீட்டில் விளக்குகள், சமையல் சாதன வகைகள், குளிர்சாதனம், மின்விசிறிகள், தொலைக்காட்சிப் பெட்டிகள் போன்ற பல மின்சார சாதனங்களை வைத்திருப்பீர்கள். இந்த எல்லா கருவிகளுக்கும், அவற்றின் பின்னாலுள்ள சக்தி மின்சார ஆற்றல், இது

கண்களுக்குத் தெரிவதில்லை. மின்சாரத் தடை, இந்த பல்வேறு கருவிகளை 'இறந்துபோகச்' செய்கிறது. எனவே இந்த வெவ்வேறு சாதனங்களை இயக்கும் மின்னாற்றல் இவை ஒவ்வொன்றிலும் ஒரேவிதமாக இருக்கிறது. ஒவ்வொரு அடுப்பிலும் நெருப்பு தனித்தனியாக இருந்தாலும், எல்லா இடத்திலும் நெருப்பு ஒன்றுதான். அதேபோல, உயிருள்ள, உயிரற்றவற்றின் பின்னுள்ள வாழ்வுக் கோட்பாடு ஒன்றுதான். இது 'தெய்வபூமி', 'டாவ்', 'ஆத்மா', 'சுயம்' இப்படி பலவாக அழைக்கப்படுகிறது.

இந்த 'தெய்வபூமி' நம் அனைவருக்கும் பொதுவானது என்று நாம் தவறின்றி புரிந்து கொண்டால், பறவை, விலங்கு அல்லது தாவரங்கள் அல்லது மனித இனங்கள் என எதுவாக இருந்தாலும், தனிப்பட்ட தன்மை என்ற கருத்தை நீக்கிவிட்டு, இந்த பிரபஞ்சம் அடிப்படையில் ஒன்றுதான் என்று உடனே கூற முடியும். பிறகு எல்லா பிரச்சினைகளும் தீர்ந்துவிடும்.

'இரட்டை' அல்லது 'தனித்தனியான தன்மை' என்ற எண்ணங்களால் நமது செயல்கள் தூண்டப்படும்போதுதான் நாம் பாவம் அல்லது தவறு செய்கிறோம் என்று பெரும் மதங்கள் கூறுகின்றன. சிலர் கடவுள் இருப்பதை சந்தேகிக்கின்றனர், ஆனால் நம் ஒவ்வொருவரிலும் இதே கடவுளைக் காண்பது எளிதல்ல, கருத்துவடிவிலும். நடைமுறை என்பது இன்னும் கடினமானது. இருந்தாலும் மெய்யறிவு இந்த உண்மையை உள்ளடக்கியிருக்கிறது.

இந்த அறிவின் உச்சியை எட்டாதவர்களுக்கு, இது மிகவும் கடினமாகும், வடிவமற்ற கடவுளை நினைத்துப் பார்ப்பது இயலாததாக இல்லாவிட்டாலும், வடிவமற்ற கடவுளை விவரிப்பது இன்னும் கடினமாகும். நீங்கள் வரையறுக்க அல்லது விவரிக்க முனையும்போது, நீங்கள் கட்டுப்பாடுகளை விதிக்கிறீர்கள், ஆனால் கடவுள் வரம்பற்றவர், எல்லையற்றவர்.* அதனால்தான் ஆசிய துறவிகள் உறுதிப்படுத்துவதற்குப் பதிலாக, மறுதளிக்கும் முறையைப் பின்பற்றினர், கடவுள் 'இதுவல்ல' 'அதுவல்ல' என்று. அவர் இப்படி இருக்க மாட்டார், அப்படியும் இருக்க மாட்டார். நீக்கும் அல்லது விலக்கும் இந்த நடைமுறை மூலம், தெய்வ பூமி, முழுமையான 'இருப்பு-அறிவு-பேரின்பம்' என்ற முடிவுக்கு வந்தனர். சுயமான உருவில் அவன் எனவும், பண்பு குறித்து கூறும்போது அது எனவும் குறிப்பிடப்படுகிறார். அது என்பது தன்னிருப்பு (வாழ்வு) ஏனெனில் இது எல்லா வாழ்விற்கும் அடித்தளமாகும். இதுதான் மெய்யறிவு ஏனெனில் இதுதான் ஒவ்வொரு உயிரினத்திலும் உள்ள உயிர், சாட்சி, தூய்மையான மனசாட்சி,

---

* "பெயரடைகளுடன் அவனை குறிப்பிட்டால், அவன் இனியும் கடவுளாக இருக்கமாட்டான்."

— வாரன் வீவர்

உங்களுக்குத் தெரியும், தெரியாது என்பதை அறிந்திருக்கிறது. இது முழுமையான பேரின்பம், ஏனெனில் சந்தோஷம் அல்லது பேரின்பம் என எந்தவொரு வடிவிலும் உயிரினங்கள் அனுபவித்தாலும், சந்தோஷம் என்ற, அதாவது முழுமையான சந்தோஷம் என்ற கடலின் ஒரு சிறு துளி மட்டுமே. *அது என்பதற்கு பிறப்பில்லை, இறப்பில்லை, மாற்றமில்லை.*

ஆன்மா-தெய்வ பூமியின் துகள்

பேரின்பத்தை அளிப்பது இந்த தேகம், மனம், அறிவு அல்லது நான் என்பதல்ல. இது ஆன்மா மட்டுமே, மீண்டும், இது பிரபஞ்ச ஆன்மாவின், தெய்வ பூமியின் துகளாகும். பேரின்பம் மற்றும் நற்தன்மை, நீடித்த வாழ்வு மற்றும் வரம்பற்ற அறிவு ஆகியவற்றின் உறைவிடத்தை நாம் தேடினோமானால், நாம் 'உள்ளே பார்க்க வேண்டும்'. இந்த நமக்கு 'உள்ளே' ஆகும். இந்த வகையில், கீழ்வரும் 'ஆன்மாவின் பாடல்' படிக்க ஆர்வம் தரக்கூடியது, இது ஆங்கிலத்தில் அப்படியே கொடுக்கப்பட்டுள்ளது:

Unattached am I; of nature Eternal Existence-
Knowledge-Bliss am I;
*I am, **that** am I, which is the irreducible,*
immortal, endless Factor.
Eternal, ever pure, ever liberated am I,
Formlessness my only form; of nature I am an
all-pervading, homogeneous mass of "BLISS."
I am, that am I, which is the irreducible,
immortal, endless Factor.
Eternal, boundless, formless, I am of nature
Pure Light and I revel in my own self.
I am the Peace that lies beyond Nature,
I am of nature ever—abiding "Bliss"—
I am, that am I, which is the irreducible,
immortal, endless Factor.
I am the Supreme Truth that lies beyond all truths,
of Delusion, I am the Supreme Light;
I am, that am I, which is the irreducible,
immortal, endless Factor.
I am different from the multiple names and forms;
Pure knowledge alone is my form; I am the
imperishable;
I am of nature joyous;

*I am, that am I, which is the irreducible,
    immortal, endless Factor.
I am of the form of Inner Ruler, anvil-like
    changeless;
And all-pervading; I am in my real nature (none
    other than) the Supreme Self;
I am, that am I, which is the irreducible,
    immortal, endless Factor.
I am of nature a Witness of all the pairs of
    opposites;
Motionless, most ancient, in my form I am the
    Eternal Witness of everything;
I am, that am I, which is the irreducible,
    immortal, eternal Factor.
I am a mass of Consciousness; I am a mass of
    Knowledge too;
I am (ever) a non-doer; I am non-enjoyer.
I am, that am I, which is the irreducible,
    immortal, endless Factor.
I am my Real Nature, I need no other foundation
    or support or sub-stratum, but at once I am in
    my Real Nature
The Foundation or support or substratum for all
    things and beings.
I am of Nature self-contented, self-sufficient in that
    I have in me all my desires fulfilled.
I am, that am I, which is the irreducible,
    immortal, endless Factor.
Through knowledge and repeated discrimination
    one comes to realise that one is but a witness;
Such a one, established in the "I am witness
    consciousness"
Is the liberated sage.
Pots, cups, saucers are all in essence nothing but
    the mud in which they have been shaped.
So too the entire world of phenomenal objects is
    nothing but the Supreme Truth.
So roars our Divine Knowledge.*

20

நாம் எதற்காகக் காத்திருக்கிறோம்?

"சிந்தனை மனிதனை அடிமைத்தளையிலிருந்து விடுவிக்கிறது".

—எமர்சன்.

சுய விடுதலையின் இரகசியம்

டேல் கார்னீஜியிடம் எனக்கு மிகுந்த மரியாதையுண்டு. "ஹௌ டு வின் ப்ரண்ட்ஸ் அண்ட் இன்புளுயன்ஸ் பீப்பிள்" என்ற தமது புத்தகத்தின் மூலமாக, நம்முடையதை மட்டுமின்றி மற்றவர்களின் உணர்வுகளைப் பற்றி சிந்திப்பது குறித்து நமக்கு அறிவுறுத்திய, சர்ச் அமைப்பிலிருந்து வெளியேயான முதலாவது மனிதர் இவரே எனலாம். அவர் பல எடுத்துக்-காட்டுகளுடன் அருமையான கோட்பாடுகளை வலியுறுத்தியிருக்கிறார். ஆனால், பிரச்சினை என்னவெனில், கோட்பாடுகள் குறிப்பாக மதக் கோட்பாடுகளைவிட சூழ்நிலைக்கேற வசதிக்கு முக்கியத்துவம் அளித்ததுதான். அவரே இதை உணர்ந்தார் என்று நினைக்கிறேன். ஏனெனில், அவர் இரண்டாவது புத்தகத்தை வித்தியாசமான பின்னணியில் வெளிக்கொணர்ந்தார், இது மிக எளிமையான தலைப்பைக் கொண்டது "ஹௌ டு ஸ்டாப் வொரியிங் அண்ட் ஸ்டார்ட் லிவிங்" (கவலைப்படுவதை விட்டுவிட்டு எப்படி வாழ ஆரம்பிப்பது), இதைப் பொதுவாக இப்படி அழைத்திருக்க வேண்டும் "புரிந்து கொள்ளலுக்கு வழியமைக்கும் அமைதிக்கான தேடல்" அல்லது இது போன்று இருந்திருக்கலாம். தம்முடைய முந்தைய புத்தகத்தில் முற்றிலும் சமயச்சார்பற்ற அணுகுமுறையை மேற்கொண்ட அவர், ஒரே நாளில் மதநம்பிக்கையுடையவராக மாறிவிட்டதைப் போன்ற தோற்றத்தை ஏற்படுத்த விரும்பினார் போலும். மதத்திற்கு அவர் திரும்பி வந்தது அவ்வளவு சிறப்பாக இல்லை. பலனை எதிர்பாராமல் நல்லதைச் செய்ய வேண்டும் என்று அவர் பேசுகிறார்-இது வலுவான தத்துவம். பிரார்த்தனை செய்யுமாறு நம்மை கேட்டுக் கொள்கிறார். இது நடைமுறை மதமல்லவா? அவரது முந்தைய புத்தகத்தில் இதுபோல எதையும் படித்ததாக எனக்கு நினைவில்லை.

ஆனால் மீண்டும், "ஹௌ டு ஸ்டாப் வொரியிங்" புத்தகத்தில் அவரது யூகங்களில் நானும் கலந்து கொள்ள நினைக்கிறேன். டேல் கார்னீஜ், ஸ்டீபன் லீகாக்கை மேற்கோள் காட்டுகிறார்:

"எவ்வளவு விநோதமாக இருக்கிறது, நமது வாழ்வின் சிறிய ஊர்வலம்! குழந்தை சொல்கிறது: 'நான் பெரிய பையனாகும்போது' ஆனால் அது என்ன? பெரிய பையன் சொல்கிறான் 'நான் வளர்ந்த பிறகு'. அதன்பிறகு அவன் வளர்ந்ததும் கூறுகிறான், 'நான் திருமணம் செய்து கொள்ளும்போது'. ஆனால் திருமணம் செய்து கொண்டபிறகு, என்ன? சிந்தனை மாறிவிடுகிறது 'நான் எப்பொழுது ஓய்வு பெற இயலும்'. அதன் பிறகு ஓய்வு வரும்போது, தான் பயணித்த பாதையத் திரும்பிப் பார்க்கிறான்; குளிர்காற்று தடவிச் செல்வதுபோல் தோன்றுகிறது; எப்படியோ அவன் அவற்றையெல்லாம் தவறவிட்டுவிட்டான், மேலும் இருந்தால், என்பது சென்றுவிட்டது......"

மேலும், நாம் வாழ்வதை நிறுத்திவிட்டு, பரிதாபமாகக் கேட்பதுடன் நிறைவு செய்கிறார், "எதற்காக நாம் காத்திருக்கிறோம்?" என்னுடைய கருத்து என்னவெனில், வளர்ந்து பள்ளியிலிருந்து வெளியே செல்ல வேண்டும் என்ற பள்ளிச் சிறுவனின் அவா, ஓய்வை எதிர்பார்க்கும் இளைஞர் இப்படிப் பல, அவர்கள் தற்காலத்தில் வாழவில்லை என்று அர்த்தமல்ல. மிக எளிதாகக் கண்டோமானால், நாம் நடப்புக் காலத்தின் மத்தியில் இருப்பதால் அதைப் பற்றி கவலைப்படுவதில்லை என்பதுதான். நம்மிடம் என்ன இருக்கிறது என்று நமக்குத் தெரியும். நாளை என்பது பற்றிய சிந்தனையே, இன்னும் என்னவென்று தெரியாத நிலையே ஒருவனின் நெஞ்சில் நம்பிக்கையையோ, இருளையோ ஏற்படுத்துகிறது. எதிர்காலத்தை வடிவமைக்க மற்றும் தனது வாழ்வில் இதுவரை அடையத் தவறியதை அடைவதற்கு தன்னிடம் சக்தியிருக்கிறது (அவன் அதை உணர்ந்தால் மட்டுமே), அல்லது முன்பு ருசித்த வெற்றியை மீண்டும் பெற அல்லது தற்போது அனுபவிப்பதைக் கூட இருக்கலாம். அமெரிக்க அதிபர்கள் பலருக்கு ஆலோசகராக இருந்த பெருமை பெற்ற பார்னி பரூச்சின் வார்த்தைகளை நினைவுகூர்வோம்:

"சொந்த ஏமாற்றங்கள் மற்றும் மனக்கசப்பு பற்றி எனக்குத் தெரியும், யாருக்குத்தான் தெரியாது. ஆனால் நாளை என்ற எண்ணம் என்னை எப்போதும் மிதக்கச் செய்கிறது. என் வாழ்நாள் முழுவதும் நாள் எதிர்காலத்தையே கண்டு வந்திருக்கிறேன். இப்போதும் செய்கிறேன். துணிச்சல்

மற்றும் அறிவுத்திறனுடன் எதிர்காலத்தை மனநிறைவுடைய பிரகாசமானதாக்க முடியும் என்று இப்போதும் நம்புகிறேன்."

உந்து சக்தி

எதிர்காலத்தைக் காண வேண்டும் என்று மனிதனை உந்தக்கூடிய சக்தி, வாழ்வை ஒத்தி வைப்பது மட்டுமல்ல என்று நான் வலியுறுத்திக் கூறுகிறேன். இது சுதந்திரத்திற்கான ஒரு தேடல், அந்த நீடித்த தன்மைக்கான தேடல். பள்ளிக் கல்வியில் தன்னுடைய பாடங்களில் சிறந்து விளங்கும் பள்ளி மாணவன், தனது படிப்பு முடிந்ததும் விடுதலை பெற்றுவிடுவேன் என்று நினைக்கிறான். திருமணமாகாதவர், திருமண வாழ்க்கையை எதிர்நோக்குகிறார் ஏனெனில் குடும்பத்தின் தாவாவற்ற தலைவனாக மாபெரும் சுதந்திரத்தை அது கொண்டு வரும் என்று நினைக்கிறான் அந்த சர்வாதிகாரி. மனிதன் தனது இளமைக் காலத்தில் ஓய்வு பெறுவதை எதிர்நோக்குகிறான், அவன் நினைப்பது என்னவெனில் வாழ்வதற்காக வேலை செய்வது அல்லது, பணி வாழ்க்கையில் கட்டுட்டு கிடப்பது போன்ற அவசியங்களிலிருந்து தன் விடுதலை பெற்றுவிடுவதாக நம்புகிறான். நாம் வாரத்திற்கு ஐந்து நாள் வேலையை எட்டிவிட்டோம் ஏனெனில் வாரநாட்களில் சுதந்திரமாக இருக்க விரும்பினோம். நாம் பலவிதமான சுதந்திரங்கள் பற்றிக் கேள்விப்படுகிறோம்: அரசியல் சுதந்திரம், அச்சம், பசி, வறுமை, எழுத்தறிவின்மை, வழிபடுவதிலிருந்து சுதந்திரம். எஃப்.டி.ஆர்.-யின் பிரசித்திபெற்ற நான்கு சுதந்திரங்கள் பற்றி கேள்விப்படாதவர் யார்? சிறையாக இருக்கும் இந்த உடலிலிருந்து ஆன்மாவை சுதந்திரப்படுத்த மரணம் வேண்டும் என்று கேட்ட கவிஞரும், தத்துவஞானியும் இல்லையா என்ன?

"சுதந்திரத்திற்கான இந்த தாகம்
தணியுமா?"

ஆசிய கவிஞர் ஒருவரின் புலம்பல். சோம்பித்திரியும் இளைஞரின் நடத்தை, திருமணத்திற்கு வெளியே இன்பத்தைத் தேடும் ஆண்கள் மற்றும் பெண்கள், சட்ட அல்லது சமய விதிகளை மறுப்பவர் எல்லாமே ஒருவருடைய சுதந்திரத்தை வலியுறுத்தும் தூண்டுதலின் வெளிப்பாடுகள் தாம். எனவே சுதந்திரத்திற்கான தேடல் போய்க்கொண்டே இருக்கிறது, ஆனால் அதிகமாகத் தேடப்படும் சுதந்திரம், அதை நமக்குத் தரவேண்டிய நிலைக்குள் புகுந்ததும் அந்த கணமே ஆவியாகிவிடுகிறது.

வழுவிச் செல்லும் சுதந்திரம் என்ற கிளர்ச்சியூட்டும் கருத்தை ஆராய்வது நலன்பயக்கும். சுதந்திரம், ஒரு குறிப்பிட்ட நிலைமையில்

கொடுக்கப்பட்ட சுதந்திரம், எனவே தொடர்புடைய சொல். ஒரு கைதிக்கு சுதந்திரம் என்றால் சிறையிலிருந்து வெளியே வருவது, ஆனால் சிறைக்கு வெளியே இருப்பவருக்கு இதே பொருளை அது தருகிறதா?

ஒரு நாட்டிற்கு, சுதந்திரம் என்பது அயல்நாட்டின் ஆதிக்கமின்மை, ஆனால் ஒரு சுதந்திரமான நாட்டிற்கு இது ஒரு கருத்து மட்டுமே, இது *அவர்களுக்குப்* பொருந்தாது. எல்லா சுதந்திரங்களும் கொண்டவர்கள், இன்னும் சுதந்திரமாக ஏன் உணர்வதில்லை? மகிழ்ச்சியைப் பொருத்தவரை, அது நமது மனங்களில் இருப்பதால் அல்லது எங்குமில்லாததால், வெளிப் பொருட்களிலிருந்து நாம் உண்மையான சுதந்திரத்தைப் பெறப்போவதில்லை. கீழ்வரும் கவிதையில் கவிஞரின் உள்ளுணர்வு பன்மடங்கு விரிந்து உயரிய தத்துவ உண்மையாக வெளிப்படுகிறது:

கற்சுவர்கள் சிறையாவதில்லை,
இரும்புக் கம்பிகள் கூண்டாவதில்லை,
அப்பாவி ம் அமைதி மனங்கள் நினைக்கும்
அதை துறவிமாடமென்று;
என் காதலில் எனக்கு சுதந்திரம் இருந்தால்
என் ஆன்மாவில் சுதந்திரமாவேன்
தேவதைகள் தனியாக, மேலே பறக்கின்றன,
அந்த சுந்திரத்தை அனுபவி.

—லவ்லேஸ், சிறையிலிருந்து அல்தியாவுக்கு.

ஆனால், ஆசிய நாட்டினர் குறிப்பாக பண்டைய இந்துக்கள், பிரச்சினையின் கருவைப் பார்ப்பதில் மற்ற பிற மதங்களைப் பின்பற்றுவோரை விஞ்சியிருக்கின்றனர் என்று ஒப்புக்கொள்ளத்தான் வேண்டும். அவர்களுக்கு முக்தி என்பது எல்லா இருப்புகளிலிருந்தும் விடுதலையாகும். மனித மனங்களை பிணைக்கும் எல்லா பிணைப்புகளையும் அறுத்தெறிவதாகுமே அன்றி, அவரை மனிதராக கட்டுப்படுத்துவதல்ல. நமது ஆன்மாவின் மெய்த்தன்மையை நாம் உணர்ந்துவிட்டால், இது வரம்பற்று சுதந்திரமானது, ஆனால் இது எப்போதும் கட்டுப்பட்டிருப்பதாக மனது உணர்கிறதுல்; தியானத்தில் நாம் ஆன்மாக்களே என்பதை உணரும்போது, அனைத்தையும் கடந்த பிரபஞ்ச ஆன்மாவின் பகுதி, இவற்றின் உண்மைத் தன்மை நிபந்தனையற்ற சந்தோஷம், தூய்மையான விழிப்புணர்வு மற்றும் முழுமையான தன்னிருப்பு என்பதை உணரும்போது, நாம் சுதந்திரமடைகிறோம், உண்மையிலேயே முக்தியடைகிறோம். நமது சுதந்திரத்தை உறுதிப்படுத்த மற்றும் சுதந்திரமாக உணர, நாம் இந்த கருத்தில் தொடர்ந்து தியானம் செய்ய வேண்டும்.

வெளிப்பாடுகளில் ஒற்றுமை

மூடுதிரையை விலக்கி, எல்லா உயிர்களும் ஒன்றே என்பதை உணர்ந்த, வெவ்வேறு நாடுகள் மற்றும் மதங்களின் ஆன்மீக வெளிப்பாடுகள் ஆச்சரியமூட்டும் வகையில் ஒரேமாதிரியாக இருக்கின்றன. அவர்களது சகோதரத்துவம் ஒப்பற்றது. அவர்களது ஒத்த மனதுடைமை சந்தேகமற்றது. அவர்களது கண்ணோட்டம் சீரான தன்மையைக் கொண்டிருக்கிறது, இது தானாகவே தோன்றியதாகும். ஒரு மாபெரும் சயமத் தலைவர் எங்கேனும் தோன்றும்போது, மக்களிடையே அவர்கொண்டுள்ள செல்வாக்கு, அரசர்கள் மற்றும் வெற்றி கொண்டவர், சர்வாதிகாரிகள போன்றவர்களுக்கு இருப்பதைவிட மிக அதிகமாக இருப்பது மனிதகுலம் ஒன்றே என்ற அத்தியாவசியமான சமிஞ்சையைக் காட்டுகிறதல்லவா? நீங்கள் சங்கராச்சாரியரைப் பற்றிக் கேள்விப்பட்டிருப்பீர்கள் (சங்கரா என்றால் ஆசிரியர் என்று பொருள்), ஏழாம் நூற்றாண்டில் இந்திய துணைக்கண்டம் முழுவதும் பேருருவச் சிலையாக நடந்து சென்ற அறிவு ஜீவி மற்றும் துறவியாவார். தமது நாட்டு மக்களின் மனதை வென்ற அவர், கடந்தகால மற்றும் தற்கால, வலிமைமிக்க அரசியல் வெற்றியாளர்களின் இராணுவ வெற்றியை வெட்கப்படச் செய்தவர். அவரது உயரிய சக்திகான இரகசியம் என்ன? ‘கடவுள் மட்டுமே உண்மையானவன், உலகம் என்ற வார்த்தை மெய்யற்றது, தனிநபர் ஆன்மா ஒன்றுமற்றது, பிரபஞ்ச ஆன்மா மட்டுமே உண்மையானது’ என்று மிகவும் விஞ்ஞானப் பூர்வமாக நிரூபித்தார். விஞ்ஞான ரீதியிலா? ஆம். ஏனெனில் கடுமையான மற்றும் இரக்கமற்ற காரணங்களின் சோதனையைத் தாக்குப்பிடிக்காத எதையும் எவரும் ஒப்புக்கொள்ளக்கூடாது என்று கூறினார். அவர்தான் ஆன்மாவை வெற்றி கொண்ட மாபெரும் மனிதர். அடிமைப்படுத்தும், இராணுவ வெற்றியைப் போலல்லாமல் விடுதலை தரும் வெற்றி. அவருக்கு இணையாக ஒருவர் மட்டுமே இருந்தார்-ஏசு கிறிஸ்து. கிறித்துவ மதத்தைப் பரப்ப கிறிஸ்து உலகை இராணுவ வெற்றி கொண்டாரா? உண்மையைக் கூறப்போனால், தமது பெயருடைய மதத்தை நிறுவியவர் என்று தம்மை எப்போதேனும் கூறிக்கொண்டாரா? இருந்தாலும், சங்கராச்சாரியார் மற்றும் கிறிஸ்துவைப் பின்பற்றியவர்கள் இந்துமதத்தையும், கிறித்துவமதத்தையும் தழுவினர், இந்த இரண்டு ஆசான்களை ஒதுக்கித் தள்ளிவிட்டனர்.*

பிணைக்கும், ஐக்கியப்படுத்தும் சக்தியாக, சமய நம்பிக்கையை வளர்ப்பதாக இருப்பதற்குப் பதிலாக, உண்மையான சுதந்திரம், அமைதி, சந்தோஷத்திற்கான, சகோதரத்துவத்திற்கான, உயிருள்ள மற்றும் உயிரற்ற எல்லா வாழ்விற்கும் ஒன்றான தன்மையாக பறைசாற்றிய மதமானது, எல்லாவிதமான அறிவற்ற தன்மைகளை நீடித்திருக்கச்

செய்யவும், தடையின்றி குற்றஞ்செய்யவும், எல்லா மடமைகளிலும் மோசமானதான போரில் ஈடுபடச் செய்தது, மதத்தின் தவறல்ல. மனிதாபிமானமற்ற தன்மைக்கு விஞ்ஞானத்தையோ, விஞ்ஞானியையோ குறைகூறவும் கூடாது. இவையெல்லாம் வெற்றுரையே. ஏனெனில் ஜார்ஜ் பெர்னார்ட் ஷாவின் வார்த்தைகளில்:

> *"அறிவியலும், மதமும் ஒவ்வாதிருக்கும் நிலையில், அரசியல் ரீதியில் தற்கொலை உலகப் போரை பிரதிபலிக்கின்றன. இரண்டில் ஒன்று சரியானது என்றும், மற்றவை தவறானது என்றும் கூறப்படுவது பகுத்தறிவல்ல, சிந்தனையின்றி, கண்மூடிக்கொண்டு முடிவுகளை மேற்கொள்வது..... நாம் அவற்றை முற்றிலும் சரியாகப் புரிந்து கொள்ள முடியுமென்றால், அவற்றிற்கிடையேயான முரண்பாடுகள் மறைந்துவிடும். நாம் ஒரேயொரு கலவையாக், மத அறிவியலை மற்றும் அறிவியல் மதத்தைக் கொண்டிருக்க வேண்டும்."*

□□

*இங்கு கூறப்படும் கருத்து என்னவெனில், காந்தி பற்றிய லூயி பிஷரின் பிரசித்தி பெற்ற அறிக்கையில்-அவர் கிறித்துவத்தை தழுவினார், ஆனால் கிறிஸ்துவை புறக்கணித்தார் என்பதன் அடிப்படையிலானதாகும்.

21

இளமையில் கற்பித்தல்

"ஹோ, என் கட்டளைகளை உற்றுக் கேட்காதவர்களே! உங்கள் அமைதி நதிபோல் ஓடட்டும்."

—ஐசய்யா 48:18.

இளம் மனங்களைப் பேணுதல்

அன்றொரு நாள் பதினாறு வயதுச் சிறுவன் ஒருவன், கார்டினல் நியூமேனின் "எ ட்ரூ ஜென்டில்மேன்" என்ற அழகான புத்தகத்தை வேண்டா வெறுப்பாகப் படித்துக்கொண்டிருப்பதைக் கண்டு அதிர்ச்சியுற்றேன். இந்த விடலைப் பையனுக்கு இது சாதாரண இலக்கிய புத்தகம், தனது தேர்வில் வரக்கூடிய கேள்விக்குப் பதிலளிக்க படித்தாக வேண்டும் என்பதைத் தவிர வேறு முக்கியத்துவம் ஏதும் தெரிந்திருக்கவில்லை. நான் விடலைப் பையனாக இருந்தபோது ஒரு டைரியின் முன்பக்கத்தில் இந்த புத்தகத்தின் பாகத்தை நான் முதலில் படித்தபோது எவ்வளவு சந்தோஷமடைந்தேன் என்பது இப்போதும் எனக்கு நன்றாக நினைவிருக்கிறது. என்னுடைய இளம் மனதில் அழியாத முத்திரையாக அந்தப் படம் விளங்கியது. நான் அதை வெட்டி எடுத்து, என்னைத் தூண்டிய விஷயங்களின் திரட்டில் ஒட்டி வைத்தேன். அதை நான் பலதடவைகள் படித்தேன் மற்றும் அது எனக்கு மனப்பாடமாகத் தெரியும். அதிலிருந்து நான் பயன்பெற்றேன் என்று நம்புகிறேன். பயன் பெற்றது மட்டுமின்றி, அதன் சிறப்பை, அதன் வடிவமைப்பையும், உள்ளாக்கத்தையும், பாராட்டுவதில் செல்வந்தனானேன். அந்த சிறுவனைப் பார்த்து இரக்கப்பட்டேன், நான் சார்ந்திருந்த கருத்தியற் கோட்பாட்டில், அவனது தலைமுறை, அப்படித்தான் தோன்றியது, நம்பிக்கை கொண்டிராமல் போயிருக்கலாம். இதைப் பற்றி எனது நண்பரிடம் அளவளாவியபோது, அறிவியலில் ஆழ்ந்த ஆர்வம் காட்டும் ஒரு சிறுவன் (இந்தச் சிறுவனும் அப்படியே), வேறு எந்த பாடமும் கிளர்ச்சியை உண்டாக்குவதில்லை என்று கூறி என்னை ஆசுவாசப்படுத்தினார். உண்மையில், எனக்கு இது நிம்மதியை அளிக்கவில்லை. இந்த சிறுவன் மிகவும் இளைய வயதாக

இருக்கும்போது அவனுக்கு சில கருத்தியற் கோட்பாடுகளை மனதில் புகுத்த முயன்றேன், ஆனால் *அவனது* வட்டாரத்தில் இருக்கக்கூடிய சூழலின் காரணமாக இருக்கலாம், அவன் கற்றுக்கொண்ட சிலதும் ஆவியாகப் பறந்து போயிருக்கலாம்!

குழந்தைகளுக்கு பெருந்தன்மை தானாகவே வராது என்று சொல்லக் கேட்டிருக்கிறேன். அதை அவர்களது மனதில் விதைக்க வேண்டும் மற்றும் பேண வேண்டும். மனிதனின் நெஞ்சில் இடம்பெறக்கூடிய அநேகமாக எல்லா புனிதமான உணர்வுகளைப் பற்றியும் இவ்வாறு கூறமுடியுமல்லவா? உண்மைத்தன்மையின் மேம்பாடு, சுய-தியாகத்தின் பெருமை, கருணையின் வெம்மை, இந்த கருத்துக்கள் அனைத்தையும் பரிசீலிக்க வேண்டும், அவற்றின் மனிதநிலை செல்வாக்கிற்கு நம்மை வெளிப்படுத்திக் கொள்ளப் போகிறோம் என்றால் நமது மனதில் பதிய வைத்துக் கொள்ள வேண்டும்.

தற்கால கல்வி, பெருமைமிகு மற்றும் கருத்தோன்றிய வாழ்வின் வழிகளுக்கு, இளம் மனங்களை வெல்லும் வாய்ப்புகளை புறக்கணிப்பது வேதனை தருகிறது. இந்த விஷயங்களில் முன்முயற்சி மேற்கொள்ளாமல் வரவிருக்கும் தலைமுறைகளின் வாழ்க்கையிலிருந்து புனிதமனா உணர்வுகளை ஒரேயடியாக நீக்கிவிடுவோம் எனத் தோன்றுகிறது. இதயம் மற்றும் ஆத்மீக உணர்வு குறித்த விஷயங்களில் இளைஞர்களுக்கு அறிவுருத்தாமல் போவது நமது கடமைகளைச் செய்யத் தவறியது போலாகும், அதோடு நமது மூதாதையர் நம்மீது வைத்திருந்த நம்பிக்கைக்குத் துரோகமிழைப்பதாகும். நாம் நெருப்புப் பந்தத்தை வரும் தலைமுறையிடம் ஒப்படைப்பதில்லை. எட்மண்ட் பர்க் கூறியவாறு:

"*தீயசக்தி வெற்றிபெற, நல்ல மனிதர்கள் ஒன்றும் செய்யாதிருந்தாலே போதும்.*"

இளம் குழந்தைகளுக்கான ஒழுக்கப்பண்பு மற்றும் மத அறிவுரைகளை தொலைக்காட்சி நிகழ்ச்சிகள் மற்றும் திரைப்படங்களிடம் ஒப்படைத்ததற்கு நம்மைத்தான் குறைகூறிக் கொள்ள வேண்டும். திரைப்பட நட்சத்திரங்களும், தான்தோன்றிகளும் இளைய தலைமுறையின் நாயகர்களாக ஆனதில் ஆச்சரியமில்லை.

இந்த புத்தகத்தின் ஓரிடத்தில் ஜோசப் அட்டிசானின் பிரசித்தி பெற்ற கட்டுரையான 'கற்பனையின் இன்பங்கள்' பற்றிக் குறிப்பிடப்பட்டிருக்கிறது. பொழுதுபோக்காக இயற்கை அழகை பகல் கனவு கண்டு அதிலிருந்து இன்பம் பெறுவதைப் பற்றி அவர் குறிப்பிட்டிருக்கிறார். 'அருட்தந்தையே, இவர்களை மன்னியுங்கள். இவர்கள் என்ன செய்கிறார்கள் என்று இவர்களுக்குத் தெரியாது', என்று,

தம்மை தூக்கிலிட வந்தவர்களுக்காக பிரார்த்தனை செய்த கர்த்தரின் செய்கையை, அல்லது தமது அரசாட்சி, வசதி, மனைவி, குழந்தை ஆகியோரை இரவின் இருளில் விட்டுவிட்டு மனித இன்னல்களுக்கு மருந்து தேடி தமது அரண்மனையை விட்டு வெளியேறிச் சென்ற கௌதம புத்தரின் மாபெரும் தியாகத்தை, இது போன்ற பல விஷயங்களை, மீண்டும் நினைவுகூர்ந்து மயிர்கூச்செரியும் நம்மைப் போன்ற ஒரு சிலர், நமது புதல்வர்களுக்கும், புதல்விகளுக்கும் இவற்றை கிடைக்காமல் செய்வது என்ன நியாயம்? நாம் அவர்களிடமிருந்து அருமையான பாரம்பரியத்தைத் திருடுகிறோம்.

உண்மையாகக் கூறப்போனால், எனது மேலை நாட்டு வயதுவந்த நண்பர்கள், வேலையிலிருந்து திரும்பிவந்ததில் இருந்து அடுத்த நாள் காலை வரையிலான நேரத்தை எப்படிக் கழிக்கிறார்கள் என்பது எனக்குத் தெரியாது. அவர்களில் பெரும்பாலோர் விருந்துகளுக்குச் செல்வதிலும், பொது ரெஸ்டாரெண்டுகள், ஓட்டல்கள் சென்று உணவருந்துவதிலும், திரைப்படங்கள் அல்லது நாடகங்கள் பார்ப்பதிலும், அல்லது குடித்துவிட்டு, இரவு-நேர கேபரே நடனங்களைக் கண்டு கழிப்பதிலும் ஈடுபட வீட்டிலிருந்து வெளியே இருக்கிறார்கள் என்று கூறப்படுவது உண்மையானால், கர்தர் சிலுவையில் அறையப்பட்ட அல்லது ஆபிரகாம் லிங்கன் கொலை செய்யப்பட்டதற்குப் பிறகு இதுதான் மிகப்பெரிய தனிப்பட்ட துயரச் சம்பவமாக இருக்கும் என்று நான் நினைக்கிறேன். நமது வீடுகளின் பாதுகாப்பான சுவர்களுக்குள் நமக்காக வாழும், குழந்தைகள் வயதுவந்த ஆணாகவோ, பெண்ணாகவோ வளர்வதைப் பார்த்துக் கொண்டு, நம்முடைய மற்றும் குழந்தைகளுடைய குணாம்சங்களை வலுப்படுத்திக் கொண்டு, வாழும் மிகவும் மதிப்புவாய்ந்த வாய்ப்பை எடுத்தெறிகிறோம். எளிமையான, ஆனால் மிகவும் மகிழ்ச்சியான வாழ்க்கை வாழ்ந்த நமது முன்னோர்களின் வாழ்க்கை முறையை திரும்பிப் பார்ப்போம். காலத்தை பின்னோக்கி சரிசெய்து வைக்க வேண்டும் என்று கூறவில்லை. படகுகளை நாம் எரித்து விட்டோம், திரும்பிச் செல்ல இயலாது. ஆனால், நம்மால் இயன்ற இடத்தில், நாம் ஏன் செய்யக்கூடாது? நமது மாலைப் பொழுதுகளை நம் குழந்தைகளுடன் செலவழிப்போம், உணர்வுகள், உணர்ச்சிகள் மற்றும் வாழ்க்கை முறைகளின் இனிமைக் கதைகளைப் பற்றி அவர்களுக்குக் கூறுவோம்.

விளையாட்டுக்கள் மற்றும் தடகள ஓட்டத்தில் நாமனைவரும் இந்த முழக்கத்தைக் கேட்டிருப்போம்: "இளமையில் கற்பி!" விளையாட்டுத் திறன்கள் இள வயதிலேயே கண்டுபிடிக்கப்பட்டு, பயிற்சியளிக்கப்பட வேண்டும். உள்ளார்ந்த, பிறவியிலான திறமை இல்லாவிட்டால், பயிற்சி, தொடர்ந்த நிலையான பயிற்சி, இயற்கையிலில் இல்லாத ஆர்வத்தை ஈடுகட்டும். அதே போல, நமது குழந்தைகளிடம், அவர்கள் இள வயதில்

இருக்கும்போதே, மத உணர்வையும் நாம் ஊட்ட வேண்டும். மதத்தை தாய்ப்பாலுடன் சேர்த்து ஊட்ட வேண்டும்-அதாவது சிசுவாக இருக்கும்போதிலிருந்து. அனுபவத்திலிருந்து கற்றுக் கொள்ளுமாறு குழந்தையை விட்டுவிட முடியாது, தீ சுட்டுவிடும். அதே போல, கற்றுக் கொடுக்கும்வரை மதம் காத்திருக்காது, அது என்னவென்று தெரிந்து குழந்தைகள் பின்பற்றும்வரை காத்திருக்காது. குழந்தை சில சமயங்களில் உணவை மறுக்கலாம். அதை தட்டிக்கொடுத்து அல்லது வலுக்கட்டாயமாக உணவு கொடுக்க வேண்டும். அதே போல, இயற்கையாக ஆர்வம் இல்லாவிட்டாலும் குழந்தைக்குக் கற்றுக் கொடுக்க வேண்டும், கடவுள் பற்றிய பயபக்தி மற்றும் ஒழுக்கப்பண்பு விதிகளைக் கற்றுக் கொடுக்க வேண்டும். இதைக் கற்றுக் கொடுத்ததற்காக குழந்தை பின்னாளில் உங்களுக்கு நன்றி கூறும். நமது குழந்தைகள் நமது கடினமான நீதிபதிகளுமாவர். நாம் அவர்களை ஏமாற்றினார்ல், அவர்கள் சாபமிட்டு நம்மை வெறுபார்கள், அப்போது அதைத் திருத்த காலம் கடந்து விடும். அதே சமயம், நாம் அவர்களுக்கு பணிவு மற்றும் நன்னடத்தைகள் பற்றியும் கற்றுத் தர வேண்டும்-சுய-தியாகத்தின் சிறிய செயலும் மற்றவர்களை இன்முகப்படுத்த மற்றும் அன்றாட வாழ்வின் சக்கரங்களுக்கு ஆயில் போடுவது போல. நாமே அவர்களுக்கு முன்னுதாரணமாக இருக்க வேண்டும். முன்னுதாரணம் பயனளிக்கவில்லை என்றால், மென்மையாக கட்டாயப்படுத்துங்கள், உங்களுடைய செல்வாக்கு சக்தியைப் பயன்படுத்துங்கள். உங்களால் முடிந்தால் தாஜா செய்யுங்கள், தட்டிக் கொடுங்கள், அச்சுறுத்துங்கள் மற்றும் தேவையென்றால் தண்டியுங்கள் அல்லது கேலி செய்யுங்கள். உங்களுக்கோநீங்களோ, உங்கள் குழந்தைகளோ கடமையிலிருந்து வழுவ முடியாது.

குழந்தைகளை ஒழுக்கப்படுத்தியாக வேண்டும்

நாம் உளவியல் உலகில் வாழ்கிறோம். இப்போதெல்லாம் எதைவேண்டுமானாலும் உளவியல் என்கிறார்கள். புதிய வார்த்தைகள் மற்றும் சொற்றொடர்கள் அதாவது அடக்கிவைத்தல், சுய-வெளிப்படுத்துதல் போன்றவை வந்திருக்கின்றன. நமது எல்லா கற்பனைகளிலும் நாமோ, நமது குழந்தைகளோ ஈடுபடுவதை நம்மால் அனுமதிக்க முடியாது என்பது பொது அறிவு. குழந்தைகளை ஒழுக்கப்படுத்தியாக வேண்டும், ஆனால் அது கடுமையான அல்லது கருணையற்ற நடைமுறையாக இருக்க வேண்டியதில்லை. இதை நீங்கள் விளக்கும் விதத்தில் செய்யலாம். இங்குதான் நீங்கள் உங்கள் அறிவுத் திறனை நீங்கள் நிரூபிக்க முடியும். உங்களுக்கு இது ஒரு சோதனை, நீங்கள் தட்டிக்கழிக்க முடியாது. ப்ளோரன்ஸ் நைட்டிங்கேலாகவோ,

ஆப்பிரகாம் லிங்கனாகவோ நம் எல்லோருடைய குழந்தைகளும் மலர வேண்டும் என்று விரும்பக்கூடாது. இது அவசியமும் அல்ல. இருந்தாலும், அவர்கள் அறிவு பெற்றவர்களாக, சட்டத்திற்கு பணிந்து நடக்கும் குடிமக்களாக, மகிழ்ச்சியாகவும், மற்றவர்களுக்கு, தங்கள் சமுதாயத்திற்கு, தங்கள் நாட்டிற்கு, இதனால் தங்கள் உலகிற்கு-மதம் மூலம் பயனுள்ளவர்களாக இருப்பதை நாம் காண வேண்டும். நாம் இதை அடைந்துவிட்டால், இது சிறிய சாதனையல்ல. இது உலகின் நலவாழ்விற்கு நமது சொந்த பங்களிப்பாக இருக்கும்.

❏❏

22

கடவுளை அணுகுவதற்கான வெவ்வேறு முறைகள்

"மெய்யற்றதிலிருந்து மெய்ம்மைக்கு என்னை இட்டுச் செல்,
இருளிலிருந்து ஒளிக்கு என்னை இட்டுச் செல்,
மரணத்திலிருந்து தெய்வீக நிலைக்கு என்னை இட்டுச் செல்."

—உபநிஷத்துகள்.

எல்லா இடத்திலும் மனித இயற்கை ஒன்றுதான்

ஒவ்வொரு நபரும் வெவ்வேறு தூண்டுதல்களுக்கு வெவ்வேறு விதமாக செயல்படுகிறார். உதாரணமாக, ஒருவர் மிகவும் கஷ்டப்பட்டுவிட்டு, ஓரளவுக்கு வசதியான மற்றும் மகிழ்ச்சியான நிலையை எட்டியதும், கஷ்டப்படும் மற்றவர்கள் குறித்த அவரது மனப்போக்கு முற்றிலும் மாறுபட்ட இரண்டு எதிர்மறைகளில் ஒன்றாக இருக்கும்: (அ) மற்றவர்கள் தேவையில்லாமல் அல்லது தவிர்க்கக்கூடிய விதத்தில் இன்னலுறாமல் இருப்பதைப் பார்க்க விரும்புவார் மற்றும் அந்த திசை நோக்கிய நடவடிக்கைகளை எடுப்பார். முன்பு கஷ்டப்பட்டவர்கள் மனித குலத்தின் மாபெரும் பயன் தருபவர்களாக மாறியதற்கு சரித்திரத்தில் பல உதாரணங்கள் இருக்கின்றன. ஹெலன் கெல்லரின் வாழ்க்கை, இன்னலுறும் சக மனிதர்களுக்கான, அல்லது மற்றவர்களுடன் பேசி தகவல் தொடர்பு கொள்ள இயலாதவர்களின் மறுவாழ்விற்கு உதவிட, பெருமைமிகு பணி செய்த மாற்றுத் திறனாளியின் பளிச்சிடும் மற்றும் மறக்க இயலாத உதாரணமாவார். (ஆ) அல்லது முன்பு கஷ்டப்பட்டவர் வெறுப்பு மிக்கவராகவும், அதே போன்ற இன்னல்களை எதிர்கொள்ளும் மற்றவர்களைப் பார்த்து மனத்திருப்தி பெறுபவராக இருப்பார். பாதிக்கப்பட்ட மருமகள், கொடூரமன மாமியாராக மாறுவது அனைவருக்கும் தெரிந்ததே. மூன்றாவது பிரிவாக நடுநிலைப் பாதையை மேற்கொண்டு, கண்டுகொள்ளாத

பார்வையாளராக, மற்றவர்களின் இன்னல்கள் குறித்து கவலைப்படாதவர்களும் இல்லாமலில்லை. எப்படியிருந்தாலும், தூண்டுதலுக்கான பதிலளிப்பு மாறுபடுகிறது என்பதைப் பார்த்தோம். ஆனால் இந்த உண்மைக்கு, உளவியல் மிகவும் சிக்கலற்றது, மற்றும் சில சமயங்களில் தவறான பாதை காட்டக்கூடிய அறிவியல்!

அதன் பிறகு மனப்பாங்கு பற்றி கேள்வி எழுகிறது. சில தெரிந்த அல்லது தெரியாத காரணங்களுக்காக (ஓட்டப்பந்தயத்தின் ஆரம்பத்தில் மாற்றுத் திறனாளிகளும், போட்டியிடும் எல்லோருக்கும் சமமானவர்கள் என்று வைத்துக் கொள்வோம்), மனிதர்கள் மாறுபட்ட மனப்பாங்கு அல்லது தன்மைகளைக் கொண்டவர்கள். ஒருவருக்கு உடல் தசை வலு அதிகமாக இருக்கும், அவர் அதிகப்படியான உடல் சக்தியால் உந்தப்பட்டு இடையறாது செயல்பாடுகளில் தம்மை ஈடுபடுத்திக் கொள்வார். மற்றொரு வகை உணர்ச்சிப்பூர்வமானது, இவர்கள் நிகழ்வுகளுக்கேற்ப, அதிகமான பாசமுடையவர்களாக அல்லது ஈடுபாடுடையவர்களாக, அன்பு செலுத்த விரும்புபவர்களாக மற்றும் அன்புக்கு ஏங்குபவர்களாக இருப்பார்கள். மூன்றாவது பிரிவு, அறிவு ஜீவிகளைக் கொண்டது. அவர் எல்லாவற்றையும் நிரூபணத்திற்கு வைப்பார் மற்றும் பகுத்தறிவுக்கு உட்பட்டுதான் எந்தவொரு கருத்தையோ, உண்மையையோ ஏற்றுக் கொள்வார். எனவே மூன்று முக்கிய வகைகள் உருவாகின்றன: தசைவலுவுள்ள மனிதன், இதயமுள்ள மனிதன் மற்றும் மூளையுள்ள மனிதன். இதில் 'மிக அதிகமாக' என்பது முக்கியமான வார்த்தை. எந்தவொரு மனிதனும் இவற்றில் தனிப்பட வகைப்படுத்தப்பட முடியாது- அவன் ஏதாவது இரண்டு அல்லது எல்லா மூன்றின் கலப்பாக இருப்பார்.

மதம் சிந்தனையாளர்களால் வெவ்வேறுவிதமாக வரையறுக்கப்பட்டுள்ளது. "மதம் அத்தியாவசிய தெளிவற்ற நிலையைக் கையாள்கிறது, கடைசி ஆய்வின்படி, எந்தவொரு மனித மொழியும் தகவல் தொடர்புக்கு முழுமையானதல்ல. மதம் மர்மத்தில் பங்குகொள்வதாகும்," என்கிறார் ஒரு மாபெரும் தத்துவஞானி. ஆனால் எல்லாக் காலத்திலும், சாதாரண மனிதன், ஒன்றுமறியாதவராக, அறிவுத் திறனின் பிரவாகத்தில் முனைப்பில்லாதவராக, கல்வி அல்லது வாதமுறை ஆராய்ச்சியில் ஈடுபாடற்றவராக இருந்திருக்கிறான். சாதாரண மனிதன் மதத்தை கடவுளுடன் தொடர்புபடுத்துகிறான். ஞானமற்றவர்களுக்கு, கடவும் கண்டிப்பாக மனித உருவிலானவராக இருக்க வேண்டும். வடிவமுடைய கடவுளை அவன் கற்பனை செய்கிறான் ஏனெனில் வடிவற்ற கடவுளை அவனால் கிரகித்துக் கொள்ள முடியாது. சில மதங்கள் (இவை மிகவும் பண்டையவற்றில் இடம்பெற்றவை), பக்தருக்கு தெய்வீக அவதாரங்கள் மூலமாக மனித உருவுடைய கருத்து குறித்து திட்டவட்டமான யோசனையைத் தருகின்றன. உதாரணமாக, இந்துக்கள், மனிதனுக்குத் தெரிந்தவற்றில்

மிகப் பழமையானது, 'இஷ்ட தேவதைகளை' ஏற்றுக் கொள்ளும் சுதந்திரம் பெற்றிருக்கின்றனர், ஒருவருக்கு பிடித்தமான தெய்வீக அவதாரத்தை தேர்ந்தெடுக்கிறார்கள். கல்வியறிவுடையவர், உண்மை தெரிந்தவர், இதுபோன்ற தெரிவுகளில் ஈடுபடுவதில்லை ஏனெனில் அன்பின் மூலமாக கடவுளிடம் முழுமையாக சரணாகதியடைய, இந்த வடிவிலான பக்தி அல்லது மதிப்பு என்றறியப்படும் வழிபாட்டில் அவருக்கு அதிக வாய்ப்பு கிடைக்கிறது. உண்மையில், அறிவுத்திறனில் மேன்மை கொண்டவர், எளிய மனிதனின் பக்திச் செயலை, அல்லது வழிபாட்டை, ஏற்றுக் கொள்வதில்லை.

முதலில் நான் 'அன்பின் பாதையை' விவாதத்திற்கு எடுத்துக் கொண்டேன், கடவுளை அல்லது இறைத்தன்மையை அணுகுவதற்கான வெவ்வேறு முறைகளில் இது முக்கியமானது என்பது இதனால் தெளிவாகிறது. இது ஏனெனில், பெரும்பாலான மனிதர்கள், அன்புக்கும், அன்பு செலுத்துவதற்கும் அதிக விழைவுடையவர்களாக இருக்கின்றனர். மனிதனின் மிகவும் அடிப்படை ஆனால் முக்கியமான தேவையான - அன்பு செலுத்துதல் மற்றும் பெறுதல் - நிவர்த்தியாகாதிருப்பதால் விளையும் வெறுமை பல நவீன முன்னணி உளவியலாளர்களின் ஆய்வுக்கான விஷயமாக இருந்து வந்துள்ளது. ஆனால், முற்கால மனிதர்களும், அவர்களது முடிவுகளை அவ்வளவு எளிதாக ஒதுக்கித் தள்ள முடியாது, மனித உணர்ச்சிகளின் முழு வகைகள் மற்றும் விளைவுகளை உள்ளார்ந்து கணித்தனர். மனித வாழ்க்கைக் காதல் மண்ணாகும். சுயநலக் காதலை ஒருபோதும் திருப்திப்படுத்த முடியாது. உடைமைக் காதல் நீடித்திருக்காது. கண்ணில்லா காதல், காதற்கிளர்ச்சியுடைய வகையாகத் தோன்றும், ஆனால் உண்மையில் ஒருபோதும் மேம்படுவதாக இருக்காது. இதற்கான காரணத்தைத் தேடியலைய வேண்டியதில்லை. எல்லா மனித அன்புக்கும், அது தாயினுடையதாகவோ, காதலியினுடையதாகவோ இருந்தாலும், சுயநலமும், சதை சார்ந்துமிருக்கும். எல்லா அன்பும், பழங்கால ஆங்கில எழுத்தாளர் ராபர்ட் பர்டன் முன்பு கூறியவாறு, ஒருவிதமான அடிமைத்தனம். தாயின் அன்பு பல கவிஞர்களின் கவிதைகளில் இடம்பெற்றிருக்கிறது, ஏனெனில் இது தூய்மையான அன்புக்கு வெகு அருகாக வருகிறது. 'தூய்மையான அன்பு' என்றால் என்ன? அன்பு, பிற உணர்ச்சிகளைப் போலவே, பலனை எதிர்பார்க்கவில்லையெனில், ஒதுக்கித் தள்ளப்படும் அச்சமில்லையெனில், தூய்மைப்படுத்தப் படுகிறது. தூய்மையான அன்பைப் பற்றி கூறப்படுகிறது:

"அன்பின் தன்மையே விட்டொழித்தல். சுயநல ஆசைகளைப் பூர்த்தி செய்ய இதைப் பயன்படுத்த முடியாது."

மனிதர்களில் ஒருவர் மற்றொருவருக்கான அன்பு, எந்தவொரு வடிவிலோ, உறவிலோ இருந்தாலும், ஏதேனும் ஒரு கட்டத்தில் ஏற்படும் அல்லது இன்னலும். இது ஒருவரை மிகவும் திருப்திகரமான மற்றும் திருப்திப்படுத்தும் அன்புக்காக ஏங்க வைக்கும். தனது மகனை, ஓரளவு அந்நிய நபர், அவனுடைய காதலியின் வடிவில், தனக்குச் சொந்தமானவனாக வரித்துக் கொள்ளும்போது தாயின் மனநிலை எப்படியிருக்கும்? கடவுளைத் தவிர வேறு யார், தூய்மையான, திருப்தியுறும், மேம்பட்ட அன்பிற்கு பாத்திரமாக இருக்க முடியும்? ‘அன்பே கடவுள்’ என்று கூறப்படுவதில்லையா? கடவுளுக்கான அன்பு ஒப்பற்ற நிலையில் இருக்கிறது மற்றும் அதற்கு ஈடு இணை ஏதுமில்லை.

கடவுளிடம் கொண்ட அன்பு

கடவுள் மீதான அன்பு எந்தவொரு குறிப்பிட்ட வகைமுறைக்கும் உட்பட்டதாக இருக்க வேண்டியதில்லை. அதில் பல்வகைத்தன்மை மற்றும் செழுமை இருக்கலாம். இது வண்ணமயமாக அகத்தூண்டுதலாக மற்றும் கற்பனைவடிவில் உருவானதாக இருக்கலாம். கடவுளை பல்வேறு உறவுகளில் அன்பு செலுத்தலாம். ஒன்றில், பக்தன் தன்னை கடவுளின் வேலயாளாகவும், கடவுளை எசமானராகவும் பாவித்துக் கொள்கிறான்; அல்லது அவன் பெற்றோர் போன்று மனப்பாங்கு கொண்டு தாய் குழந்தையிடம் காட்டும் அன்புபோல் கடவுளிடம் காட்டுகிறான். மூன்றாவது வகை என்னவெனில், நண்பன்□ சமமான நிலையில் நண்பர்களுக்குள்ளான அன்பு. அல்லது கடவுள் காதல் துணையாகவும், பிரிந்திருப்பதால் காதல் வாடுவதாகவும், காதலனுடன் இணைய ஏங்குவதாகவும் இருக்கலாம். அன்பின் ஆழம் பக்தனை பைத்தியமாக்குகிறது மற்றும் அவன் இரவும் பகலுமாக ஒரே நினைவாக-கடவுளுக்கான அன்பின் மீது.

பூசல்களும், வெறுப்பும் நிறைந்த உலகில், அன்புப் பாதையின் உயரியதன்மை, அதன் நோய்களுக்கான நிவாரணமாக இருப்பது தெளிவு. முக்திக்காக மட்டுமின்றி, உலகாதய இருப்புக்கும், சுயநலமற்ற அன்பு, பொன்னான வழி என்பதில் சந்தேகமில்லை. வெறுப்பு மற்றும் தீயதை அன்பு வெல்கிறது என்பதில் எந்த சந்தேகமும் இல்லை.*

அடுத்து நாம் தசைவலுவுடைய மனிதனை, செயல்பாட்டு மனிதனைக் காண்போம். அவன் கடவுளை எப்படி அடைவான்? சுயநலமற்ற எல்லா செயல்களைச் செய்வதால், வேலையே வழிபாடு என்று நினைத்து, எல்லா வேலைகளையும், அவற்றின் பயன்களை கடவுளிடம் அர்ப்பணித்து, செவ்வனே செய்கிறான். அன்புப் பாதை மற்றும் செயல் பாதைக்கு இடையிலான சந்திப்பு முனையைப் பாருங்கள். அன்பின் மூலமாக பக்தன் எப்போதும் கடவுளை நினைக்கிறான். “வேலை,

விடுவிப்பாளன்" என்ற தலைப்பிலான முந்தைய மூன்று அத்தியாயங்களில் இதை சிறப்பாகக் கண்டோம்.

மூன்றாவது பாதை, அறிவுப் பாதை, இது சிந்தனையாளர்களுக்கானது, சிந்தனை வடிவிலானது. அவனிடம் தலை/மூளை, அறிவுத்திறன் முக்கிய பங்குவகிக்கிறது. உலகாதய அறிவு மற்றும் உலகாதய வாழ்க்கையின் பயனற்ற தன்மையை அவன் உணர்ந்திருக்கிறான் மற்றும், கேள்வி மற்றும் பாகுபாடு- மெய்மை மற்றும் மெய்மையற்றதன்மைக்கு இடையிலான பாகுபாடு, நிரந்தரம் மற்றும் தற்காலிகத்திற்கு இடையிலான பாகுபாடு- மூலமாக இறைத்தன்மை நோக்கி தனது மனவுறுதியையும், சக்தியையும் பிரயோகிக்கிறான்.* புனித நூல்களின் உதவியுடன் ஆராய்ந்து, பகுத்தறிந்து, கடவுள் மட்டுமே உண்மையானவர் மற்றவை மெய்யற்றவை மற்றும் அந்த தனிப்பட்ட ஆன்மா, பிரபஞ்ச ஆன்மாவின் ஒரு பகுதியே என்ற அசைக்க முடியாத உறுதிப்பாட்டிற்கு வருகிறான்

உண்மையான மற்றும் உண்மையற்ற என்ற சொற்களை அவற்றின் சரியான அர்த்தத்தில் புரிந்து கொள்ள வேண்டும். இந்த உலகம் உண்மையற்றது என்று நான் கூறினால், அதில் உறுதியிருக்காது. இது உண்மையற்றது ஏனெனில், இது மாற்றங்களைக் காண்கிறது மற்றும் அதன் பங்கையாற்றிய பிறகு பல கட்டங்களைத் தாண்டிச் செல்கிறது. இன்று குழந்தையாக இருக்கும் ஒருவனை இருபதாண்டுகளுக்குப் பிறகு நீங்கள் சந்தித்தால், உங்களால் அவனை அடையாளம் கண்டுகொள்ள முடியாது. இன்றைய இளைஞன்,காலப்போக்கில் முதியவனாகிறான். பிறகு வருகிறது மரணம். எல்லாமே மாறும்போது வாழ்க்கை என்பது சென்று கொண்டேயிருக்கிறது. மேடை நிர்வாகி, நாடகாசிரியர் மட்டும் அப்படியே இருக்கின்றனர். ஞானமானது பல்வேறு வடிவங்களில் இருக்கிறது என்பதை, நமது பொதுவான உயிரைவிட மேம்பட்டதாக இருக்கிறது என்பதை ஒப்புக் கொண்டு, இவை இரண்டையும் நமது அன்றாட வாழ்வில் விழிப்பு மற்றும் கனவு நிலையில் ஒப்பிடலாம். கனவு காணும் ஒருவருக்கு மெய்யானதுபோல் தோன்றும் அது, விழித்த பிறகு மெய்யற்றதாக, நிழல் போல அவனுக்குத் தோன்றுகிறது. அதே போல, நமது இயல்பான நோக்கில் உண்மையானதாகவும், திடமானதாகவும் தெரிவது மெய்யரிவு பெற்ற ஆன்மாவுக்கு உண்மையற்றதாக தோன்றும்.*

---

* நம்மை உண்மையாக அன்புசெலுத்த நாம் கடவுளிடம் அன்பு செலுத்த வேண்டும்,-

கடவுளிடம் அன்பு செலுத்த அவனது எல்லா படைப்புகளுக்கும் அன்பு செலுத்த வேண்டும்,-

அவனது எல்லா படைப்புகளுக்கும் அன்பு செலுத்த, நாம் மற்றும் அவன்,

இந்த அன்பு எல்லாவற்றிலும் புத்திசாலித்தனமானது, நேர்மையானது மற்றும் மகிழ்ச்சியானது!

— **பிலிப் ஜேம்ஸ் பெய்லி..**

அறிவுப் பாதை மற்ற இரண்டு பாதைகளைவிட உயர்ந்தது என்பதில் சந்தேகமில்லை, ஆனால் இது மூன்றிலுமே மிகவும் கடினமானதாகும், ஏனெனில், அறிவு என்பது அறிவார்ந்த உறுதிப்பாடு மட்டுமல்ல. இது மெய்யறிவு. 'அறிந்தவன்' அவனாகிறான். பிறகு அவன் உயரியதிலிருந்து தனித்திருக்கவில்லை; இந்த வாழ்விலேயே முக்தியடைந்தவனாகிறான்.

அதன் பிறகு அருள் என்ற சொல் இருக்கிறது. இதை எளிதாக வரையறுக்கவோ, கிரகித்துக் கொள்ளவோ முடியாது. ஆன்மாவின் வளர்ச்சி எந்தக் கட்டத்தில் இருந்தாலும், தெய்வீக அருளின் சக்திமிக்க தலையீட்டினால் ஒருவரது இதயத்தை துளைத்து அருளானது, அதை உயரிய நிலைக்கு-முக்திக்கு இட்டுச் செல்கிறது. இதை விளக்க முடியாது ஆனால் இயலக்கூடியது.

முந்தைய அத்தியாயத்தில் உலகாதய வாழ்வில்-சதைப்பிண்ட வாழ்வில், ஈடுபட்டிருக்கும் ஒரு நபர் திடீரென மாற்றம் பெற்றதைப் பற்றிக் குறிப்பிட்டோம். மின்னலைப் போல உலகாதய வாழ்வின் பயனற்ற தன்மை அவனுக்கு உதிக்கிறது மற்றும் அதன் பிறகு சாதாரண நிலையில் உயிர் பற்றி சிந்திக்க எதுவுமில்லை. அவன் நாத்திகனாகிறான், கடவுளை அன்புசெலுத்துபவனாக அல்லது கடவுளை உண்மையில் அறிந்தவனாகிறான். ஏதோ ஒரு நிகழ்வு நேரிடுகிறது, மேம்போக்காகக் கூறிய கருத்து, சில துணுகரச் செயல்கள் உடனடி காரணங்களாக அமைந்து அறியாமை என்னும் திரையைக் அகற்றி, அந்த மனிதன் அந்த தருணத்தில் துறவியாக மறுபிறப்பு கொள்கிறான். இந்த திடீரென்ற மாற்றத்திற்கு அல்லது வளர்ச்சியின் நிறைவுக்கு என இரண்டு காரணங்கள் இருக்கும் (உடனடி காரணத்திலிருந்து மாறுபட்டது). ஒன்று விவரிக்க இயலாத தெய்வீக தலையீடு, அருள். இரண்டாவதாக, திருப்பி செலுத்த ஏதுமில்லை, தகுதி மற்றும் தகுதியின்மை மிச்சமாக, எனவே அவன் சுதந்திரம் பெறுகிறான்.

இங்கு மீண்டும் வங்கிக் கணக்கை ஒத்ததன்மை இருக்கிறது. கடன் அல்லது வரவு மிச்சத்தொகை இல்லாத வாடிக்கையாளருக்கு வங்கி கணக்கு வைத்திருக்குமா? அவன் சிறிது பணத்தை விட்டு வைத்தால்தான் வங்கி அவனுக்கு தரவேண்டியிருக்கும். அல்லது வங்கி வாடிக்கையாளருக்கு வட்டிக்குக் கடன் கொடுத்திருக்க வேண்டும். வங்கி கொடுப்பதற்கு ஏதுமில்லை எனில் அல்லது அவர் வங்கிக்கு ஏதும் கொடுக்க வேண்டாம் எனில், என்ன நேரிடுகிறது? கணக்கு மூடப்படுகிறது அவ்வளவுதான்!

இப்போது தகுதி, தகுதியின்மையிலும், தனிநபர் வாழ்க்கை மற்றும் அதன்விளைவான செயல் தத்துவத்தின் இயக்கத்திலிருந்து மேற்கூறிய

நிலைமை எழுகிறது. ஒரு மனிதன் பாவம் செய்திருந்தானானால், அவன் அதற்காக வேதனைப்பட்டாக வேண்டும். நல்ல செயல்களுக்கும், அந்த தகுதி முடிவுறும்வரை பரிசை அவன் அனுபவித்தாக வேண்டும். இது ஒரேயொரு வாழ்வின் காலத்திற்குள் கட்டுப்பட்டிருக்க வேண்டியதில்லை.* மறுபிறப்பு, மறுஅவதாரம் என்ற கருத்து, அறிவியல் அல்லது இயற்கை கணிப்புகளின் அடிப்படையில் அமைந்ததாக அநேகமாக உலகம் முழுவதும் ஒப்புக் கொள்ளப்பட்டதானது, சேர்த்துக் கொண்ட-செலவழித்த (தகுதி அல்லது தகுதியின்மை) சுழற்சி அடுத்துவரும் உடல் தோற்றம் அல்லது பிறப்பிற்கு பரவுகிறது. ஆன்மா வளர்ச்சி பெறும்போது, எந்தவொரு தருணத்திலும், இவை இரண்டு (தகுதி, தகுதியின்மை) மீதத்தொகை கடவுள்-மெய்யறிவுடன் கலக்கும்போது அதற்கு மறுஅவதாரம் அல்லது மறுபிறப்பு கிடையாது. உன்னதத்துடன் கலப்பது மட்டுமே இருக்கும். இதுபோல உன்னதத்துடன் கலத்தல் அல்லது உன்னத கலப்பை வாழ்வின் இறுதியாக, உடல் ரீதியிலான மரணமாகக் கொள்ளக்கூடாது. உண்மையில், ஜீவன் முக்தி என்ற சொல் (நேரடிப் பொருளாக, உயிருடன் இருக்கும்போதே அல்லது இந்த வாழ்விலேயே முக்தி பெறுவது எனக் குறிக்கும்) வாழும்போதே உன்னத தருணம் வருவதைக் குறிப்பிடுகிறது. கலத்தல் திருப்ப இயலாதது, தன்னிச்சையாகவோ, வலுக்கட்டாயமாகவோ திரும்பிச் செல்தல் என்பது கிடையாது. ஏன் இருக்க வேண்டும், ஏனெனில் இதுதான் ஆன்மீக முயற்சியின் நிறைவு அல்லவா? ஆன்மீகத்தின் பயணம் முடிவுக்கு வந்துவிட்டது-அது தனது சொர்க்கத்தை மற்றும் இல்லத்தை அடைந்துவிட்டது. உண்மையான சாதுக்கள் கடவுளுக்கு புறமுதுகு காட்டிவிட்டு மீண்டும் உலகாதய மனிதர்களின் நிலைக்கும்

---

* இது தொடர்பாக 'மாயை கருத்தை' குறிப்பிடுவது பொருத்தமாக இருக்கும். இந்த கருத்தின் அறிவியல் அடிப்படையை இவ்வாறு விளக்கலாம்:

> *"உதாரணமாக, நவீன விஞ்ஞானி, உலகு குறித்து இரண்டு விதமான கருத்துக்களை தமது மூளையில் கொண்டிருப்பார். எளிமையான கருத்துக்கள் பெரிய அளவிலான பொருட்களைக் கொண்டவை-நீங்கள், நான், மேசைகள், நாற்காலிகள், பாறைகள் போன்றவை. இதற்கு மற்ற மனிதர்களைப் போல விஞ்ஞானியும், திடநிலை, இடம், உண்மைநிலை போன்ற கருத்துக்களைக் கொண்டிருப்பார். ஆனால் அந்த விஞ்ஞானி தம்முடைய சிந்தனையை அடிப்படை நிலைக்கு கீழிறக்கிப் பார்க்கும்போது, ஒரு புதிய மற்றும் கருத்தியல் யோசனைகள் காட்சிக்கு வருகின்றன. ஒரு மேசை, அணு இயற்பியலாளரின் கருவிகளுடன் காணப்படும்போது, நிழலாக, தெளிவற்ற ஒன்றாகக் காட்சியளிக்கிறது. இப்படிப் பார்க்கையில், மேசை தன்னுடைய பெரிய திடப் பொருள் என்ற தோற்றத்தை முற்றிலுமாக இழந்து விடுகிறது."*

—வாரன் வீவர்.

புகுவது என்பது கேள்விப்படாத ஒன்று. நாம் விதிவிலக்கைக் கண்டோமானால், அந்த 'சாது' உண்மையில் போலியான, மோசடியான மற்றும் உண்மைத்தன்மையற்றவர் என்றுதான் கொள்ள வேண்டும். பூவிலிருந்து பழம் தோன்றியதும் அது கீழே விழுவதுபோல, மெய்யறிவு பெற்ற மனிதனின் தேகமும் உரிய காலத்தில் அழியும். இயல் உடல் மரணமடையும்போது ஆன்மா கடவுளுடன் இரண்டறக் கலக்கும், எனவே மறுபிறப்பு என்பது இருக்காது.

இங்கு நான் மேற்கூறிய இறுதி கலப்பிற்கு மற்றும் உடல் நீங்குவது பற்றிய எடுத்துக்காட்டைப் பார்ப்போம். தண்ணீர் உள்ள பாத்திரம் சூரியனின் கதிர்களை அருகிலுள்ள சுவரில் பிரகாசமான ஒளிக் கற்றையாக பிரதிபலிக்கிறது. இரண்டு காரணிகள் இருக்கின்றன- சூரியன் அல்லது சூரிய ஒளி மற்றும் அதன் பிரதிபலிப்பு. பாத்திரத்தில் உள்ள நீரை தரையில் கொட்டியதும் அது ஈர்த்துக் கொள்ளப்படுகிறது. பிரதிபலிப்பு என்னவானது? அது அசல் ஒளிப் பிம்பத்துடன் கலந்துவிடவில்லையா? இறைநிலை உடலின் வழியாக பிரதிபலிக்கிறது. இந்த பிரதிபலிப்புதான் தனிநபர் ஆன்மா. உடலானது அதன் அடிப்படை தன்மைக்கு திரும்பியதும், தனிப்பட்ட ஆன்மா இறைநிலையுடன் ஒன்றெனக் கலந்து விடுகிறது.

▯▯

---

*உயிர் என்பது ஆன்மாவின் கூடுவிட்டு கூடு பெயர்ந்ததாகும், பல்வேறு உடல்கள், பல்வேறு நிலைகளின் மூலமாக; புதிய நடத்தைகள், விருப்பங்கள், ஒவ்வொன்றிலும் புதிய முனைப்புகள்; ஒன்றுமில்லாதன்மையில், அதேபோல இருக்கும். குழந்தைப் பருவம், விடலைப் பருவம், இளமை, வயது, இவை எல்லாமே முன்னோக்கிப் போகக்கூடியவை, எப்போதுமே ஒன்றில் மற்றதைத் தொலைத்ததாகும், மரணத்தின் நூலில் ஆடுவது போல இழந்தவை.
—ஜேம்ஸ் மான்ட்கோமெரி (1771–1854)
—உயிர்

23

மூன்று கதைகள்

"தெய்வத்தன்மை என்று எதுவுமில்லை, கடவுளின் மாபெரும் இயற்கைத் தன்மை மட்டுமே உண்டு. விந்தைகள் கிடையாது; தெய்வீக விதிகளை உயரிய நிலைகளுக்கு பயன்படுத்தும்போது வசப்படக்கூடிய எப்போதுமிருக்கும் வாய்ப்பு மட்டுமே உண்டு."

—எரிக் பட்டர்வொர்த்—'வாழ்க்கை வாழ்வதற்கே'

உலகாதய மனிதன் என்ற கருத்து

கடந்த அத்தியாயத்தில், உலகாதய மனிதர்கள் அவர்களது சுற்றத்தில் இருப்பவர்கள் கூறிய கருத்து அல்லது எதிர்பாராத சம்பவம் அல்லது துணிகரச் செயல் ஆகியவற்றால், முக்கியமான தருணத்தில் சாதுக்களாக மாற்றம் பெறுகின்றனர் என்று பார்த்தோம். இப்போது நான் எடுத்துக்காட்டாக மூன்று கதைகளைக் கூறுகிறேன். இவை முற்றிலும் சரித்திரச் சான்றுடையதா அலல்து வெறும் கட்டுக் கதைகளா என்பது எடுத்துக்காட்டுகளின் மதிப்பைக் குறைக்காது. பண்டைய இந்துமத இலக்கியத்தில், இறைநிலை சார்ந்த அல்லது பெரும் விந்தையிலான நிகழ்வுகள் அல்லது கூற்றுகளின் விளக்கம் பொதுவாக இருக்கும்: தேவர்களும், மனிதர்களும் ஒருவருடன் ஒருவர் பேசிக் கொள்வார்கள், பல்வேறு வடிவங்களில், மனித வடிவத்தைவிட கீழ்ப்பட்ட வடிவங்களிலும், கடவுள் மண்ணில் தோன்றுவார், தமது பக்தர்களைக் காக்க, இயற்கை விதிகளில் அவர் அமையப்பெறுவது எனப் பல உண்டு. முகஞ்சுளிக்காமல் இவற்றைப் படிக்க குறிப்பிட்ட பதப்பட்ட நிலைமை தேவை.

இப்போது கதை சொல்வதற்கு வருவோம். முதலில், வால்மீகியின் கதையை எடுத்துக் கொள்வோம். இவர் மாபெரும் சாது-இந்து மத இதிகாசமான 'ராமாயணத்தை' எழுதியவர். அவர் தமது இளமைக் காலத்தில் நெடுஞ்சாலை கொள்ளைக்காரராக இருந்தார், வனத்தின் புறப்பகுதியில் வாழ்ந்து வந்தார். தமது மனைவி, குழந்தைகள் மற்றும்

தன்னைக் காப்பாற்றிக் கொள்ள, சந்தேகம் கொள்ளாத பயணிகளை மிரட்டி, அவர்களது மதிப்புமிக்க பொருட்களைப் பறித்துக் கொள்வார். யாரேனும் தர மறுத்தால், வன்முறையை பிரயோகிப்பார். அவர் பல ஆண்டுகளுக்கு இவ்வாறு வாழ்ந்திருக்க வேண்டும்.

அவருடைய மிகவும் நல்ல காலமாக, ஒருநாள் சாதுக்களின் குழு அந்த வழியாகக்கடந்து சென்றது. அவருடைய இயல்பின்படி, அவர்களை மிரட்டி நிற்கவைத்து, அவர்களிடம் இருப்பதை ஒப்படைக்குமாறு கூறினார். அவருக்கு அவசியத் தேவை இருந்திருக்க வேண்டும் அல்லது விதி விளையாடியிருக்க வேண்டும். இல்லையெனில், சாதுக்களிடம், அவர்களுடைய தண்ணீர் கூஜாவைத் தவிர ஒன்றுமிருக்காது என்பது அவர்களைப் பார்த்தாலே தெரிந்திருக்க வேண்டுமல்லவா?

சாதுக்களும் அவரைக் கேலி செய்ய விரும்பினர். அல்லது அவரது அருமையான எதிர்காலத்தை கணித்து, அவரை வேண்டுமென்றே சீர்திருத்த வந்தார்களா தெரியவில்லை. ஒரு நிபந்தனையின் கீழ் தங்களிடமுள்ள எல்லாவற்றையும் ஒப்படைக்க அவர்கள் ஒப்புக் கொண்டனர்: அதாவது, அவர்கள் காத்திருக்கும்போது, அவர் தமது மனைவி மற்றும் குழந்தைகளிடம் சென்று, அவர்களைக் காப்பாற்றுவதற்காக தான் செய்யும் பாவங்களை பகிர்ந்து கொள்ளத் தயாராக இருக்கிறார்களா என்று கேட்டுவருமாறு கூறினர். கொள்ளைக்காரர் ஆச்சரியமடைந்தார். அவர்கள் பகிர்ந்து கொள்வார்கள் என்று நிச்சயமாக நினைத்தார். ஆனால், விநோதமாக, உடனடியாக தனது குடிசைக்குச் சென்று இந்தக் கேள்வியை அவர்களிடம் கேட்டார். அவரது எதிர்பார்ப்புகளுக்கு மாறாக, அவரது பாவங்களில் எதையும் தாங்கள் பகிர்ந்து கொள்ள முடியாது என்று கூறிவிட்டனர். அவர்களைக் காப்பாற்ற வேண்டியது அவரது கடமை; கொள்ளையடிப்பதை அவர் தேர்ந்தெடுத்தால் இது அவர்களுடைய தவறல்ல-என்று அவர்கள் வாதிட்டனர்.போதுமான அதிர்ச்சி கிடைத்ததும், அவர் காத்திருக்கும் சாதுக்களிடம் வந்தார், அவர்களது பாதங்களில் விழுந்து பிராயச்சித்தத்திற்கான வழியைக் காட்டுமாறு வேண்டினார். ஈடாக தவமிருக்குமாறு கூறிவிட்டு அவர்கள் புறப்பட்டுச் சென்றனர். சில மாதங்கள் அல்லது ஆண்டுகளுக்குப் பிறகு, அவர்கள் திரும்பி வந்தனர், முன்னாள் கொள்ளைக்காரன் நிலத்தில் அசையாது அமர்ந்து இறைவனின் பெயரை உச்சரிப்பதைக் கண்டு மனமகிழ்ந்தனர். புதிய சாதுவைச் சுற்றி எறும்பு புற்றுக்கள் அமைந்திருந்தன, அவருடைய மாற்றத்துடன் இதைத் தொடர்புபடுத்தி, அவருக்கு 'வால்மீகி'-வால்மிகா என்றால் எறும்புப் புற்று என்று பொருள், எனப் பெயரிட்டனர்.

அசல் வேலையின் ஈர்ப்பு

இரண்டாவது கதை துளசிதாசினுடையது, இவர் மாபெரும் இந்தி மொழி கவிஞரும், சாதுவுமாவார்.இவர் 'ராமாயணத்தை' தமது மொழியில் மொழிபெயர்த்தார், அசல் பணியில் கவர்ச்சி/ஈர்ப்பை அப்படியே தக்கவைத்து, தாமே உள்ளுணர்வுடன் அதை இயற்றியது போல மொழிபெயர்த்தார். துளசி இளம் மனிதர், வாழ்வின் துடிப்புடையவர். அவர் அழகான பெண்ணை இளவயதிலேயே மணம் புரிந்தவர், அவளது அழகுக்கு அவர் அடிமையாகிக் கிடந்தார். சிறிது நேரத்திற்குக் கூட அவளை விட்டுப் பிரிய முடியாமல் தவித்தார். ஒரு சமயம், அவரில்லாமல் அவள் தனது தாய்வீட்டிற்குச் சென்றிருந்தாள். தமது மோகத்தைக் கட்டுப்படுத்த இயலாமல், அவர் அங்கு விரைந்தார். கடினமான வானிலையைப் பொருட்படுத்தாமல், பின்னிரவு நேரத்தில் வெள்ளப் பெருக்கெடுத்தோடும் நதியை நீந்திக் கடந்து சென்றார். கடைசியாக அவளது வீட்டை அடைந்ததும் அனைவரும் ஆழ்ந்து உறங்கிக் கொண்டிருப்பதைக் கண்டார். அந்த நள்ளிரவு நேரத்தில் வீட்டிற்குள் நேரடியாகச் செல்ல விரும்பாமல், அவளது வீட்டின் சுவர் மீது, தவறுதலாக செடி என நினைத்து பாம்பைப் பிடித்துக் கொண்டு ஏறிச் சென்றார். அவரது மனைவி விழித்தெழுந்து அவரைக் கண்டபோது அவரது கோலத்தைக் கண்டு, தன் மீது வைத்துள்ள மோகம் குறித்து செல்லமாகத் திட்டினாள். அப்போது உள்நோக்கம் ஏதுமின்றி, இந்த ஈடுபாட்டில் ஒரு துளியை கடவுள் மீது காட்டினால், முக்தி கிடைத்திருக்கும் என்று கூறினாள். அதுதான் துளசிதாசின் ஆன்மீக விழித்தெழலுக்கு சமிஞ்சையாக அமைந்தது, அவர் அந்தக் கணமே கடவுளின் மாபெரும் பக்தனாக மாறினார்.

மூன்றாவது கதை, இந்தியாவின் இசைக் கலைஞர்-சாதுவான புரந்தர தாசரைப் பற்றியது. இதில் சிறிது நாடகத் தன்மை இருக்கிறது. அவர் உண்மையில் பொற்கொல்லர் மற்றும் வட்டிக்கு பணம் கொடுப்பவர். அவர் ஒரு மகா கஞ்சன், பணத்தை அவரிடமிருந்து பிரிப்பது உயிரையே பறிப்பது போலாகும். அவரிடம் போதுமான சொத்து இருந்தது, இருந்தாலும் அவரது கஞ்சத்தனம் பணம் ஈட்டும் இயந்திரமாக அவரைக் குறைத்துவிட்டது.

அவர் ஞானம் பெறுவதற்கான நேரம் விரைவாக நெருங்கி வந்து கொண்டிருந்தது. ஒரு நாள் ஒரு ஏழை பிராமணன், தன் வீட்டில் மதக் காரியங்களுக்காக உதவி கேட்டு அவரைத் தேடி வந்தான். இந்த கஞ்சன், தனது கல்லாப்பெட்டிக்கருகில் அமர்ந்திருந்தார், பிராமணனை திட்டி அனுப்பிவிட்டார். அந்த பிராமணனும், அச்சப்படாமல், தாசரின் வீட்டிற்கு பின்புறமாகச் சென்று தாசரின் மனைவியிடம் பிட்சை அளிக்குமாறு கேட்டார். பணம் பற்றிய தனது கணவரின் குணத்தை

நன்கு அறிந்திருந்த போதிலும், ஏழை பிராமணனை வெறுங்கையாக அனுப்ப விரும்பவும் இல்லை. அவள் தனது பெற்றோர் அவளுக்கு அளித்த, அவளுடையது என்று கூறிக் கொள்ளக்கூடிய, விலைமதிப்புமிக்க ரத்தினங்கள் பதிக்கப்பட்ட, மூக்குத்தியைக் கழற்றி அவரிடம் கொடுத்தாள்.

மனமகிழ்ந்த பிராமணன், கிண்டல் செய்ய நினைத்து, அந்த ஆபரணத்தை தாசரிடமே விற்பதற்காகக் கொடுத்தான். அவரது சந்தேகம் வலுத்தது, தாசர் அதை பத்திரப்படுத்திவிட்டு, தமது மனைவியிடம் விளக்கம் கேட்பதற்காக உள்ளே விரைந்தார். அவளோ விஷத்தைக் குடித்து உயிரை மாய்த்துக் கொள்ளும் அளவுக்கு வந்துவிட்டாள். அவள் கோப்பையை தனது வாய்வரை உயர்த்தியதும், எங்கிருந்தோ ஒன்று அதற்குள் விழுந்தது. அவளுடைய ஆச்சரியத்திற்கிடமாக, அவளுடைய மூக்குத்திதான் அது என்பதைக் கண்டு அதை கணவரிடம் கொடுத்தாள். வாயடைத்துப் போன தாசர், மறுபடியும் தமது கடைக்குச் சென்று பெட்டியைத் திறந்து பார்க்க, அங்கே தாம் பூட்டி வைத்த நகையைக் காணாமல் திகைத்தார். ஏழை பிராமணனையும் காணவில்லை.

இந்த திடீர் நிகழ்வுகளால், கஞ்சத்தனம் பிடித்தவரின் கண்களிலிருந்து கண்ணீர் தாரைதாரையாக பெருகியது. அவர் அப்போதே தமது சொத்து சுகங்களை விட்டொழித்து, கடவுளை இசையின் மூலம் வழிபடும், நாடோடியானார்.

▫▫

24

இங்கும், இதன் பிறகும்

> "மனிதன் நைந்து போன உடைகளை நீக்கிவிட்டு, புதியதைப் புனைவது போல, ஆன்மா நைந்து போன உடல்களை விட்டுவிட்டு, புதியவற்றை எடுத்துக் கொள்கின்றன.
>
> —பகவத் கீதை.

மரண பயம்

மரணம் இறுதியாக திரையைத் தொங்கவிடுகிறது. குறிப்பிடப்பட்ட நேரத்தில் மனிதன் இந்த நாடக மேடையை விட்டுச் செல்கிறான். பெரும்பாலான மனிதர்கள் மரண பயத்தில் வாழ்வதற்கான காரணத்தை ஆராய்ந்தால், அதன் திடீரென்ற முடிவும், அதன்பிறகான நிலையைச் சுற்றி நிலவும் மர்மமும்தான். அவன் இறந்ததும் அவனுக்கோ, அவனுடைய ஆன்மாவுக்கோ என்ன நேரிடுகிறது? வாழ்க்கையை வாழவேண்டுமே என்று வாழ்கிறானா? இதற்கு ஏதேனும் நோக்கம் அல்லது குறிக்கோள் இருக்கிறதா? இதற்கு அப்பாற்பட்ட வாழ்வு இருக்கிறதா? மீண்டும் புதிதாகப் பிறந்து இந்த மண்ணில் வாழ வருவானா? மனிதகுலம் பிரகாசமான எதிர்காலத்தை நோக்கி முன்னேறுகிறதா? மனிதகுலத்தை குழப்பிய சில கேள்விகள் இவை. பல கருத்துக்கள் கூறப்பட்டன-மனிதர்களின் அறிவுக்கு எட்டிய அளவிற்கு இப்படியும் இருக்கலாம், அப்படியும் இருக்கலாம் என்று யூகிக்கப்பட்டது.

இந்த கேள்விகளில் ஒரு கேள்விக்காவது பதில் பெற நாம் விரிவான விவாதத்தை மேற்கொண்டால், இந்த புத்தகம் பத்தாது. பல்வேறு வளங்கள் மற்றும் நிபுணர்களின் சம்பந்தப்பட்ட மேற்கோள்களில் சிலவற்றை இங்கு கொடுக்கிறேன், வாசகர் தமது விருப்பத்திற்கேற்ப முடிவு செய்து கொள்ளுங்கள்.

"நான்தான் மீட்புயிர், என்றார் கர்த்தர்; என்னை நம்பியவன் இறந்து போனாலும், உயிர் வாழ்வான்; உயிர் வாழ்ந்து என்னை நம்பியவர், ஒருபோதும் இறக்க மாட்டார்."
—பைபிள்.

"மரணத்தில்தான் நாம் நீடித்த வாழ்விற்காகப் பிறக்கிறோம்."
—புனித பிரான்சிஸ் அசிசி.

"ஒரு மனிதன் இறக்காதவரை முற்றிலும் பிறப்பதில்லை. தேவர்களிடையே புதிதாக குழந்தை பிறந்ததற்காக நாம் ஏன் வருந்த வேண்டும்? நாம் ஆவிகள். அந்த உடல்கள் நமக்கு கடனாகக் கொடுக்கப்பட வேண்டும், அவை நமக்கு இன்பமளிக்கும் அறிவைப் பெற உதவுதல் அல்லது நமது சக உயிர்களுக்கு நன்மைசெய்தல் ஆகியன கடவுளின் கருணையான செயல். இந்த நோக்கங்களுக்கு அவை இலாயக்கின்றி போகும்போது, இன்பத்திற்குப் பதிலாக வேதனையைத் தரும்போது, உதவிக்குப் பதிலாக உபத்திரவமாகும்போது, அவற்றை விட்டொழிக்க வழியைத் தருவது அதே போன்ற கருணைச் செயலாகும். மரணமே அந்த வழியாகும்.

எங்கள் நண்பரும், நாங்களும் ஒரு இன்ப விருந்திற்காக வெளிநாட்டிற்கு அழைக்கப்பட்டோம், இது நீடித்திருக்குமென்று கூறினர். அவரது இருக்கை தயாராகிவிடவே, எங்களுக்கு முன்பாக அவர் சென்றார். நாங்கள் அனைவரும் ஒன்றாக ஆரம்பிக்க இயலவில்லை; இது குறித்து நீங்களும், நானும் ஏன் துக்கப்பட வேண்டும், நாம் விரைவிலேயே பின்தொடர வேண்டும், எங்கு அவரைத் தேட வேண்டும் என்று அறிந்திருக்கும்போது?"
—பெஞ்சமின் பிராங்ளின்.

"விஞ்ஞானம் எப்படியோ 'மதக் கருத்துக்களை' பழையதாக்கிவிட்டதாக சிலர் நினைக்கின்றனர். ஆனால் சந்தேகப்படுவோரை விஞ்ஞானம் உண்மையில் ஆச்சரியப்படுத்தியிருக்கிறது என்று நான் நினைக்கிறேன். விஞ்ஞானம், உதாரணமாக, இயற்கையில் எதுவும், மிகச் சிறிய துணுக்கும்கூட, தடமின்றி மறைந்து போக முடியாது என்று கூறுகிறது. அழிந்து போதல் இயற்கைக்குத் தெரியாது. அதற்குத் தெரிந்ததெல்லாம் உருமாற்றம்தான். இப்போது, கடவுள் தமது பிரபஞ்சத்தில் மிகவும் சிறிய, முக்கியமற்ற பாகங்களுக்கு இந்த அடிப்படைக் கோட்பாட்டை பயன்படுத்தி னால், மனித ஆன்மாவிற்கும்

இதை அவர் பயன்படுத்துவார் என்று நினைப்பதில் தவறில்லையல்லவா? விஞ்ஞானம் எனக்கு கற்றுக் கொடுத்ததெல்லாம்-தொடர்ந்து கற்றுக் கொடுப்பதெல்லாம்-மரணத்திற்குப் பிறகு நமது ஆன்மீக உயிர் தொடர்கிறது என்ற என் நம்பிக்கையை வலுப்படுத்துகிறது. எதுவும் தடமின்றி மறையாது."

—டாக்டர் வெம்ஹர் வோன் ப்ரவுன், விண்வெளி இயற்பியலாளர்.

"மரணத்திற்கு கடவுளின் பதில் உயிர் என்பது தெளிவு. உண்மையில், வாழ்க்கை அடிப்படையிலான நம்பிக்கையை பைபிள் நமக்கு போதிக்கிறது, மரணத்தின் அடிப்படையிலல்ல. மரணமாகத் தோன்றுவது அப்படியல்ல, உண்மையில் முடிவுறா உயிரைப் பற்றியது."

— டாக்டர் நார்மன் வின்செண்ட் பீலே.

"நம்முடைய தற்போதைய நிலைக்குக் கொண்டுவர இலட்சக்கணக்கான ஆண்டுகள் ஆயிற்று, நமது முழு நிலையை நாம் அடைய இன்னும் அதிக நீண்ட காலங்கள் பிடிக்கலாம். ஆனால் அவன் நமக்குள் திறன்களை வைத்திருக்கிறான். மாபெரும் உள்நோக்கம், சில சமயங்களில் புரிந்து கொள்ள கடினமானது மற்றும் மேல்நோக்கிய தூண்டுதல், சில சமயங்களில் செயல்பட மெதுவானது, இவையனைத்தும் அவன் நமக்களித்த பரிசாகும்."

—டாக்டர் வாரன் வீவர்.

❏❏

25

அனைவருக்கும் நம்பிக்கை

எல்லாக் காலங்களிலும் இருந்ததைவிட, இருப்பதைவிட சிறந்த நேரங்கள் இருந்ததான மாயத்தோற்றம்.

—*ஹொராஸ் கிரீலே.*

(மனிதகுலம் முன்னேறுகிறதா, அல்லது மனித சமுதாயம் உடைபட்டு வருகிறதா? எல்லா தொழில்நுட்ப, அறிவியல் மற்றும் சமூக முன்னேற்றங்கள் சிறந்த, மிகவும் ஒருமைப்பாடுடைய மனிதகுலத்திற்கான அடையாளமா, தன்னுடன், தன்னுடைய சுற்றுப்புறத்துடன் மற்றும் சக ஜீவன்களுடன் அமைதியாக இருக்கிறானா, அல்லது அரக்கனாக உருவாகி வருகிறானா? இந்தக் கேள்வி மனித சரித்திரம் முழுவதும் அவ்வப்போது கேட்கப்பட்டு வந்திருக்கிறது, சரித்திரத்தை சரியான கண்ணோட்டத்தில் பார்க்காத மற்றும் சமநிலையான முடிவுக்கு வராத நிலையானது சிந்திக்கும் மனிதனை மனமுடைந்து போகச் செய்யும். மனிதன் ஒப்பற்ற உயிரினம், மனித வாழ்வற்ற எல்லா உயிரினங்களிலும், அவன் வாழ்வின் இருப்புக்காக போராடுகிறான், வலிமை மிக்கவர்களின் அச்சத்திலிருந்து பலவீனமானவர்களை விடுவிப்பதற்கு மட்டுமின்றி, ஒரு உரிமையாக அனைவரையும் போன்று தங்கள் வாழ்வை அமைதியான வகையில் நடத்தத் தேவையான எல்லா பாதுகாப்புக்களையும் பெறும் திறனுடன் தனது சமூகத்தை தானே ஒருங்கமைதான். இந்திய சஞ்சிகை ஒன்றில் சில ஆண்டுகளுக்கு முன்பு நூலாசிரியர் வெளியிட்ட கீழ்வரும் கலந்துரையாடல், முதன்முறையாக வெளிவந்த காலத்தில் இருந்ததைப் போலவே இன்றும் விவாதத்திற்குரிய விஷயமாக இருக்கின்றன.)

கேள்வி: பழைய பொன்னான நாட்களைப் பற்றிய ஞாபகமாக, என் வயதான மாமா அடிக்கடி பேசுவதையும், மதிப்புகள் சீரழிந்து வருவதால் எல்லாவிதத்திலும் உலகம் அழிவை

நோக்கிச் செல்கிறது என்று கூறுவதையும் கேட்டிருக்கிறேன். அவர் சொல்வது எவ்வளவு தூரம் சரி?

பதில்: இது போன்று மேம்போக்காகக் கூறுவதில் உண்மையிருப்பதாக எனக்குத் தெரியவில்லை. அவருடைய இளமைக் காலத்தில் அவரைச் சுற்றி இன்பத்திற்கான பல விஷயங்களைப் பார்த்திருக்கலாம், அவருடைய புலன்களுக்கு இப்போது அவை சந்தோஷத்தைத் தராமலிருக்கலாம். எனவே அந்தக் காலத்தில் உலகம் வாழ்வதற்கு சிறந்ததாக இருந்தது என்று அவர் நினைக்கிறார். நீங்கள் விலகிய பார்வையில் பார்த்தால், நீங்கள் பிரமாதமான முன்னேற்றம், தொழில்நுட்பத்தில் மட்டுமில்லாமல், தார்மீக நிலையிலும், ஏற்பட்டு வருவதைக் காணலாம். ஒழுக்கப் பண்பு என்பது பாலினங்களுக்கு இடையிலான உறவுகள் பற்றியது மட்டும் நீங்கள் நினைத்துவிடக் கூடாது என்று எச்சரிக்கிறேன். உண்மையில் செக்ஸ் தவிர மற்றவற்றில் ஒழுக்கப் பண்பைப் பற்றி நான் குறிப்பிடுகிறேன்!

கேள்வி: நல்லது, இப்போதைக்கு 'பாலியலின் அவிழ்க்கயியலாத முடிச்சுகளை' விட்டு விடுவோம். சில மதங்களைப் பின்பற்றுபவர்கள் இதை 'இரும்பு யுகம்' என்றழைக்கிறார்கள், இதில் ஒழுக்கத்தின் முன்னேற்றமான வீழ்ச்சியிருக்கும் மற்றும் இறுதியில் பெருவெள்ளம் ஏற்பட்டு இந்த கிரகத்தில் இருக்கும் எல்லா உயிரினங்களும் அழிந்து போகும் என்கிறார்கள்.

பதில்: தற்கால ஆண்களும், பெண்களும், நமது இதிகாச காலத்திய மக்கள், பண்டைய காலத்தில் இதே போன்ற நடத்தை கொண்டிருந்தார்கள் என்று படிக்கும்போது, மிகவும் தீயவர்கள் என்று நிரூபிக்க முடியாது. மேலும், மக்கள் மற்றும் நாடுகள் பற்றிய உண்மை நிகழ்வுகளை அப்படியே பதிவு செய்வது சமீபத்தில் ஏற்பட்ட ஒன்று எனலாம். நமது பண்டைய இலக்கியங்களின் பெரும்பகுதி பெரும்பாலும் கற்பனையாக எழுதப்பட்டவை. கற்பனைக்கும், உண்மைக்கான அடிப்படை வேண்டும் என்பதால், பல்லாயிரக்கணக்கான ஆண்டுகளுக்கு முன்பு மிகவும் சிறப்பான நாகரிகம் இருந்திருக்க வேண்டும் என்று நாம் முடிவு செய்கிறோம்.

கேள்வி: பெருவெள்ளத்தைத் தொடர்ந்து ஏற்படும் சுழற்சி பற்றிய என் கேள்விக்கு நீங்கள் பதில் கொடுக்கவில்லை.

பதில்: மனிதனின் சொந்த ஆயுட்காலம் குறைவானது என்பதால், உலகத்திற்கும் முடிவு இருக்க வேண்டும் என்று அவன் கற்பனை செய்திருக்கலாம். பைபிளிலும் நாம் பெருவெள்ளம் பற்றிய குறிப்பைக் காண்கிறோம். இந்து மத சுழற்சிக் கருத்தின்படி, தற்போதைய 'இரும்பு யுகத்திலும்' இன்னும் பல்லாயிரக்கணக்கான ஆண்டுகள் மிஞ்சியிருக்கின்றன. ஆனால் தற்கால சர்வதேச நிலவரங்களை நாம் எடுத்துக் கொண்டால், அணுவாயுதங்கள் மற்றும் அவற்றின் பரிசோதனைகள், உலகின் அழிவானது, அதிக தூரத்தில் இல்லை என்று தெரிகிறது. நமக்கும், புவியில் முழுமையான உயிரின அழிவுக்கும் இடையில் அணுவாயுதப் போர் மட்டுமே இருக்கிறது.

கேள்வி: உலகின் அழிவு வெகு அருகில் இருப்பதாக நீங்கள் சொல்கிறீர்களா?

பதில்: இல்லை, அப்படிச் சொல்லவில்லை. பல ஆண்டுகளுக்கு முன்பு அணு ஆயுதங்கள் கண்டுபிடிக்கப்பட்டன. உலகம் பல நெருக்கடி நிலைமைகளைக் கடந்து வந்துள்ளது. பல சமயங்களில் பெரும் போர்கள் ஏற்படும் 'உச்சத்தில்' இருந்திருக்கிறோம். உலகின் வெவ்வேறு பகுதிகளில் குறைந்த போர்களும் இருந்திருக்கின்றன ஆனால் அணுகுண்டு ஒரேயொரு தடவைதான் பயன்படுத்தப்பட்டது, அதாவது ஹிரோஷிமா மற்றும் நாகசாகியில்.

கேள்வி: பெரும் போர் ஏற்படாது, அணு குண்டு மீண்டும் பயன்படுத்தப்படாது என்பதற்கு என்ன உத்தரவாதம் இருக்கிறது?

பதில்: கறாராகச் சொன்னால், இல்லை எனலாம். ஆனால் அணுவாயுதங்களால் ஏற்பட்ட அழிவுக்கான வாய்ப்புகள் மிகைப்படுத்தப்பட்டதாகத் தோன்றலாம். இதற்கு முன்பு, பெரும் அழிவு சக்தி கொண்ட வெடிகுண்டுகளை நாம் கொண்டிருந்திருக்கிறோம், ஆனால் குறைந்த அளவில்.

உலகம் முழுவதும் அநேகமாக போரிடும் முகாம்களாக பிரிந்திருந்த போரும் இருந்திருக்கிறது. அந்த முந்தைய வெடிகுண்டுகளை முழுமையாகப் பயன்படுத்துவதிலிருந்து போரிடுபவர்களை எது தடுத்தது? உலகின் ஒவ்வொரு மூலை முடுக்களிலும் வெடிகுண்டுகள் ஏன் போடப்படவில்லை? மேலும், மனிதனும், பிற உயிர்களும், பெரியதோ, சிறியதோ, எல்லாவிதமான அபாயங்களுக்கும் ஒத்துப்போகும் வழிமுறைகளைக் கொண்டுள்ளன.

கேள்வி: தற்காப்புத் தடுப்பு பற்றி என்ன சொல்கிறீர்கள் என்பது தெளிவாகவில்லை.

பதில்: சுய-பாதுகாப்பு உணர்வுக்கு. அதாவது இவையிரண்டும் நெருங்கிய தொடர்புடையவை. மற்றவர்களின் நலவாழ்வில்தான் நமது நலமும் நெருக்கமான தொடர்பு கொண்டிருக்கிறது என்பதை நாம் உணர ஆரம்பித்திருக்கிறோம், ஆனால் இன்னும் முழுமையாக அல்ல.

கேள்வி: ஆனால், அமெரிக்கா தனது உதவித் திட்டங்கள் மூலமாக மட்டுமே போரை தடுத்து நிறுத்த முடியுமா?

பதில்: நான் அப்படிக் கூறவில்லையே. நான் என்ன சொல்ல விரும்புகிறேன் என்றால், அணுவாயுதங்களை தங்கள் வசம் வைத்திருக்கும் வல்லரசுகளே அவற்றிற்கு பலியாகக்கூடிய அச்சம் கொண்டிருக்கின்றன என்ற உண்மையைத்தான். அவர்கள் அவற்றை தற்காப்புக்காக அதிகமாக பயன்படுத்துவார்களே அன்றி, போரிடும் ஆயுதங்களாக அல்ல. வலிமையான நிலையில் தங்களது எதிர்களிடம் பேசுவதற்கு அவர்கள் விரும்புகின்றனர்.

கேள்வி: பெரும் போர் வெடிக்காது என்று நீங்கள் எந்த நம்பிக்கையில் சொல்கிறீர்கள்?

பதில்: இதற்கு பல காரணங்கள் இருக்கின்றன. ஒன்று உலக நேர்மையறிவு மெதுவாக வளர்ந்து வருகிறது. ஜவஹர்லால் நேரு ஒருமுறை சொன்னார், சர்வதேச நடத்தையில் உலக கருத்து இப்போது முக்கிய காரணியாக இருக்கிறது என்று. தவறு செய்பவர்களும், தங்களது செயல்கள், குறைந்தது

உலகின் ஒரு பிரிவினரின் அங்கீகாரத்தைப் பெறும் என்று நம்புகின்றனர்! பெரும்பான்மையான மக்கள் மற்றும் நாடுகள் கண்டனம் செய்யக் கூடிய எந்தவொரு நடவடிக்கையையும் எடுக்க எந்த நாடும் துணியாது என்பது உறுதி

கேள்வி: வெறும் உலகக் கருத்து என்பது மேம்போக்கான மற்றும் புதிரான ஒன்றாகத் தெரிகிறது

பதில்: உண்மையிலிருந்து எதுவும் விலகியிருக்க முடியாது. உலகக் கருத்து பல்வேறு வடிவங்களை எடுக்கிறது. தற்கால உலகில், ஐ.நா. உலகக் கருத்தை வெளிப்படுத்துவதற்கான ஒரு மன்றமாக உருவாக்கப்பட்டிருக்கிறது மற்றும் தவறு செய்யும் நாடு அல்லது நாடுகளைத் திருத்தும் முயற்சியில் பல்வேறு பிரச்சினைகள் மற்றும் பிரச்சினை மிகுந்த இடங்களில் கவனம் செலுத்துகிறது. 1956-ம் ஆண்டு சூயஸ் படையெடுப்பு திசைமாறியதற்கு உலகக் கருத்திற்குக் கிடைத்த மாபெரும் வெற்றியாகும்.

கேள்வி: அசல் கேள்விக்கு மீண்டும் வருவோம். நாம் சீரழிந்து கொண்டிருக்கவில்லை என்று எதைக் கொண்டு நீங்கள் நம்புகிறீர்கள்?

பதில்: நாம் பேசிய விஷயம் அதாவது ஐக்கிய நாடுகள் அமைப்பு, நீங்கள் கூறும் உங்களுடைய 'ஒரிஜினல் கேள்வி' எனப்தற்கான பதிலுக்கு தொடர்புடையதல்ல என்று கூற முடியாது. ஐ.நா. போன்ற உலக அமைப்புகள் இருப்பது, அற்புதம் அல்லது யுதியோப்பியா போலத் தோன்றிய சிறந்த உலகிற்கான விதையை தன்னுள் கொண்டுள்ளது. பல்வேறு நாடுகள், மதங்கள் மற்றும் இனங்களின் பல மனிதர்கள் சர்வதேச விஷயங்களை பரிசீலிக்க ஒன்று சேர்க்கப்படுவதே மனித நாகரீகத்தின் பெரும் சாதனை என்று கூறலாம். ஒரு நாடு அல்லது ஒரு இனம் அல்லது ஒரு மதம் உயரிய தன்மையுடையது என்ற கருத்துக்கள் விரைவாக மாறி வருகின்றன. அடிமைத்தளத்தை முற்றிலும் ஒழிக்கும் நாள் தூரத்திலில்லை. ஆங்கிலேய ஆட்சி விரிவாக்கம் அல்லது தோற்கடித்தல் மற்றும்

அரசியல், பொருளாதார ரீதியில் ஒரு நாடு மற்றதை சுரண்டுதல் ஆகிய, உலகக் கருத்தின் நெருக்குதல்களினால் பழங்கதையாகிப் போய்விட்டன.

கேள்வி: உங்களைப் போன்ற கருத்துடையவர்கள் சிறுபான்மையாக இருப்பதாக நினைக்கவில்லையா?

பதில்: கண்டிப்பாக இல்லை. திரு. லூயி செயின்ட் லாரண்ட், கனடா நாட்டு பிரதமராக இருந்தபோது ஆற்றிய உரை எனக்கு இன்னும் நினைவில் இருக்கிறது, அதில் மேதாவித்தனத்தால் இன்னலுற்ற மேலை நாட்டு வல்லரசுகளை அவர் கேலி செய்தார். ஐரோப்பாவில் 'சூப்பர்மேன்கள்' தங்களது இருக்கைகளில் அமர்ந்து, பின் தங்கிய நாடுகள் என்று கூறப்படுபவைகளின் விவகாரங்களை நிர்வகிக்கலாம் என்ற நாட்கள் கண்டிப்பாக முடிந்து விட்டன என்று அவர் பறைசாற்றினார். ஆனால், இதுவரை, மிகச் சிறப்பாக அமைந்து, செயல்படுபவைகளுக்கான சான்று, ஐ.நா.-வின் துணை அமைப்புகளான யுனெஸ்கோ, உலக சுகாதார அமைப்பு, எஃப்.ஏ.ஓ. போன்றவையாகும். உலக மக்களை ஒருவரோடொருவர் ஒத்துழைத்து நெருங்கி வரச் செய்து, அவர்களின் அறிவுத் திறனையும், வளங்களையும் பகிர்ந்து கொள்ளச் செய்திருக்கின்றன. ஐ.நா. புத்தாயிரமாண்டில் உலக அரசை அமைத்து பெரும்பங்காற்றும் வாய்ப்பும் இருக்கிறது. மக்களிடையே தேசிய உணர்வு இன்னும் வலுவாக இருக்கிறது, ஆனால் இது மெதுவாக சர்வதேச உணர்வாக மாறக் கூடும். உலக அரசு மட்டுமே போரை தடைசெய்ய முடியும், மனித காட்டுமிராண்டித்தனம் மற்றும் கொடூரத்தன்மையை ஒழித்து, வெவ்வேறு மக்களின் அந்தஸ்தில் சமநிலைக்கான நடவடிக்கையை எடுத்து, போருக்கான காரணங்களை அகற்ற முடியும்.

கேள்வி: தனிநபரின் வாழ்க்கையை இது எவ்வாறு பாதிக்கும் என்று நினைக்கிறீர்கள்?

பதில்: வருமானம் மற்றும் வாழ்க்கைத் தரத்தில் முகத்திலடித்தாற்போல் தெரியும் ஏற்றத் தாழ்வுகள் உலகம் முழுவதிலும் இருந்து நீக்கப்படும்போது, மக்களுக்கு

போதுமான சுதந்திர, ஆரோக்கிய வாழ்க்கைக்கான உறுதியளிக்கப்படும்போது, தனிநபர்கள் உயரிய நோக்கங்களில், உன்னத வாழ்க்கையில், ஆன்மீக வாழ்வில் தங்கள் கவனத்தைச் செலுத்திட இது ஏதுவாக்கும். இப்படிப்பட்ட வாய்ப்பு அளிக்கப்படும்போது, உலகின் இலட்சக்கணக்கானோர், உன்னத வாழ்வை, ஆன்மீக வாழ்வாக, சயம வாழ்வாக மட்டுமே இருக்கக்கூடியதை, வாழும் தேவை குறித்து உணர்ந்திருக்க வேண்டும். இதற்கு மாபெரும் முயற்சி தேவை. மனிதனின் மெய்யறிவு இதை ஏதுவாக்கும், பயன்களைத் தரும் என்பது உறுதி. மனிதகுலம் கண்டிப்பாக முன்னெட்டிச் செல்லும்-இதில் எந்தவித சந்தேகமும் இல்லை.

◻◻

26

உயிரின் பொருள் குறித்த தெளிவற்ற தன்மை

இறுதி நோக்கம்

"பிரபஞ்சத்தில் உள்ள ஒவ்வொரு அணுவும் அதனில் முழுமையான ஒன்றாகும், மேலும் அதே சமயம் மனிதனால் நினைத்துப் பார்க்க முடியாத அளவுக்குப் பரந்து விரிந்த ஒன்றின் அங்கமுமாகும். அதே போல, இன்று உயிருடன் இருக்கும் ஒவ்வொரு மனிதனும் தனக்குள் தனது முடிவுகளைக் கொண்டிருக்கிறான், இருந்தாலும் மனிதனுக்குத் தெரியாத உலக வளர்ச்சிக்கான முடிவுகளுக்காக சேவை செய்யவும் கொண்டிருக்கிறான்.

பூவிலிருந்த ஒரு தேனீ குழந்தையைக் கொட்டிவிட்டது. தேனீயின் நோக்கமே மனிதர்களைக் கொட்டுவதுதான் என்று குழந்தை கூறுகிறது. பூவின் இதழ்களிலிருந்து தேனீ தேனை உறிஞ்சுவதை கண்டு மனமகிழும் கவிஞன், இந்த அமிர்தத்தை உட்கொள்ளத்தான் தேனீ உயிர்வாழ்கிறது என்கிறான். தேனீ வளர்ப்பவனோ, தேனீ மகரந்தங்களைச் சேகரித்து கூட்டிற்கு கொண்டுவதைக் கண்டு, தேனீயின் நோக்கமே தேன் சேகரிப்பதுதான் என்று கூறுகிறான். மற்றொரு தேனீ வளர்ப்பவன், இந்த புழுக்களின் வாழ்க்கையை மிக உன்னிப்பாகக் கவனித்து விட்டு, தேனீ தனது இளம் பூச்சிகளுக்கு கொடுப்பதற்காகவும், இராணி தேனீயை வளர்ப்பதற்காகவும், இந்த தேனைச் சேகரிக்கிறது, எனவே தனது இனத்தைப் பெருக்குவதற்காக மட்டுமே தன்னை அர்ப்பணித்துக் கொள்கிறது என்கிறான். ஒரு தாவரவியலாளர், தேனீ

மகரந்தத்துகள்களுடன் பறந்து சென்று இனப்பெருக்கம் செய்ய வைக்கிறது, இதுதான் தேனீயின் செயல்பாடு என்கிறார். மற்றொருவரோ, தாவரங்கள் பெருகி வளர்வதற்காகவே தேனீ உயிர் வாழ்கிறது என்கிறார், இப்படிப் பலர் பலவிதமாகக் கூறுகின்றனர்.

தேனீ உயிர்வாழ்வதற்கு வேறு பல காரணங்களை நாம் தேட மாட்டோம் என்று யார் கூறியது? ஆனால், தேனீயின் இறுதி நோக்கம் என்னவென்று நமக்குத் தெரியுமா? மனிதனின் அறிவுத் திறன் அதிகரிக்கும்போது, தேனீயின் இறுதி நோக்கம் அறிவிற்கு அப்பாற்பட்டது என்பது தெளிவாகிறது. சரித்திர நாயகர்கள் மற்றும் மக்கள் மற்றும் நாடுகளின் இறுதி நோக்கங்களுக்கும் இது பொருந்தும்."

—லியோ டால்ஸ்டாயின் " போரும் அமைதியும்"

அறிவியல் தொழில்நுட்பத் துறைகளில் மனிதன் மாபெரும் சாதனைகளைப் படைத்து விட்ட போதிலும், உயிர் இருப்பதற்கான பொருள் தொடர்ந்து தெளிவற்றதாகவே இருக்கிறது. நிகழ்வுகள் எப்படி நிகழ்கின்றன என்று கண்டறிய விஞ்ஞானம் முயற்சிக்கிறது, ஆனால் 'ஏன்' என்ற கேள்விக்கு பதிலளிக்கவில்லை. இது மதம் மற்றும் தத்துவயியலின் விஷயமாகும். இருந்தாலும் மர்மம் முழுமையாகத் தீர்க்கப்படவில்லை, திருப்திப்படுத்தும் விதத்தில் அமையவில்லை எனலாம். வாழ்வு மற்றும் சாவு, பிறப்பு, உயிர்வாழ்தல், முடிவு என்ற இந்த நாடகத்தைக் கண்டு நாம் எத்தனை முறை வியந்திருக்கிறோம்! இது ஆச்சரியமூட்டுவதாக இருக்கிறது. கடவுளை உறுதியாக நம்புபவர், தனக்குள் சிரித்துக் கொண்டு, இது அவனது திருவிளையாடல் என்கிறார்!

அது என்னவோ அதை அப்படியே ஏற்றுக்கொள்ளத்தான் முடியும். இதை மீண்டும் பரிசீலிக்கும்போது, இந்த முடிவில்லா நாடகத்தில் நமது பாகத்தை நாம் நடிக்க வேண்டும், உயிரின் மற்ற வடிவங்களின் தொடர்புடைய பாகங்களையும் அறிந்திருக்க வேண்டும். விவசாயிக்கும், வேளாண்மைக்கும் இடையிலான உறவு நமக்கு இதைப் பற்றி தெளிவாக்கும் என்று நம்புவோமாக.

வயலில் இருக்கும் தாவரம், வயலில் இருக்கும் உயிர்களின் ஒரு பகுதி என்பதையோ, தான் தனித்து வளர முடியாது என்பதையோ

அறிந்திருக்காது. விவசாயி தன் தரப்பில் தாவரத்தை தனியாகக் காண முடியாது. அவன் நிலத்தை உழுது, விதைகளை விதைத்து, அவற்றை சரியான நேரத்தில் மறுநடவு செய்து, சரியான அளவு தண்ணீர் மற்றும் உரத்தை கிடைக்கச் செய்து, இப்படிப் பலவற்றை, ஒட்டுமொத்தமாக பயிருக்குத் தேவையானவற்றை செய்கிறான், இதனால் எல்லா தாவரங்களும் ஒரே வாய்ப்புடன் வளர்ந்து தங்களது தனித்தனி பங்கை அறுவடைக்கு அளிக்க வேண்டும் என்பதை உறுதி செய்கிறான். இருந்தாலும், எல்லா விதைகளும் முளை விடுவதில்லை, எல்லா தாவரங்களும் ஒரே மாதிரியாக வளர்வதில்லை, மற்றும் ஒவ்வொரு தாவரத்திலிருந்து கிடைக்கும் விளைச்சலும் ஒரே மாதிரியாக இருக்காது என்பதும் உண்மையே. பல தாவரங்கள் முன்கூட்டியே வாடிப்போய் விடுகின்றன; சோளம் நன்கு வளர்ந்திருந்தாலும் எல்லா சோளமும் விவசாயியின் கிடங்குக்குச் செல்வதில்லை. விவசாயிக்கும், விவசாயம் பற்றி அறிந்த மற்றவர்களுக்கும், இயக்கங்கள், அவற்றின் சரியான நேரம், அவற்றின் பயன்பாடு மற்றும் நோக்கம் பற்றி நன்கு தெரிந்திருக்கும்.

இருந்தாலும், வேளாண்மை என்பது ஒரு குறிப்பிட்ட தானியம் அல்லது பயிருடன் நின்றுவிடுவதில்லை. அதோடு, வேளாண்மை மட்டுமே உலகில் நடக்கும் ஒரேயொரு விஷயமல்ல. மனிதனை தனிப்பட்ட தாவரத்துடன் ஒப்பிட்டோமானால், உலகின் மற்றும் பிரபஞ்சத்தின் மற்ற கருத்துக்களுடன் அவனுக்கு இருக்கும் தொடர்பு ஓரளவுக்கு தெரிந்ததுதான். வேளாண்மைக்கு திரும்பி வருவோம், விவசாயி உணவுப் பண்டங்கள் மற்றும் பிற பயிர்களைப் பயிரிட நிலத்தில் விவசாயம் செய்கிறான். இதுதான் அவனுடைய நோக்கம். ஆனால் அவன் பயிரிடும் எல்லா உணவு தானியங்களையும் அவன் புசிப்பதில்லை. உண்மையில், தான் உற்பத்தி செய்ததில் எதையும் அவன் பயன்படுத்துவதில்லை. இருந்தாலும் அவனது வேளான் இயக்கங்கள், உலகில் நடந்து கொண்டிருக்கும் மாபெரும் நடவடிக்கைகளில் ஒரு சிறு பகுதியாகும். அவன் பயிரிடுவதற்கு பலவற்றின் உதவியும், ஒத்துழைப்பும் தேவைப்படுகிறது□மண், வானிலை, விதைகள், உரம், கூலியாட்கள் மற்றும் இயந்திரங்கள் இப்படிப் பல. அதோடு, அவனுடைய தானியம் மற்ற தேவைகளுக்கேற்ப உருமாற்றம் பெறுவதையும் நாம் காண்கிறோம். தனது உற்பத்திப் பொருட்களை விற்று அவன் பெறக்கூடிய பணம், வாழ்க்கையின் பிற தேவைகளாக மாற்றப்படுகிறது. இதை அவன் ஒவ்வொரு சீசனிலும் மீண்டும் செய்கிறான், இந்த நடைமுறையையும் மீண்டும் செய்கிறான். ஆனால் ஒரு கேள்விக்கு நம்மால் விடை காண

முடியவில்லை,, இந்த பிரபஞ்சமும், அதன் பல்வேறு துணைப் பொருட்களும் எதற்காக?

இப்போது கடவுள் மாபெரும் வேளாண் நிபுணர் என்று நினைத்துக் கொள்வோம் (அல்லது அவரை வேளாண் நிபுணர்களுக்கும் மேலான வேளாண் நிபுணர் என்று அழைக்கலாமா?) தனிப்பட்ட மனித உயிர்களுடன் அவர் எப்படி அக்கறை கொள்ளாதிருக்க முடியும் என்பது தெளிவாகியிருக்கும். இன்னல்கள் மற்றும் வேதனைகளுக்கு இது சரியான பதிலாக இருக்கும் என்று நினைக்கிறேன். ஒவ்வொரு மனிதருக்கும் (எல்லா உயிரினத்திற்கும்) அடித்தளத்தை அவர் ஏற்படுத்திவிட்டார். இருந்தாலும் நாம் ஒவ்வொருவரும், போஷாக்கின் பங்கை, ஆன்மீகம் அல்லது பொருள் எதுவாயினும், சரியாகப் பெறுவதில்லை, அதாவது எல்லோருக்கும் பொதுவாகக் கிடைப்பது. மனித குலத்தின் பெரும் பகுதி ஒரே அடித்தளத்திலிருந்து வெளிவருகிறது மற்றும் ஒவ்வொரு பிரிவின் நலம் அல்லது நலமற்ற தன்மையை தனிப்படக் காண முடியாது. இந்தியாவில் நிகழ்வதுபோல ஒவ்வோராண்டும் பருவமழை பொய்த்துப்போனால், நீரின்றி பயிர்கள் வாடிப்போனால் விவசாயியைக் குறைகூறமுடியாது. இப்படிக் கூறுவதை சரியெனச் சொல்ல மாட்டேன் ஏனெனில் கடவுள்தான் பயிரிடுபவர், அவரே மழையை அனுப்புபவரும் ஆவார். கடவுளின் விதிகள் இயற்கையானதாகத் தோன்றுகின்றன. ஆனால் நான் குறிப்பிடுவது மனிதகுலத்தின் *பொதுவான பெரும்பகுதி* கடவுளின் கருணையில் இருக்கிறது

மதம்-மனிதகுலத்தின் முக்கியமான பகுதி

பயிர்களைப் போலல்லாமல், மனிதன் ஒருவருக்கொருவர் உதவிக் கொள்ளும் திறனைப் பெற்றிருக்கிறான்(அதோடு ஒருவரையொருவர் அழிப்பதற்கும்!) உலகம் மெதுவாக உலக அரசாங்கத்தை நோக்கிச் செல்கிறது. இதற்கு இன்னொரு நூற்றாண்டு பிடிக்கலாம், அல்லது விரைவிலேயே வரலாம். எல்லா நல்ல விஷயங்கள், மாபெரும் விஷயங்கள், அவனது உலகைப் பொறுத்தவரை, முதலில் மனிதனின் மூளையில் உதமாகிறது. மனிதகுலச் செயல்பாடுகளில் மதமும் முக்கிய பங்கு வகிக்கிறது என்பதையும் நான் உணரவேண்டும், இதில் அரசியல் விடப்படவில்லை. "ஆரம்பகால கிறித்துவமதத்தின் கோட்பாடுகளை பொது விவகாரங்களில் அறிமுகப்படுத்துபவன் உலகின் தோற்றத்தையே மாற்றிடுவான்" என்று 18-ம் நூற்றாண்டில் பெஞ்சமின் பிராங்ளின்

எழுதினார். காந்தி இதை தமது சொந்தவாழ்வில் மற்றும் தமது நாட்டின் வரலாற்றில் செய்து காட்டினார். இது கடவுளின் தெரிந்த விதிகளுக்கு உட்பட்டு சரியாக வாழும் அறிவியல் இல்லையெனில், கிறித்துவமதம் அல்லது வேறு பிற மதங்கள்தான் என்ன? மதமும், தத்துவமும், இயல் அறிவியலைவிட மிகவும் முன்னேறியிருப்பதாக சமீபத்திய விஞ்ஞான கண்டுபிடிப்புகள் நிரூபித்திருக்கின்றன. நீண்டகால ஆராய்ச்சிக்குப் பிறகு நிரூபணத்துடன் மனிதன் கண்டுபிடிக்க முயற்சிப்பதை நமது மூதாதையர்கள் உள்நோக்குடன் யூகித்திருக்கின்றனர். அறிவியல் ரீதியில் உயிரின் எல்லா அம்சங்களும், பல்வேறு நடைமுறைகளும், நம்பும் அளவிற்கு நிரூபிக்கப்படும் வரை நாம் வாழ்வோம் என்று காத்திருக்க முடியாது. விஞ்ஞானத்திற்கும் மதத்திற்கும் இடையே எந்தவித சண்டையும் இருக்கத் தேவையில்லை. முன்பே கூறியவாறு, விஷயங்கள் ஏன் நிகழ்கின்றன. இவை ஒன்றுக்கொன்று தொடர்புடையவை. எனவே நமது பல்கலைக்கழகங்கள், வர்த்தக மற்றும் தொழில்துறை அமைப்புகள் மற்றும் அரசாங்கங்களில் *விஞ்ஞானத்துடன், மதத்தையும்* நாம் அறிமுகப்படுத்தலாம், அறிமுகப்படுத்த வேண்டும்.

மனிதகுலம் ஒன்றேயானால், உலகம் முழுவதற்கும் ஒரேயொரு அரசாங்கம் ஏன் இருக்க முடியாது? சூரியம் பிரிட்டிஷ் சாம்ராஜ்யத்தில் மட்டும் மறைவதில்லை. இதை போரால் வெற்றி கொண்டனர், ஆனால் மனித குல அரசாட்சியில் ஒத்த கருத்துடன் இதை உறுதி செய்ய வேண்டும். இங்குதான் உலகின் பெரு நாடுகள் தங்களது விவேகத்தை வெளிக்காட்ட முடியும். உலகின் முன்னணி மக்களாட்சி நாடுகள் தங்களது கூட்டமைப்பை அமைக்கட்டும், மெதுமெதுவாக தங்களது தனிப்பட்ட நாடுகளின் விவகாரங்களை முறைப்படுத்த அதிகாரமளிக்கட்டும். அமெரிக்கா, கனடா, கிரேட் பிரிட்டன், இந்தியா, ஆஸ்திரேலியா, நியூசிலாந்து மற்றும் ஜப்பான் போன்ற மக்களாட்சி நாடுகளிடையே பொதுவான கருத்தியல் இருக்கிறது. சில ஐரோப்பிய நாடுகளுக்கு பொதுவான சந்தை சாத்தியம் என்றால், மேலே குறிப்பிட்ட மாபெரும் நாடுகளுக்கு பொதுவான அரசாங்கம் என்பது நினைத்துப் பார்க்க முடியாததல்ல. தனது பயன்களை உணர்ந்து ஐரோப்பிய சந்தையில் புகுவதற்கு பிரிட்டன் விழையும்போது, பொதுவான ஜனநாயக அரசு வெற்றிகரமாக செயல்படுவதைக் கண்டு பிற நாடுகளும் சேர்ந்து கொள்ள முன்வரும் வாய்ப்பை மறுக்க மாட்டேன், இதனால் ஒருலக அரசாங்கம் பிறக்கும். இது மட்டுமே மனிதகுலத்திற்கு இருக்கும் நம்பிக்கை வாய்ப்பு. இல்லையெனில், என்னுடைய உறுதியான

நம்பிக்கையை மீண்டும் வலியுறுத்துகிறேன், அதாவது ஒரு தனிப்பட்ட கேள்வி, உலகின் மாபெரும் மதங்களைப் பின்பற்றுவோரிடையே பிற மதங்களைப் பாராட்டி புரிந்து கொள்ளும் உண்மையான விழைவு ஏற்பட்டதை நாம் கண்டிருக்கிறோம். அரசியல் தலைவர்கள் சமயத் தலைவர்களின் ஒத்துழைப்பை நேர்மையாக நாடட்டும். அரசியல் அமைப்பான ஐக்கிய நாடுகள் அமைப்பில் மதம் நுழையட்டும். போப்பாண்டவர் பொதுப் பேரவையில் பேசவில்லையா? ஐ.நா. தனது பின்னடைவுகளையும், குறைபாடுகளையும் கொண்டிருந்தது என்பது உண்மைதான். அந்த நாடுகளின் மாபெரும் பேரவை மனிதனின் சரியற்ற தன்மையை பிரதிபலிக்கிறது. ஆனால் நாம் கைவிடக்கூடாது. யுலிசெஸ் போல நாம் தீர்மானிக்க வேண்டும், 'பாடுபட்டு, விழைந்து,கண்டுபிடிக்க வேண்டும், விட்டுவிடக்கூடாது.' நமக்குள் இருக்கும் கடவுளின் ராச்சியத்தை இல்லாதும் பெருக்க வேண்டும். கடவுள் மனிதனுக்கு நல்லறிவு வழங்கட்டும், புதிய உலகை அமைக்கும் அவன் முயற்சிகளுக்கு இறைவன் அருள்புரிவானாக, ஆமென்!

165

பிற்சேர்க்கை—I

பிரார்த்தனையே சக்தி

அலெக்சிஸ் கார்ரெல், எம்.டி.

பிரார்த்தனை என்றால் வழிபாடு மட்டுமல்ல; இது கண்ணுக்குத் தெரியாது வெளிப்படும், மனிதனின் வழிபாட்டு உணர்வுமாகும்□ஒருவர் உருவாக்கக்கூடிய மிகவும் சக்திமிக்க சக்தி வடிவாகும். மனிதனின் மனம் மற்றும் உடலில் மீது பிரார்த்தனை செய்யக்கூடிய தாக்கம், சுரப்பிகளின் செயலுக்கு ஒத்ததாகும். இதன் பயனை, அதிகரித்த உடல் புத்துணர்ச்சி, மாபெரும் அறிவுப்பூர்வ சக்தி, தார்மீக வலிமை, மற்றும் மனித உறவுகளை வரையறுக்கும் உண்மைகளை ஆழமாகப் புரிந்து கொள்தல்.

நீங்கள் நேர்மையாக பிரார்த்தனை செய்வதை பழக்கமாக்கிக் கொண்டால், உங்கள் வாழ்க்கை மிகவும் குறிப்பிடத்தக்க விதத்தில் மற்றும் மிகவும் சிறந்த மாற்றம் பெறும். பிரார்த்தனை நமது செயல்கள் மற்றும் நடத்தை மீது அழிக்க இயலாத முத்திரை பதிக்கிறது. அமைதியான நடத்தை, முக மற்றும் உடல் தளர்வமைதி, ஆகியவற்றை தங்கள் உள்ளார்ந்த வாழ்வில் கடைப்பிடித்தவர்களிடம் காணலாம். உயிரின் ஆழத்தில் தீப்பொறி உருவாகிறது. மனிதன் தன்னைக் காணத் தொடங்குகிறான். அவன் தனது சுயநலத்தன்மையை, தனது வேண்டாத கர்வத்தை, தனது பேராசைகளை, தனது பெருந் தவறுகளைக் கண்டறிகிறான். தார்மீகக் கடமைப்பாட்டு உணர்வை, அறிவு சார் பணிவை உருவாக்கிக் கொள்கிறான். இதனால் அருளாட்சி நோக்கிய அவனது ஆன்மாவின் பயணம் தொடங்குகிறது.

புவியீர்ப்பு சக்தி போல பிரார்த்தனையும் ஒரு சக்தியாகும். ஒரு மருத்துவனாக, நான் பலரைக் கண்டிக்கிறேன். எல்லா சிகிச்சையும்

பயனற்றுப் போன பிறகு, பிரார்த்தனையின் தூய முயற்சியால் நோய் மற்றும் இன்னல்கள் முற்றிலும் விலகியதைக் கண்டிருக்கிறேன். "இயற்கையின் விதிமுறைகள்" என்றழைக்கப்படுவதை விஞ்சுவதாகத் தோன்றும் உலகின் ஒரேயொரு சக்தி இதுவேயாகும். பல தருணங்களில் பிரார்த்தனை வியக்குமளவிற்குச் செய்து காட்டியவைகளை "அற்புதங்கள்" என்று கூறப்பட்டுள்ளன. ஆனால் தங்கள் அன்றாட வாழ்வில் இந்த நீடித்த சக்தியின் நிலையான ஓட்டத்தை அவர்களுக்குத் தரும் பிரார்த்தனையைக் கண்டறிந்த ஆடவருக்கும், பெண்டிருக்கும் இந்த தொடர்ந்த அமைதியான அற்புதம் ஒவ்வொரு மணிநேரமும் ஏற்படுகிறது.

பலர் பிரார்த்தனையை முறையாக்கப்பட்ட வழக்கமான வார்த்தையாக, பொருள் விஷயங்களின் புகலிடமாகக் கருதுகின்றனர். நமது தோட்டத்தில் குளத்தை நிரப்பும் ஏதோவொன்று போல மழையைக் குறைத்து மதிப்பிடுவதுபோல, பிரார்த்தனையை கருதும்போது அதை நாம் குறைத்து மதிப்பிடுவது சோகமானதாகும். சரியாக புரிந்து கொண்டால், பிரார்த்தனை ஆளுமையின் மனிதனின் மிகஉயரிய உணர்வுகளின் இறுதி ஒருமைப்பாடு முழுமையான வளர்ச்சிக்கு இன்றியமையாத முதிர்ந்த செயல். மனிதன் என்ற பலவீன வகைக்கு அசைக்க இயலாத வலிமையைத் தரும், உடல், மனம் மற்றும் ஆன்மாவின் முழுமையான மற்றும் இணக்கமான ஒன்றுசேரல் பிரார்த்தனையால் மட்டுமே சாத்தியமாகும்.

"கேளுங்கள் கொடுக்கப்படும்" என்ற சொல்லானது, மனித குலத்தின் அனுபவத்தால் நிரூபிக்கப்பட்டுள்ளது. உண்மையான பிரார்த்தனை இறந்த குழந்தைக்கு உயிரூட்டாது அல்லது உடல் வேதனையிலிருந்து நிவாரணமளிக்காது. ஆனால் பிரார்த்தனை, ரேடியத்தைப் போல, ஒளிவிடும் வளமாக, சுய-உருவாக்க சக்தியாகும்.

இவ்வளவு துடிப்பான சக்தியை பிரார்த்தனை நமக்கு எவ்வாறு அளிக்கிறது? இந்தக் கேள்விக்கு பதிலளிக்க, (அறிவியலின் வரம்பிற்கு வெளியேதான் என்பதை ஒப்புக் கொள்கிறேன்), எல்லா பிரார்த்தனைகளுக்கும் பொதுவாக ஒன்றிருக்கிறது என்பதை சுட்டிக்காட்ட விரும்புகிறேன். வேட்டைக்காரன் தனது வேட்டையில்

அதிர்ஷ்டத்தை வேண்டுவதும் இதுபோன்ற நம்பிக்கைதான்; அதாவது மனிதர்கள், வரம்பற்ற எல்லா சக்தி வளத்திடம் பிரார்த்தித்து தங்களுக்குள் இருக்கும் சக்தியை விரிவாக்க விழைவது. நாம் பிரார்திக்கும் போது, பிரபஞ்சத்தை சுழலச் செய்யும் வற்றாத ஊக்க சக்தியுடன் நம்மை இணைத்துக் கொள்கிறோம். இந்த சக்தி நமது தேவைகளுக்கு பகிர்ந்து கொள்ளப்பட வேண்டும் என்று நாம் கேட்கிறோம். கேட்பதிலும், நமது மனிதக் குறைபாடுகள் நிவர்த்திக்கப்படுகின்றன, நாம் வலுவுள்ளவர்களாகவும், செப்பனிடப்பட்டவர்களாகவும் எழுகிறோம்.

ஆனால் நமது தற்போக்கெண்ணங்களை நிவர்த்தி செய்வதற்காக கடவுளை ஒருபோதும் வேண்டக்கூடாது. ஒரு வேண்டுதலாக இல்லாமல், நாம் அவனுடன் ஒன்றறக் கலக்க வேண்டும் என்ற சரணாகதியாக நாம் பிரார்த்தனையைப் பயன்படுத்தும்போது நாம் அதிக சக்தியைப் பெறுகிறோம். கடவுளின் இருப்பிற்கான நடைமுறையாக பிரார்த்தனையைக் கொள்ள வேண்டும். ஒரு வயதான விவசாயி, கிராம தேவாலயத்தின் கடைசி வரிசையில் தனியாக அவர்ந்திருந்தான். “நீ எதற்காகக் காத்திருக்கிறாய்? ” என்று அவனிடம் கேட்கப்பட்டபோது, அவன் பதிலளித்தான். “நான் அவனைப் பார்த்துக் கொண்டிருக்கிறேன் மற்றும் அவன் என்னைப் பார்த்துக் கொண்டிருக்கிறான்.” கடவுள் தன்னை நினைவு வைத்திருக்க வேண்டும் என்று மட்டுமே மனிதன் பிரார்த்திப்பதில்லை, ஆனால் தானும் கடவுளை நினைவுகூரவேண்டும் என்றுதான்.

பிரார்த்தனையை எவ்வாறு வரையறுப்பது? பிரார்த்தனை என்பது மனிதன் கடவுளை அடைவதற்காகச் செய்யும் முயற்சி; எல்லாவற்றையும் உருவாக்கிய, உயரிய விவேகம், உண்மை, அழகு மற்றும் வலிமை, ஒவ்வொரு மனிதனின் தந்தையும், மீட்பருமான, கண்களுக்குப் புலப்படாதவருடன் தகவல் தொடர்பு கொள்ளச் செய்யும் முயற்சி. பிரார்த்தனையின் இத குறிக்கோள் புத்திசாலித்தனத்தில் எப்போதும் மறைந்திருக்கிறது. கடவுளை வர்ணிக்க முற்படும்போது மொழியும், எண்ணங்களும் தோற்றுப் போகின்றன.

கடவுளை ஆழ்ந்த பிரார்த்தனையில் வேண்டும்போதெல்லாம், நாம் நமது ஆன்மாவையும், உடலையும் சிறந்ததன்மைக்கு மாற்றிக்

கொள்கிறோம் என்பது நமக்குத் தெரியும். சில சிறந்த பலன்கள் இல்லாமல் எந்தவொரு ஆணோ, பெண்ணோ ஒரு கணம் கூட பிரார்த்திப்பதில்லை-"எந்த மனிதனும் பிரார்த்தித்ததில்லை, எதையேனும் கற்றுக் கொள்ளாமல்," என்கிறார் எமர்சன்.

ஒருவர் எங்குவேண்டுமானாலும் பிரார்த்தனை செய்யலாம். வீதிகளில், சப்வேயில், அலுவலகத்தில், கடையில், பள்ளியில், ஒருவருடைய அறையின் தனிமையில் அல்லது தேவாலயத்தில், கூட்டத்திற்கிடையில் என எங்குவேண்டுமானாலும். எந்தவித குறிப்பிடப்பட்ட நிலை, நேரம் அல்லது இடம் கிடையாது.

"நீங்கள் சுவாசிப்பதைவிட அதிகமாக கடவுளை சிந்தியுங்கள்," என்கிறார், எபிக்டெடஸ் த ஸ்டாய்க். ஆளுமையை உண்மையிலேயே வடிவமைக்க, பிரார்த்தனையை பழக்கமாக்கிக் கொள்ள வேண்டும். காலையில் பிரார்த்தனை செய்துவிட்டு, நாள் முழுவதும் காட்டுமிராண்டியாக வாழ்வதில் அர்த்தமில்லை. உண்மையான பிரார்த்தனை வாழ்க்கை முறையாகும், மிக உண்மையான வாழ்வானது, பிரார்த்தனை முறையாகும்.

சிறந்த பிரார்த்தனையாளர்கள், சிறப்புப் பெற்ற காதலர்களைப் போல, எப்போதும் ஒரே விஷயம்தான் ஆனால் ஒருபோதும் இருமுறை ஒரேமாதிரியாக அல்ல. தெரசா அம்மையாரைப் போலவோ, கிளேர்வாக்சின் பெர்னார்ட் போலவோ நாம் அனைவரும் பிரார்த்தனையில் ஆக்கமுடியவர்களாக இருக்க முடியாது. இவர்கள் இருவரும் தங்களது அன்பை ஆன்மீக அழகில் லயிக்க விட்டனர். அதிர்ஷ்டவசமாக அவர்களது வெளிப்படுத்தும் மேன்மை நமக்கு அவசியமல்ல: பிரார்த்தனைக்கான நமது மிகச்சிறிய உந்துதலும் கடவுளால் அங்கீகரிக்கப்படுகிறது. நாம் முற்றிலும் முட்டாள்களாக, அல்லது நமது நாக்குகள் அலங்கார வார்த்தைகளால், ஏமாற்று வித்தையால் நிறைந்திருந்தாலும், புகழ்பாடும் வார்த்தைகள் மட்டுமேகூட அவனுக்கு ஏற்புடையதாக இருக்கும், அவன் தனது பலவகையான அன்பால் நமக்கு வலுவளித்து ஆசியளிப்பான்.

முன்பிருந்ததை விட இப்போது, மனித உயிர்கள் மற்றும் நாடுகளுக்கு பிரார்த்தனை பிணைக்கும் அத்தியாவசியமாகி விட்டது. மத உணர்வை வலியுறுத்தாத குறை, உலகை அழிவின் முனைக்குக் கொண்டுவந்துவிட்டது. ஆன்மாவின் அடிப்படை

பயிற்சியான பிரார்த்தனை, நமது சொந்த வாழ்க்கையிலும் தீவிரமாகப் பின்பற்றப்பட வேண்டும். மனிதனின் புறக்கணிக்கப்பட்ட ஆன்மா தன்னை மீண்டும் உறுதிப்படுத்த மிகவும் வலுவுள்ளதாக்கப்பட வேண்டும். பிரார்த்தனை சக்தி மீண்டும் வெளிப்படுத்தப்பட்டால், சாதாரண ஆண்கள் மற்றும் பெண்களின் வாழ்வில் பயன்படுத்தப்பட்டால்; ஆன்மா தனது நோக்கத்தை தெளிவாகவும், துணிச்சலாகவும் பறைசாற்றினால், சிறந்த உலகுக்கான நமது பிரார்த்தனை பலிக்கும் என்ற நம்பிக்கை இன்னும் இருக்கிறது.

❏❏

பிற்சேர்க்கை—II
கடவுளாக இருப்பது

RETIRE;—The world shut out;—thy thoughts call home:—
Imagination's airy wing repress;—
Lock up thy senses;—let no passions stir;
Wake all to Reason—let her reign alone;
Then, in the soul's deep silence, and the depth
Of Nature's silence, midnight, thus inquire;
What am I? And from whence? I nothing know
But that I am; and, since I am, conclude
Something eternal: had there e'er been nought,
Nought still had been: Eternal there must be—
But what eternal? Why not human race,
And Adam's ancestors without an end?—
That's hard to be conceived; since ev'ry link
Of that long chain'd succession is so frail:
Can every part depend, and not the whole?
Yet grant it true; new difficulties rise;
I'm still quite out at sea; nor see the shore.
Whence earth, and these bright orbs?—Eternal too?
Grant matter was eternal; : still these orbs
Would want some other Father—much design
Is seen in all their motions, all their makes.
Design implies intelligence and art,
That can't be from themselves—or man; that art
Man scarce can comprehend could man bestow?
And nothing greater yet allow'd than man—
Who motion, foreign to the smallest grain

Shot through vast masses of enormous weight?
Who bid brute matter's restive lump assume?
Such various forms, and gave it wings to fly?
Has matter innate motion? Then each atom,
Asserting its indisputable right
To dance, would form a universe of dust.
Has matter none? Then whence shapeless and reposed?
Has matter more than motion? Has it thought,
Judgement, and genius? Is it deeply learn'd
In mathematics? Has it framed such laws,
Which, but to guess, a Newton made immortal?—
If art to from, and counsel to conduct,
And that with greater far than human skill,
Reside not in each block;—a GODHEAD reigns:-
And, if a GOD there is, that God how great!

—எட்வர்ட் யங் (1681—1765).

பிற்சேர்க்கை—III

மேய்ப்பரின் பிரார்த்தனை

Moses saw a shepherd on the way, crying, "O Lord
    Who choosest as Thou wilt,
Where art Thou, that I may serve Thee and sew
    Thy shoon and comb Thy hair?
That I may wash Thy clothes and kill Thy lice and
    Bring milk to Thee, O worshipful one;
That I may kiss Thy little hand rub Thy little
    Feet and sweep Thy little room at bed-time."

On hearing these foolish words, Moses said,
    "Man, to whom are you speaking?
What babble! What blasphemy and raving!
    Stuff some cotton into your mouth!
Truly the friendship of a fool is enmity: the
    High God is not in want of suchlike service."

The shepherd rent his garment, heaved a sigh,
    And took his way to the wilderness.
Then came to Moses a Revelation: "Thou hast parted
    My servant from Me.
Wert thou sent as a prophet to unite, or wert thou
    Sent to sever?
I have bestowed on everyone a particular mode of worship,
    I have given every one a peculiar form of expression.
The idiom of Hindustan is excellent for Hindus;
    The idiom of Sind is excellent for the people of Sind.
I look not at tongue and speech, I look at the
    Spirit and the inward feeling.
I look into the heart to see whether it be lowly,

Though the words uttered be not lowly.
Enough of phrase and conceits and metaphors!
    I want burning, burning; become familiar with that burning!
Light up a fire of love in thy soul, burn all
    Thought and expression away!
O Moses, they that know the conventions are of one sort,
    They whose souls burn are of another"..........

—ஜலால்-அல்-தின் ரூமி.

27
புத்தகப் பட்டியல்

The Return to Religion—Dr. Henry C. Link
My Imitation of Christ—Thomas a Kempis
The Conquest of Happiness—Bertrand Russell
Rumi, Poet and Mystic—George Allen & Unwin, London
Meditations of Marcus Aurelius
Perennial Philosophy—Aldous Huxley
Key to Living—Mauriel Wrinch—Rider—London
The Psychology of Sex—Havelock Ellis
The Spectator—Joseph Addison
How to Win Friends and Influence People ⎱ Dale Carnegie
How to Stop Worrying and Start Living ⎰
The Power of Positive Thinking—Dr. Norman Vincent Peale
Gandhi, the Man and His Mission—Louis Fischer
Lead Kindly Light—Vincent Sheean
My Gandhi—Dr. John Haines Holmes
A Journey to Lourdes—Dr. Alexis Carrel
War and Peace—Leo Tolstoy
Autobiography—Benjamin Franklin
Journal of AMIEL
Tennyson (Alfred Lord Tennyson)—A Memoir by his son—Macmillan
Marriage and Morals—Bertrand Russell

www.ingramcontent.com/pod-product-compliance
Lightning Source LLC
Chambersburg PA
CBHW062222080426
42734CB00010B/1988
* 9 7 8 9 3 8 1 3 8 4 1 3 8 *